கர்ணனின் கவசம்

கே.என்.சிவராமன்

சூரியன்
பதிப்பகம்
229, கச்சேரி ரோடு,
மயிலாப்பூர், சென்னை-600 004.

ISBN: 978-93-85118-07-4

Title :
KARNANIN KAVASAM
© K. N.SIVARAMAN

சூரியன் பதிப்பகம்
வெளியீடு: **31**

நூல் தலைப்பு:
கர்ணனின் கவசம்

நூல் ஆசிரியர்:
© **கே.என்.சிவராமன்**

அட்டை ஓவியம்:
© **ராஜா**

முதற்பதிப்பு:
டிசம்பர் 2013

இரண்டாம் பதிப்பு:
ஜனவரி 2015

விலை:
ரூ.200/-

229, கச்சேரி ரோடு, மயிலாப்பூர்,
சென்னை–600004.
விற்பனைப் பிரிவு தொலைபேசி :
044 - 4220 9191 Extn: 21125
மொபைல்: 72990 27361
இ–மெயில் : kalbooks@dinakaran.com

பதிப்பாளர் மற்றும் ஆசிரியர்	:	**ஆர்.எம்.ஆர்.ரமேஷ்**
ஆசிரியர் குழு	:	**தி.முருகன்**
		வள்ளி, கே.என்.சிவராமன், பிரபுசங்கர், வெ.நீலகண்டன்
சீஃப் டிசைனர்	:	**பி.வேதா**
டிசைன் டீம்	:	**ப.லோகநாதன், எஸ்.பார்த்திபன்**

இந்தப் புத்தகத்தின் எந்த ஒரு பகுதியையும் பதிப்பாளரிடமிருந்து எழுத்துபூர்வமான முன் அனுமதி பெறாமல் மறுபிரசுரம் செய்வதோ, அச்சு மற்றும் மின்னணு ஊடகங்களில் மறுபதிப்பு செய்வதோ காப்புரிமைச் சட்டப்படி தடை செய்யப்பட்டதாகும். புத்தக விமர்சனத்துக்கு மட்டும் இந்தப் புத்தகத்திலிருந்து மேற்கோள் காட்ட அனுமதிக்கப்படுகிறது.

ஒரு புதிய முயற்சி...

வாழ்க்கையே ஒரு மர்மக் கதை போன்றதுதான். எதிர்பாராத நிகழ்வுகளும் திருப்பங்களும் நிறைந்த வாழ்க்கைதான் ரசிக்க முடிவதாக இருக்கிறது. அதனால் அமானுஷ்யங்களும் மர்மங்களுமாகப் பின்னப்படும் கதைகளுக்கு உலகின் எல்லா மொழிகளிலும் பெரும் வரவேற்பு கிடைக்கிறது. 'கர்ணனின் கவசம்' அப்படியான ரகத்தில் ஒரு புதிய முயற்சி.

தமிழகமெங்கும் பெரிய பெரிய போஸ்டர்கள், பெரிய அளவில் 'தினகரன்' நாளிதழில் விளம்பரங்கள் என ஒரு சினிமாவுக்கு நிகரான ஆரவாரத்துடன் தொடர்கதையாக இது 'குங்குமம்' இதழில் வெளியானபோது பத்திரிகை உலகில் பெரும் பரபரப்பு ஏற்பட்டது. அத்தனை எதிர்பார்ப்புகளையும் பூர்த்தி செய்யும் வேகமும் விறுவிறுப்பும் இந்தக் கதையில் இருந்தது. எதிர்பாராத கதாபாத்திரங்கள் திடீர் திடீரென அறிமுகம் ஆவதும், நீங்கள் நினைத்துப் பார்க்க முடியாத விஷயங்களை அவர்கள் செய்வதும்தான் இந்தக் கதையின் தனித்துவம். புராணக் கற்பனைகள், அறிவியல், கணிதம், விமானத் தொழில்நுட்பம் என எல்லாமே இணையும் புள்ளியில் இந்தக் கதை பயணிக்கிறது.

கால யந்திரத்தில் ஏறி கடந்த காலத்துக்கும் பயணிக்கலாம்; எதிர்கால மனிதர்களோடும் பழகலாம். இரண்டு சாத்தியங்களையும் இந்தக் கதை உங்களுக்குத் தருகிறது. 'குங்குமம்' இதழில் இது தொடராக வெளியானபோதே, 'எப்போது இதைத் தொகுத்து நூலாக வெளியிடுவீர்கள்?' என ஏராளமான வாசகர்கள் போனிலும், நேரிலும், கடிதங்களிலும் கேட்டார்கள். அவர்கள் அத்தனை பேருக்கும், முதல்முறையாக வாசிக்கப் போகும் புதிய வாசகர்களுக்கும் சேர்த்து இப்போது நூலாக இது வெளிவருகிறது.

- ஆசிரியர்

என்னுரை

எங்கள் எம்டி திரு. ஆர்.எம்.ஆர். போட்ட விதை இது.

அவர் மட்டும் உற்சாகப்படுத்தி எழுதத் தூண்டாவிட்டால் இந்தத் தொடரை 'குங்குமம்' இதழில் எழுதியிருப்பேனா என்பது சந்தேகமே. எனவே நாவலுக்கான பாராட்டு மொத்தமும் அவரைத்தான் போய்ச் சேர வேண்டும்.

கலவையான தொடர் இது. நிகழ்காலத்தில்தான் நடக்கிறது. ஆனால், ஆதித்த கரிகாலன், ராஜராஜ சோழனின் தமக்கையான குந் தவை, ஆதித்த கரிகாலனைக் கொன்ற ரவிதாசனின் வம்சாவளியினர், வியாசர், மகாபாரத கர்ணன், சகுனி, துரியோதனன், சிகண்டி, குருக்ஷேத் திரப் போரில் பங்கேற்ற பாண்டிய மன்னனின் வாரிசு, அசோக சக்கர வர்த்தி ரகசியமாக உருவாக்கிய ஒன்பது பேர் கொண்ட ஆயுதக் குழுவின் குடும்பத்தைச் சேர்ந்தவர்கள், ஜெர்மானியன், சீனன்... இக்கால மனிதர்கள்... ஏன் கிருஷ்ணரும் கூட கதையில் கேரக்டர்களாக வருகிறார்கள்.

மணல் மனிதன், கிராஃபீன் மனிதன், எரிகல் மனிதன் போன்ற சூப்பர் ஹீரோக்களும், மறைந்து போன சரஸ்வதி நதி, அட்லாண்டிஸ் நகரம், கபாடபுரம், தஞ்சாவூர், ராஜஸ்தான் பாலைவனம், ஆதிச்ச நல்லூர், காஞ்சிபுரம், திரிசங்கு சொர்க்கம், வைகுண்டம்... என இடங் களும் கதையில் இடம்பெற்றிருக்கின்றன.

வார இதழ்களில் தொடர்கதைகளே இல்லாமல் போன நிலையில் துணிந்து 'குங்குமம்' இதழில் வாரம்தோறும் எட்டு பக்கங்கள் வீதம் நாற்பது வாரங்களுக்கு இந்தத் தொடரை வெளியிட்ட அந்த இதழின் முதன்மை ஆசிரியர் தி.முருகன், என்றுமே நன்றிக்குரியவர்.

ஆனால், இந்தத் தொடருக்கான கரு கிடைக்காமல் தொடக்கத்தில் அவதிப்பட்டேன் என்பதுதான் நிஜம். எவ்வளவு யோசித்தும் பிடி கிடைக்கவேயில்லை.

இந்நிலையில் 2013 ஜனவரி முதல் தேதியன்று நண்பர் கிங் விஸ்வா வுடன் சோளிங்கர் சென்றேன். பேச்சுவாக்கில் 'மகாபாரத கர்ணனின் கவசம் இப்போது கிடைத்தால் எப்படியிருக்கும்?' என்று கேட்டார். பொறி தட்டியது. அவர் கேட்ட வினாவுக்கான விடையைத் தேடத் தொடங்கி னேன். அது தொடர்பாக சில நூல்களையும் படிக்க ஆரம்பித்தேன்.

இருந்தாலும் தொடரை ஆரம்பித்து விடவில்லை. உள்ளூர தயக்க மாகவே இருந்தது. அண்ணன் ஹரிகிருஷ்ணனிடம் பேசினேன். 'தமிழ்

இந்து' வலைத்தளத்தில், தான் எழுதிய குறிப்புகளைப் பயன்படுத்திக் கொள்ள அனுமதி அளித்தார். அது போலவே எழுத்தாளர் ஜெயமோகனும் உற்சாகப்படுத்தி, தனது தளத்தில் இருந்து சில குறிப்புகளை எடுத்துக் கொள்ள ஒப்புதல் வழங்கினார்.

இப்படி ஓரளவு தயாரான பிறகுதான் தொடர் எழுதத் துணிந்தேன். ஒவ்வொரு வாரமும் அத்தியாயம் எழுதி முடித்ததும் அதை 'தினகரன்' நாளிதழின் முதன்மை ஆசிரியரான கதிர் சாருக்கு அனுப்புவேன். தனது வேலைப்பளுவுக்கு இடையிலும் அத்தியாயத்தைப் படித்துவிட்டு விமர்சனம் செய்ய அவர் தவறவில்லை.

தொடருக்கான ஓவியங்களை நண்பர் ராஜா அழகாக வரைந்து கொடுத்தார். எவரது சாயலும் இல்லாமல் புதுப் பாணியில் இவர் வரைந்த ஓவியங்கள், தொடரைப் படிப்பதற்கான ஆர்வத்தைத் தூண்டின.

உளுந்தூர்பேட்டையைச் சேர்ந்த நண்பர் லலித்குமாரை இந்த இடத்தில் அவசியம் குறிப்பிட்டாக வேண்டும். ஒவ்வொரு வாரமும் தொடரைப் படித்துவிட்டு போன் செய்து, நிறை, குறைகளைப் பட்டியலிட்ட அவரது குணம், தொடருக்குக் கிடைத்த வரம். அதேபோல் முகநூலிலும், கூகுள் ப்ளஸ்ஸிலும் ஏராளமான நண்பர்கள் வாழ்த்து தெரிவித்து தோள் கொடுத்தார்கள். வாசகர் கடிதம் வழியாக பலர் உரமிட்டார்கள்.

எங்கள் நிறுவனத்தின் தலைமை வடிவமைப்பாளரான வேதாவின் தலைமையிலான குழுவும், பிழை திருத்தம் செய்த சண்முகவேல் - திருமலையும் தங்கள் உழைப்பால் 'கர்ணனின் கவச'த்தை முழுமை யாக்கினார்கள்.

இறுதியாக இருவரைக் குறித்து அவசியம் சொல்லியாக வேண்டும். தொடர் முடியும் வரை என் முதுகெலும்பை உடைத்தது இவர்கள்தான். ஒருவகையில் இவர்கள் இருவரையும் இந்தத் தொடரின் இணை ஆசிரியர்கள் என்றே குறிப்பிட வேண்டும். அந்தளவுக்கு தொடருடன் பயணித்தார்கள். 'குப்பை' என நிராகரித்து பல அத்தியாயங்களை மீண்டும் மீண்டும் எழுத வைத்தார்கள். சில அத்தியாயங்கள் நான்கு, ஐந்து பிரிவாகச் செல்லும். அப்போது ஆர்டரை மாற்றச் சொல்லி சுளுக்கு எடுத்தார்கள்.

அந்த இருவர், நண்பர்களான நரேனும், யுவகிருஷ்ணாவும்.

இப்படி தோள் கொடுத்து என்னை பட்டை தீட்டியவர்கள் பலர். இவர்களாலும் இன்னும் கண்ணுக்குத் தெரியாத லட்சக்கணக்கான வாசகர்களாலும்தான் 'கர்ணனின் கவசம்' இப்போது உங்கள் கைகளில் தவழ்கிறது.

அனைவருக்கும் நெஞ்சார்ந்த நன்றி.

தோழமையுடன்
கே.என்.சிவராமன்

சமர்ப்பணம்
என் போக்கில் வளர அனுமதித்த
ப்ரிய சிநேகிதன் நாகராஜனுக்கும்...
எனது அத்தனை குறைகளையும் சகித்துக் கொண்டு
அரவணைக்கும் அன்புத் தோழி ஆனந்திக்கும்...

1

“என்னது... சூரியனுக்குள்ள ஊடுருவற கனிமம் இருக்கா?” – நம்ப முடியாத மகிழ்ச்சியுடன் கேட்டார் அடார்னோ.

“யெஸ் சார்...” – பதிலளித்த ஃபாஸ்டின் குரலில் உறுதியும், உற்சாகமும் கொப்பளித்தது.

‘‘குட்... குட்...’’ என்றபடி அவன் தோளில் தட்டினார் அடார்னோ. இருவரும் ஜெர்மனியின் மியூனிச் நகரிலுள்ள இங்கிலீஷ் கார்டனில் நடந்து கொண்டிருந்தார்கள். சுற்றுலாத் தலம். பயணிகளின் நடமாட்டம் எப்போதும் இருக்கும். அன்றும் இருந்தது. ஆனால், பூங்காவின் ஒரு பகுதியில் இருந்த ஜப்பானிய டீ ஹவுஸை அவர்கள் கடந்தபோது கண்ணுக்கு எட்டிய தொலைவு வரை யாரும் தென்படவில்லை. ஜெர்மன் உளவு நிறுவனமான ‘பிஎன்டி’யில் பணிபுரியும் அவர்களுக்கு அந்தத் தனிமை தேவைப்பட்டது.

“இந்த ஒரு பதிலுக்காகத்தான் பல வருஷங்களா காத்திருக்கேன்...” – கண்களில் துளிர்த்த எதிர்பார்ப்புடன் புல்தரையில் அமர்ந்த அடார்னோ, தன்னருகில் அமரும்படி அவனுக்கு செய்கை செய்தார். ஆறடி உயர உருவத்தை குறுக்கியபடி சற்று இடைவெளிவிட்டு ஃபாஸ்ட் அமர்ந்தான்.

“பெரிய பாரமே இறங்கினா மாதிரி இருக்கு ஃபாஸ்ட். இனி கவலையில்லை. ஜெர்மன் தலை நிமிர்ந்துடும். இந்த ஒண்ணை வச்சே சீனாவோட கண்ணை நோண்டிடலாம். அடிமை நாய்ங்க. கனிம வளங்கள் இருக்குங்கிற திமிருல பழசை மறந்துட்டு என்ன ஆட்டம் போடறாங்க..?” – அடார்னோவின் கண்களில் பூக்க ஆரம்பித்த கோபத்தை அப்படியே நுகர்ந்தான் ஃபாஸ்ட்.

“ஃப்ளோரசன்ட் பல்ப், ஐபாட் ஹெட் ஃபோன்ஸ், ஹைபிரிட் வண்டிகள் மாதிரியான எலக்ட்ரானிக்ஸ் பொருட்களை உற்பத்தி செய்ய அபூர்வமான கனிமங்கள் தேவை. இதெல்லாம் சீனாவுலதான் கிடைக்குது. ஸோ வாட்? இதனாலயே அவனை

வல்லரசு நாடா ஏத்துக்கணுமா..?" – பற்களைக் கடித்தபடி சொற்களை உச்சரித்த அடார்னோ, தன் பார்வையை அழுத்தமாக ஃபாஸ்டின் முகத்தில் பதித்தார்.

"என்ன... 'அந்தக் கனிமங்களை இனி ஏற்றுமதி பண்ண மாட்டேன். எலக்ட்ரானிக்ஸ் பொருட்களை நானே தயாரிச்சு தர்றேன். நான் சொல்ற ரேட்டுல வாங்கிக்க...'ன்னு அறிக்கை விட்டிருக்கான். அவ்வளவுதான? சொல்லிட்டு போகட்டும். மழைல முளைச்ச காளான்கள் இப்படித்தான் துள்ளிக் குதிக்கும்..." என்ற அடார்னோ, சட்டென்று சிரித்தார்.

"ஒரு காமெடி தெரியுமா? திபெத்துல நூறு பில்லியன் டாலர் மதிப்பிலான இயற்கை வளங்கள் இருக்காம். அங்க இருக்கிற மூவாயிரம் கனிமப் படுகைகள்ல 102 வகை தாதுக்கள் கொட்டிக் கிடக்காம். இது எல்லாம் அவனுக்குத்தான் சொந்தமாம். சப்பை மூக்கை தடவிக்கிட்டே சீனாக்காரன் சொல்றான். அதைக் கேட்டு தலையாட்ட நாம என்ன ஜோக்கரா? திபெத்திய மக்களுக்கு ஆயு தங்களை சப்ளை பண்ணி கொரில்லா யுத்தத்தை ஆரம்பிச்சு எந்த கனிமத்தையும் அவன் எடுக்காதபடி பண்ண நமக்கு எத்தனை நேரம் ஆகும்?

சர்வதேச கடல் படுகை ஆணையத்துகிட்ட அனுமதி வாங் கிட்டா போதுமா? இந்தியப் பெருங்கடல்ல 10 ஆயிரம் சதுர கி.மீ. பரப்பளவுல பாலிமெடாலிக் சல்பைட்டை அடுத்த 15 ஆண்டுகளுக்குள்ள அவனால தோண்டி எடுத்துட முடியுமா? நேச நாடுகள் காதை குடைஞ்சுகிட்டே இதை வேடிக்கை பார்க் கும்னு நினைச்சானா? இடியட்..." – அளவுக்கு மீறி வார்த்தை களில் உணர்ச்சிகள் வெளிப்பட ஆரம்பித்ததாலோ என்னவோ, சட்டென்று அமைதியாகி ஆழ்ந்து சுவாசிக்க ஆரம்பித்தார், அடார்னோ.

குறுக்கீடு செய்யாமல் அவரையே பார்த்துக் கொண்டிருந்தான் ஃபாஸ்ட். அவர் பேசியதில் எதுவும் மிகையில்லை. துளியும் பொய் யில்லை. அதே வெறி. ஒவ்வொரு ஜெர்மானியனுக்குள்ளும் இருக் கும் அதே கனல். வெந்து தணியும் ஜெர்மனியில் குஞ்சென்றும் மூப்பென்றும் இல்லை.

"சீனாவை மடக்க கிடைச்ச இந்த சந்தர்ப்பத்தை விடக் கூடாது ஃபாஸ்ட்..." – வானத்தைப் பார்த்தபடி அடார்னோ தொடர்ந்தார். "எப்படியாவது சூரியனுக்குள்ள ஊடுருவற அந்தக் கனிமத்தை நாம கைப்பற்றிடணும். அப்பதான் உலக நாடுகளை மிரட்ட முடியும். சூரிய வெப்பத்தையே தாங்கற சக்தி அந்த கனிமத்துக்கு இருக்குன்னா, நிச்சயம் எப்படிப்பட்ட அணு ஆயுதத்தையும் அது எதிர்த்து நிற்கும். இதுதான் நமக்கு கிடைச்சிருக்கிற துருப்புச் சீட்டு. ஹிட்லர் காலத்துல எப்படி எல்லா நாடுகளும் நம்மை பார்த்து

பயந்ததோ, அதைவிட பலமடங்கு இப்ப அச்சுறுத்தணும். நம்ம இனம் எப்படிப்பட்டதுன்னு உலகுக்குக் காட்டணும்...'' – தோட்டாக்களாக சீறும் வார்த்தைகளுடன் அவனை நோக்கித் திரும்பினார் அடார்னோ.

“அந்தக் கனிமத்தோட பேர் என்ன?''

“தெரியலை சார்...'' என்றான் ஃபாஸ்ட்.

“நோ ப்ராப்ளம். உன் பேரையே வைச்சிடலாம். அது எங்க இருக்கு?'' எழுந்தபடியே கேட்டார் அடார்னோ.

“நோ ஐடியா. ஆனா, ஒரு க்ளூ கிடைச்சிருக்கு. அதை வச்சு ட்ரேஸ் அவுட் பண்ணிட முடியும்னு நம்பிக்கை இருக்கு சார்...'' – தன் பின்புறத்தைத் தட்டியபடி எழுந்து நின்றான் ஃபாஸ்ட்.

“ஏழு வருஷங்களா நாம ஒண்ணா வேலை பார்த்துட்டு இருக்கோம். பலமுறை உன்னை நீ நிரூபிச்சிருக்க. அந்த நம்பிக்கைல இந்த ப்ராஜெக்ட்டை உன்கிட்ட ஒப்படைக்கிறேன். முழுமையா கண்டுபிடிக்கிற வரைக்கும் இந்த அசைன்மென்ட் ரகசியமா இருக்கட்டும்...''

“யெஸ் சார்...''

“எப்ப புறப்படற?'' – புருவத்தை உயர்த்தினார் அடார்னோ.

“இப்பவே...'' தாமதமின்றி பதிலளித்தான் ஃபாஸ்ட்.

“எங்க?''

“இந்தியா...''

“இந்தியா? இன்ட்ரஸ்டிங். அங்க எந்த இடம்?''

“தமிழ்நாடு. மதுரை மீனாட்சியம்மன் கோயில்!''

சரியாக காதலர் தினம் முடிந்த 26வது நாள், ரோஜாக்களைப் பார்த்துக் கொண்டிருந்தார் டாக்டர் ஜோன்ஸ்.

நாசா விண்வெளி ஆராய்ச்சி மையத்தின் அந்தப் பிரிவுக்கு ‘ரோஸஸ்’ என்று பெயர் வைத்தவனின் வாயில் சர்க்கரை போடவேண்டும். ‘ரிசர்ச் ஆப்பர்ச்சூனிட்டிஸ் இன் ஸ்பேஸ் அண்ட் எர்த் சயின்ஸ்’ என்பதை என்ன அழகாக ‘ரோஸஸ்’ என்று சுருக்கியிருக்கிறார்கள்?

2013ம் ஆண்டுக்கான நாசாவின் ஆய்வு அறிவிப்பு கடந்த மாதம் 14ம் தேதியன்றுதான் இணையதளத்தில் வெளியிடப்பட்டது. உண்மையில் இது அடுத்தகட்ட பாய்ச்சல். மாபெரும் நெருப்புக் கோளத்துக்கு ரோஜாப் பூவைக் கொடுத்து வசப்படுத்துவதற்கான தருணம்.

இதுவரை எத்தனையோ செயற்கைக்கோள்களை தயாரித்து பாய்ச்சியாயிற்று. எந்த வாகனத்தாலும் சூரியனை நெருங்க முடியவில்லை. அதற்காக மனதிலேயே ஆசையைப் பூட்டி வைக்க முடியுமா? முடியாது. ஆணழகனாக காட்சி தரும் சூரியனை நம்

பிடிக்குள் கொண்டு வர வேண்டும். அப்போதுதான் அமெரிக்காவின் கனவு நினைவாகும்.

இதற்கு தேவை ஒரு கனிமம். அதுவும் அபூர்வமான, அமெரிக்காவுக்கு மட்டுமே சொந்தமாக இருக்கக் கூடிய ஒரு கனிமம். அதை குளிர்சாதனப் பெட்டியைப் போல் பயன்படுத்த வேண்டும். யெஸ், கோடைகாலத்தில் குளிர்ச்சியையும், குளிர்காலத்தில் வெப்பத்தையும் எப்படி மாறி மாறி ஏர்கண்டிஷன் சிந்துகிறதோ, அப்படி இந்தக் கனிமமும் வேலை செய்ய வேண்டும்.

சூரியனுக்கு அருகிலுள்ள கிரகங்கள் வெப்பமாக இருக்கின்றன. அங்கு இந்தக் கனிமத்தை ஷீல்டாக்கி பொருத்திவிட்டால், சூரியக் கதிர்களை அது ஃபில்டர் செய்யும். குளிர்ச்சியையும், ஆக்சிஜனையும் தனக்குக் கீழே பரவவிடும். அதுபோலவே சூரியனுக்கு தொலைவில் உள்ள கோள்கள் குளிர்ச்சியாக இருக்கின்றன. அங்கு இந்தக் கனிமத்தை, வெப்பத்தையும் பிராண வாயுவையும் கொடுக்கும் ஊடகமாகப் பயன்படுத்தலாம்.

இப்படிச் செய்வதன் வழியாக பிரபஞ்சத்திலுள்ள அனைத்து கிரகங்களின் தன்மைகளையும் ஆராயலாம். உயிரினங்கள் வாழ முடியும் எனில், அங்கு குடியேற்றத்தை ஏற்படுத்தி பால் வீதியையே அமெரிக்காவின் காலனியாக மாற்றி விடலாம்.

ஒரு முடிவுடன் டாக்டர் ஜோன்ஸ், ஹீலியோ பிசிக்ஸ் ஆராய்ச்சியில் ஈடுபட ஆரம்பித்தார்.

எதிர்பார்த்தது போலவே சென்னை குரோம்பேட்டையில் உள்ள ஸ்கூல் தெருவுக்குள் தன் ஸ்கூட்டியை தாரா திருப்பியபோது வெண்ணிற தாடியுடன் விமலானந்தா எதிர்ப்பட்டார். வழக்கம் போலவே, "அம்மா தாராதேவி..." என தன் இரு கரங்களையும் உயர்த்திக் கும்பிட்டார். அவளது வண்டியின் டயர் தடத்தை தொட்டு வணங்கினார்.

தலையில் அடித்துக் கொள்ளலாம் போல் இருந்தது. பெயரைத் தவிர விமலானந்தா யாரென்றே தாராவுக்குத் தெரியாது. ஆனாலும் எப்படித்தான் மூக்கில் வியர்க்கிறதோ? ஆனந்தி மாமியைச் சந்திக்க எப்போது வந்தாலும், எதிர்ப்படுகிறார். இதே வாக்கியத்தை சொல்லி வணங்கிவிட்டு நகர்கிறார். இத்தனைக்கும் அவருக்கு வயது குறைந்தது எழுபதாவது இருக்கும். 23 வயதுப்பெண் அவரது பேத்திக்கு சமானம். ஆசீர்வதிக்கலாம். வணங்கலாமா?

ஒருமுறை பின்தொடர்ந்து சென்று, "ஏன் இப்படிச் செய்கிறீர்கள்" என்று கேட்டிருக்கிறாள். நேரடியாக எதுவும் பதில் சொல்லாமல், "எனது பாக்கியம்..." என கண்கலங்கியபடி அந்த இடத்திலேயே அவள் காலில் விழுந்துவிட்டார். தாரா நகரும் வரை அவர் எழுந்திருக்கவேயில்லை. 'மென்டலி டிஸ்டர்ப்ட் பெர்சன்

போல' என விட்டுவிட்டாள். அதன் பிறகு விமலானந்தாவை அவள் பொருட்படுத்துவதில்லை.

தலையைச் சிலுப்பியபடி அந்த வீட்டின் முன்பு வண்டியை நிறுத்திவிட்டு கேட்டை திறந்தாள்.

எட்டிப் பார்த்த மகேஷ், "வாங்கக்கா..." என வரவேற்றான்.

"அம்மம்மா... தாராக்கா வந்திருக்காங்க..." என அவளது தலையை பார்த்ததும் உள்நோக்கி குரல் கொடுத்தாள் நிரஞ்சனா.

"என்ன, தாத்தா கூட சேர்ந்து 'ப்ளூ ரே'ல படம் பார்க்க றீங்களா... என்ன படம்?" – கேட்டபடியே செருப்பைக் கழற்றி விட்டு நுழைந்தாள் தாரா.

சோபாவில் அமர்ந்திருந்த நாகராஜன் அவளைப் பார்த்து புன்னகைத்தபடியே, "வாம்மா..." என்றார்.

"நல்லா இருக்கீங்களா மாமா..?" என்று அவள் கேட்டு முடிப் பதற்குள், "ப்ளூ ரே இல்ல. டிவிடி. 'கர்ணன்' படத்தை மூணாவது முறையா பாக்கறோம். ரொம்ப நல்லா இருக்குக்கா..." என சோபாவில் குதித்தான் மகேஷ்.

"ஆமாம்க்கா. அதுவும் தன் கவசகுண்டலத்தை அறுத்து இந் திரன்கிட்ட கர்ணன் தரும்போதெல்லாம் அழுகையா வருது..." என்றாள் நிரஞ்சனா.

"ஏன்க்கா, அந்த கவச குண்டலம் இப்ப எங்க இருக்கு? இந் திரன் அதை எங்க மறைச்சு வச்சிருக்கான்?" – கேள்வி கேட்ட மகேஷைப் பார்க்க சிரிப்பு வந்தது.

"நிச்சயம் பூமிலதான்டா இருக்கும். சாமி கோயில்ல இருக்காரு. கோயில் பூமில இருக்கு. அப்ப இந்திரன் வாங் கினதும் இங்கதான இருக்கணும்?" என்ற நிரஞ்சனா, "ஆனாலும் ஒரு விஷயம் மட்டும் புரியலைடா. சூரியனுக்கு நிறைய பசங்க இருக்காங்க. ஏன்... ஆஞ்சநேயர் கூட சூரியனோட மகன்தான். அப்படி இருக்கிறப்ப மத்த பசங்களுக்கு கவச குண்டலத்தைக் கொடுக்காம ஏன் கர்ணனுக்கு மட்டும் சூரியன் கொடுத்தாரு?" என்று கேட்டாள் நிரஞ்சனா.

"அட, ஆமாம்ல..." என ஆச்சர்யப்பட்டான் மகேஷ்.

"வீட்டுக்கு வந்த அக்காவையும் தொந்தரவு பண்ண ஆரம்பிச் சிட்டீங்களா..." என்றபடி வந்தாள் ஆனந்தி மாமி.

"பரவால்ல மாமி. குழந்தைங்கதான? என்ன... இவங்க கேட்கற கேள்விக்கு பதில் சொல்ல எனக்குத்தான் தெரியலை..." என்று சிரித்த தாரா, "உங்ககிட்டயும் மாமாகிட்டயும் சொல்லிட்டுப் போகலாம்னுதான் வந்தேன். ஊர் பேர் தெரியாத என்னை, உங்க பொண்ணு மாதிரி பார்த்துக்கிட்டீங்க. இதை சாகற வரைக்கும் மறக்க மாட்டேன். உங்க ஆசீர்வாதம் எனக்கு வேணும்..." என்று தழுதழுத்தாள்.

"அது எப்பவும் உண்டுமா. சொந்தம்னு சொல்லிக்க யாரும் இல்லையேன்னு வருத்தப்படாத. நாங்க இருக்கோம். ஃபர்ஸ்ட் க்ளாஸ்ல ஆர்க்கிடெக்சர் முடிச்சிருக்க. இப்ப வேலை கிடைச்சு மும்பைக்கு போற. சந்தோஷமா போயிட்டு வா. உன் மனசு போல எல்லாம் அமையும்..." என்றார் நாகராஜன்.

அப்போது தாராவின் செல்போன் ஒலித்தது. எடுத்து பேசிய வளின் முகம் மாறியது. "என்ன தாரா... ஏதாவது பிரச்னையா?" – கவலையுடன் கேட்டாள் ஆனந்தி மாமி.

"அதெல்லாம் ஒண்ணுமில்லை மாமி. கிரெடிட் கார்டு வேணு மான்னு கேட்டாங்க. தட்ஸ் ஆல். சரி மாமி, நான் கிளம்பறேன். பேக்கிங் பண்ண வேண்டியிருக்கு. அங்க போனதும் போன் பண்ணறேன். வரேன் மாமா. மகேஷ், நிரஞ்சனா பை..." என்று சொல்லிவிட்டு வாசலுக்கு வந்தாள்.

கைப்பேசியில் வந்த அழைப்பு, அப்போதும் அவள் செவிகளில் ஒலித்துக் கொண்டிருந்தது. 'தாரா, உங்கப்பா செத்துட்டாரு. உடனே கிளம்பி வா...'

பிடிக்காத அப்பா. அனைவரிடமிருந்தும் மறைத்த அப்பா. அவரது உடலைப் பார்க்கப் போவதா, வேண்டாமா?

யாரோ அசைவது போல் இருந்தது. நிமிர்ந்தாள். எப்போது அவளைப் பார்த்தாலும் வணங்கும் அதே விமலானந்தா. வலது காலை உயர்த்தி நடராஜர் போல் போஸ் கொடுத்தபடியே, கண் ணீர் வழிய அவளைப் பார்த்து உடைந்த குரலில் கதறினார். "அம்மா தாராதேவி... மதுரை வெள்ளியம்பலத்துக்கு ஆபத்து வந்துடுச்சும்மா... அதை தடுத்து நிறுத்தி ஈரேழு உலகத்தையும் காப்பாத்தும்மா..."

2

திரிசூலம் ரயில்நிலையத்தில் அவன் காலை நீட்டியபடி அமர்ந்திருந்தான். கிட்டத்தட்ட நாற்பது வயதிருக்கும். பரட்டைத் தலை. ஒரு மாத தாடி. அழுக்கு பேன்ட். கிரீஸ் படிந்த சட்டை.

விமான நிலையத்தையே இமைக்காமல் பார்த்துக் கொண்டிருந்தவன், ஏதோ தோன்றியவனாக தன்னருகில் இருந்த பைக்குள் கைவிட்டு அந்த செய்தித்தாளின் கிழிந்த பக்கத்தை எடுத்தான். புதிதாக படிப்பது போல் மீண்டும் அதை 2013, மார்ச் 18 அன்று படித்தான்.

சங்கரன்கோவிலில் நடந்த சம்பவம் அது. 2011, ஏப்ரல் 22ம் தேதி அந்த அபசகுனம் நிகழ்ந்தது. அன்றுதான் சங்கர நாராயணர் கோயில் ராஜகோபுரத்தில் இருந்த யாளி சிற்பம் இடிந்து விழுந்தது.

சலனமில்லாமல் அதை அவன் வாசித்து முடிக்கவும், விமானம் ஒன்று தரையிறங்கவும் சரியாக இருந்தது. கண்கள் இடுங்க, உடல் அதிர எழுந்தவன், புறப்படத் தயாராக இருந்த பீச் செல்லும் மின்சார ரயிலில் ஏறினான்.

எழும்பூரில் இருந்து மதுரைக்கு செல்லும் வைகை எக்ஸ்பிரஸை எப்படியும் பிடித்து விடலாம்.

“மிஸ்டர் ஃபாஸ்ட்?”

சென்னை மீனம்பாக்கம் விமான நிலையத்தை விட்டு வெளியே வந்த தன்னை மலர்ந்த முகத்துடன் எதிர்கொண்ட அந்த இளைஞனை ஸ்கேன் செய்தான், ஃபாஸ்ட். ஐந்தரை அடி உயரம். மாநிறம். ஒல்லியான உடல்வாகு. டி-ஷர்ட்டைத் தாண்டி கழுத்து எலும்பு துருத்தியது. கண்கள் அலைபாயவில்லை. கூர்மையான நாசி.

“ஆமா. நீ..?”

"ஆனந்த். 'பசுமை உலக மன்ற'த்துல உறுப்பினரா இருக்கேன்..." வெண் பற்கள் பளீரிட சிரித்தான். "நீங்க தமிழ் பேசுவீங்கன்னு சொன்னாங்க சார். மழலையா இருக்கும்னு நினைச்சேன். ஆனா, உச்சரிப்பு நல்லாவே இருக்கு..." – உற்சாகம் கொப்பளிக்க ஃபாஸ்டின் கைகளில் இருந்த பெட்டியை வாங்கினான்.

"மதுரைக்கு எப்ப போய்ச் சேருவோம்..?"

"டிராபிக்கை பொறுத்திருக்கு சார். எப்படியும் ஆறு, ஏழு மணி நேரத்துல போயிடலாம்..."

"குட். கார் பயணத்தில் ஊர்களைப் பார்க்கறது எனக்கு பிடிக்கும். பை தி வே, இந்த 'சார்' எல்லாம் வேண்டாம். ஃபாஸ்ட்னே கூப்பிடு..." என நடக்க ஆரம்பித்தான்.

பின்தொடர்ந்த ஆனந்துக்கு எல்லாமே அதிசயமாக இருந்தது. தெளிவாக தமிழ் பேசும் ஜெர்மானியன். தமிழக கோயில்களை தரிசிக்க வந்திருக்கும் மனிதன். சிற்பங்களின் மீது அதிக ஈடுபாடு கொண்ட அந்நியன். சிநேகத்துடன் உரையாடும் சுபாவம்.

காரை நெருங்கினார்கள். டிரைவர் டிக்கியை திறக்க, ஃபாஸ்டின் பெட்டியை அதனுள் புதைத்தான். முன்பக்கம் ஏறப் போனவனை கை பிடித்து பின்னிருக்கையில் தன்னுடன் அமர வைத்தான் ஃபாஸ்ட். உள்ளுக்குள் குளுமையையும், வெளியே சூடான புகையையும் கக்கியபடி கார் நகர்ந்தது.

"என்ன படிச்சிருக்க ஆனந்த்?"

"தமிழ் லிட்ரேச்சர் சார்..." என்ற ஆனந்த், சட்டென்று, "சாரி, சாரை விட முடியலை..." என நாக்கைக் கடித்தான்.

"பழகிடுச்சு இல்லையா? மாத்திக்க. டாக்டரேட் பண்ற ஐடியா இருக்கா?"

"இருக்கு..." – வெட்கப்பட்ட ஆனந்த், "சிற்பங்கள்ல உங்களுக்கு எப்படி ஆர்வம் வந்தது? அதுபத்தி ஏதோ புத்தகம் எழுதப் போறீங்களாமே?" என கேள்வி கொக்கி போட்டான்.

"அது பெரிய கதை..." என்ற ஃபாஸ்ட், வெளியே பார்வையை ஓடவிட்டான். தாம்பரத்தை நோக்கி கார் செல்ல, இடது பக்கம் மின்சார ரயில் எறும்பைப் போல் ஊர்ந்து கொண்டிருந்தது. பார்வையை ஆனந்த் பக்கம் திருப்பினான். சில விஷயங்களுக்கு இவனது உதவி தேவை. ஆள் எப்படி? தூண்டிலை வீசினான்.

"ஒரு விஷயம் கவனிச்சியா ஆனந்த்? எல்லா இடங்கள்லயும் தண்டவாளங்கள் ஒரே மாதிரிதான் இருக்கு. மேம்பாலங்களும் அப்படித்தான். ஏன், வீடுங்க கூட ஒரே அமைப்புலதான் கட்டப்படுது..."

"ஆமா. நானும் இதை ஃபீல் பண்ணியிருக்கேன். ஆனா, சின்னதா சில மாற்றங்கள் இருக்கும். உன்னிப்பா பார்த்தா மட்

டுமே அதைக் கண்டுபிடிக்க முடியும். பல நேரங்கள்ல ஒரே ப்ளூ பிரின்ட்டை வச்சு உலகமே இயங்கறா மாதிரி தோணும்...''

நிமிர்ந்து உட்கார்ந்தான் ஃபாஸ்ட். கெட்டிக்காரன்தான். கை வசம் ஆறு மணி நேரங்கள் இருக்கின்றன. பதப்படுத்தி வளைத்து விட்டால் காலடியில் விழுந்து கிடப்பான்.

“ஏதாவது தப்பா சொல்லிட்டனா? பதிலே பேசாம என்னையே பார்த்துட்டிருக்கீங்க?'' என்ற ஆனந்தை தட்டிக் கொடுத்தபடியே, “என் அலைவரிசைல யோசிக்கிற நண்பனை தமிழகத்துக்கு வந்ததுமே சந்திச்சிருக்கேன். சந்தோஷமா இருக்கு...'' – புன்னகைத்த ஃபாஸ்ட், தொடர்ந்தான்.

“யெஸ் ஆனந்த், யூ ஆர் ரைட். நானும் இதே மாதிரி யோசிச்சிருக்கேன். என்ன, கொஞ்சம் பெரிய தளத்துல சிந்திச்சிருக்கேன். உதாரணத்துக்கு கோயில்களையே எடுத்துப்போம். குடைவரைக் கோயில்கள், கற் கோயில்கள், பிரமாண்டமான கோயில்கள்னு தமிழகத்துல தினுசு தினுசா ஆலயங்கள் இருக்கு...''

“ஆமா...''

“ஆனா, கருவறை, பிராகாரம், மண்டபம், குளம், கோபுரம் மாதிரியான அடிப்படை விஷயங்களைப் பொறுத்தவரை எல்லா கோயில்களும் ஒண்ணுதான். அதாவது ஒரே சாப்ட்வேர். ஒரே லேங்வேஜ். ஒரே புரோக்ராம்ஸ்...''

“எக்ஸாக்ட்லி. கூடவே ஒவ்வொரு கோயில்லயும் சின்னச் சின்னதா செதுக்கப்பட்டிருக்கிற சிற்பங்கள் கூட ஏறக்குறைய ஒரே சாயல்தான். புராணக் கதைகளோட சம்பவங்களைத்தான் கற்கள்ல வடிச்சிருக்காங்க...''

“இந்த இடத்துலதான் நான் மாறுபடறேன் ஆனந்த்...''

“எப்படி?''

“மேலோட்டமா பார்க்கும்போது அப்படித் தோணலாம். ஆனா, ஒவ்வொரு கோயிலையும் நிர்மாணிச்ச சிற்பிங்க கெட்டிக்காரங்க. குறிப்பா தலைமை வகிச்ச பெருந்தச்சர்கள் லேசுப்பட்டவங்க இல்ல. அவங்க நுணுக்கமா பல விஷயங்களை செய்திருக்காங்க. உதாரணத்துக்கு யாளிகள், குதிரைகள், யானைகள்... மாதிரியான உருவங்களை எடுத்துப்போம். இது எல்லா கோயில்கள்லயும், தூண்கள்லயும், மண்டபங்கள்லயும் சீரா, ஒரே வரிசைல சின்னதாவும் பெரிசாவும் செதுக்கப்பட்டிருக்கு. ஆனா...''

“ஆனா?''

“உத்துப் பார்த்தா எங்கயாவது மறைவா ஒரேயொரு சிற்பம் மட்டும் வரிசையை விட்டு நகர்ந்து, வேற திசையைப் பார்த்துட்டிருக்கும்...''

“அட, இதை நான் கவனிச்சதில்லையே..? எல்லா கோயில்கள்லயும் இப்படி இருக்கா?''

“இல்ல. ஸ்பெஷலா சில ஆலயங்கள்ல மட்டும் இது மாதிரி உண்டு. ஆனா, ஒரே மாதிரியான அடையாளம் இருக்காது. ஒரு இடத்துல யாளின்னா, இன்னொரு இடத்துல குதிரை, வேறொரு இடத்துல யானை... இப்படி மாறுபடும்!”

“ஏன் இப்படி செஞ்சிருக்காங்க?”

“வரைபடத்தை உருவாக்கத்தான்..!”

“என்னது... வரைபடமா?” – அதிர்ந்தான் ஆனந்த்.

“யெஸ்... ‘மேப்’தான். ஒரு கோயில், இன்னொரு கோயிலுக்கு வழிகாட்டும். அந்தக் கோயில் மூணாவதா ஒரு ஆலயத்துக்கு பாதை வகுக்கும். அந்த மூணாவது, நான்காவதை அடையாளம் காட்டும். இப்படியே நூல் பிடிச்சுப் போனாதான் வரைபடம் வரும்...”

“அதை வச்சு என்ன செய்ய முடியும்?”

“பொக்கிஷத்தை கண்டுபிடிக்க முடியும்...” என்று சிரித்தான் ஃபாஸ்ட்.

“என்னது..?” – நம்பிக்கைக்கும் அவநம்பிக்கைக்கும் இடையில் ஊசலாடியபடி இருந்தான் ஆனந்த்.

“கதை விடறேன்னு நினைச்சியா? இல்ல, பொக்கிஷமேதான். ஆனா, தங்கம் இல்லை. அப்படீன்னா வேற என்னன்னு கேட்காத! எனக்குத் தெரியாது. ஆனா, விலை மதிக்க முடியாத பொருள். அது மட்டும் உறுதியா தெரியும். இல்லைன்னா பல்லாயிரம் வருஷங்களா ஏன் அதை பொத்திப் பொத்தி பாதுகாக்கணும்? மரக் கோயில், செங்கல் – சுண்ணாம்பு ஆலயம், குடைவரைக் கோயில், கற்கோயில்னு அந்தந்த காலத்துக்கு தகுந்தபடி அந்தந்த இடங்கள்ல கோயிலோட உருவத்தை மாத்தினாலும், ரகசியக் குறியீட்டோட அடையாளத்தை மட்டும் ஏன் மாத்தாம வச்சிருக்கணும்? தெரியலை. மே பி, யாரோ ஒருத்தரோட வருகைக்காக காத்திருக்கலாம். அந்த நபருக்கு வழிகாட்ட இப்படி அமைச்சிருக்கலாம். எப்படி இருந்தாலும் பொக்கிஷம் இருக்கறது உண்மை. அதுக்கு வழி காட்டற அடையாளங்கள் இருக்கறது நிஜம். அதை பல்லாயிரம் வருஷங்களா ஒரு குழு பாதுகாத்துட்டு வர்றது சத்தியம். அவங்க எல்லாருமே பெருந்தச்சர்களா இருக்கறது ஆச்சர்யம்...” – தலையைக் கோதியபடி சிரித்தான் ஃபாஸ்ட்.

“மை காட். அந்த சிற்பக் குழு இப்பவும் இருக்கா..?”

“இருக்கு. அதுல ஒருத்தர்தான் பரமேஸ்வரன். தஞ்சை பெரிய கோயிலை குஞ்சரமல்லன் பெருந்தச்சன் வடிவமைச்சதா படிச்சிருக்கோம் இல்லையா? அந்த குஞ்சரமல்லனுக்கு அடுத்த பொறுப்புல இருந்தவர் ரவி. இந்த ரவியோட வம்சத்துல வந்தவர்தான் பரமேஸ்வரன். இப்ப கன்னியாகுமரி பக்கத்துல மயிலாடில இருக்காரு. அவரோட ஃபிரெண்ட்ஷிப் மட்டும் கிடைச்சிட்டா போதும்.

கர்ணனின் கவசம்

சிற்பங்களோட சங்கேத மொழியை மட்டுமில்ல, மதுரை மீனாட்சி யம்மன் கோயில் மர்மத்தையும் சுலபமா தெரிஞ்சுக்கலாம். ஏன்னா, ரகசிய வரைபடத்தோட ஆரம்பம் அங்கதான் இருக்கு. இதை வச்சுத்தான் நாம இரண்டு பேரும் புத்தகம் எழுதப் போறோம். நியூயார்க் பெஸ்ட் செல்லர் அவார்ட் வாங்கப் போறோம். பத்தி ரிகைல உன் பேட்டி வரப் போகுது. டிவில உன் முகம் தெரியப் போகுது...''

– நிறுத்திய ஃபாஸ்ட், கனவுலகில் சஞ்சரிக்க ஆரம்பித்த ஆனந்தைப் பார்த்து திருப்தியானான். தூண்டிவிட்டாயிற்று. இனி கொழுந்துவிட்டு எரிவான். இழுத்த இழுப்புக்கெல்லாம் வருவான்.

நிறைவுடன் சாய்ந்தவன், கண்ணாடியை ஊடுருவியபடி தன் மேனியில் படர்ந்த சூரியனை ஆசை தீர அணைக்க ஆரம்பித்தான்.

கன்னியாகுமரியில் இருந்து மார்த்தாண்டம் செல்லும் சாலை யிலுள்ள மயிலாடிக்கு அவன் வந்தபோது சூரியன் மறை வதற்கான மும்முரத்தில் இருந்தான். எதிர்ப்பட்டவரிடம் பணி வாக, ''பரமேஸ்வர பெருந்தச்சன் வீடு எங்க இருக்கு?'' என்று விசாரித்தான்.

''நீங்க?''

''சூ யென். சீனாலேர்ந்து வர்றேன். கோயில் கட்டறது தொடர்பா பேசணும்...'' – வியர்வையைத் துடைத்தபடி தன் சின்னக் கண்களால் அவரை ஏறிட்டான் அந்த மங்கோலியன்.

''நேரா போயி முனைல திரும்பினா இடது பக்கத்துல ஒரு வீடு வரும். அங்கதான் இருப்பாரு...''

''தேங்க்ஸ்...''

அவரது ஆள்காட்டி விரல் சுட்டிய திசையை நோக்கி நடக்க ஆரம்பித்தான் சூ யென்.

மும்பையிலுள்ள அந்த லேடீஸ் ஹாஸ்டலை தாரா தொட்ட போது இருட்டியிருந்தது. அப்பாவின் சடலத்தைப் பார்க்க அவள் செல்லவில்லை. நிச்சயம் சொந்தங்கள் முணுமுணுக்கும். புழுதி வாரித் தூற்றும். இன்று நேற்றா இது நடக்கிறது?

ரிசப்ஷனை நெருங்கினாள். முன்பே மின்னஞ்சல் மூலம் தொடர்பு கொண்டு தங்குவதற்கான ஏற்பாடுகளைச் செய்திருந் ததால் பிரச்னை ஏற்படவில்லை. டிரைவிங் லைசன்ஸ், பேன் கார்டை சரிபார்த்த பிறகு ரிஜிஸ்டரில் கையெழுத்து வாங்கி னார்கள். அவளுக்கென்று ஒதுக்கப்பட்ட அறைக்கு அழைத்துச் சென்றார்கள்.

நட்சத்திர விடுதிக்குரிய வசதிகளுடன் அந்த அறை மின்னியது. ஏசி, ஃபிரிட்ஜ், அட்டாச்ட் பாத்ரூம் என எதற்கும் குறைவில்லை.

தாராளமாக மூவர் தங்கலாம். ஆனால், ஒருவருக்குத்தான் அனுமதி. அதற்குத்தான் பணம்.

அலுப்புத் தீர குளித்து விட்டு வந்தபோது அறைக்கதவு தட்டப்பட்டது. தலையைத் துவட்டியபடியே திறந்தாள்.

“கூரியர் மேடம்...”

புருவத்தை உயர்த்திய தாரா, 360 டிகிரியில் முகவரியைப் பார்த்தாள். அவள் பெயர்தான். இனிஷியலும் சரியாகத்தான் இருந்தது. ஆனந்தி மாமிக்கே இன்னமும் அட்ரஸ் கொடுக்காத போது, யார் அனுப்பியிருப்பார்கள்? திருப்பி ‘விடுநரை’ ஆராய்ந்தாள். ஏதோ கிறுக்கியிருந்தது. ஆனால், செல்போன் நம்பரை மட்டும் கவரின் மீது உழுதிருந்தார்கள்.

கையெழுத்திட்டு கவரை வாங்கி, அறைக் கதவை மூடினாள். தடிமனாக, அதேநேரம் பஞ்சு போல் மெத்தென்று இருந்தது. பிரித்தாள். சதுர வடிவில் காட்டன்தான். அதனுள் மூன்று செப்புத் தகடுகள். மூன்றின் முனைகளையும் பேப்பரை ‘டேக்’ நூல் கொண்டு இணைப்பது போல் செம்பு வளையம் ஒன்று இணைத்திருந்தது.

தாராவால் நம்பவே முடியவில்லை. மியூசியத்தில் அவள் பார்த்த செப்பேடுகள் போலவே அது இருந்தது. ஆனால், அது மாதிரிதானா என உறுதியாகத் தெரியவில்லை.

வியப்புடன் அந்த செப்புத் தகடுகளில் இருந்த வாசகங்களைப் படிக்க முயன்றாள். ‘ஸ்வஸ்தி ஸ்ரீ’ என ஆரம்பித்து ஏதேதோ வார்த்தைகள். எல்லாமே தமிழ்தான். ஆனால், ஒன்றும் புரியவில்லை. ஓரிடத்தை மட்டும் அரக்கினால் கோடு போட்டு காண்பித்திருந்தார்கள். அதில் தன் பார்வையைப் பதித்தாள்.

‘பாண்டவர்களுக்கும், கௌரவர்களுக்கும் நடந்த குருக்ஷேத்திரப் போரில் கலந்து கொண்ட பாண்டிய மன்னனின் வம்சாவளியினர் தங்கள் அடையாளங்களை மறைத்து தலைமறைவாக வாழ்ந்து வருகிறார்கள். அவர்களையும், அவர்களிடம் இருக்கும் ரகசியத்தையும் பாதுகாப்பது சிற்பிகளாகிய நமது கடமை...’ என எழுதப்பட்டிருந்தது. கடைசியில் ‘மாமன்னர் ராஜராஜ சோழனின் ஆணைப்படி ரவி பெருந்தச்சன்’ என்ற கையெழுத்து.

படபடப்புடன் கவரை எடுத்து, அனுப்பியவரின் பெயரை கிறுக்கல்களுக்கு இடையில் பொறுமையாகத் தேடினாள். கிடைத்தது.

பரமேஸ்வர பெருந்தச்சன், மயிலாடி.

3

"என்னடா ருத்ரா... பார்த்தியா?"

"பார்த்தேன் ஆயி. 'நந்தன வருடம் மகாசிவராத்திரி முடிஞ்ச எட்டாவது நாள் பறவை இறங்கறதை பார்த்துட்டு மதுரைக்கு வா'ன்னு கட்டளையிட்டீங்க... வந்துட்டேன்" என்ற ருத்ரன் வேறு யாருமல்ல. அவனேதான். திரிசூலம் ரயில்நிலை யத்தில் காலை நீட்டி அமர்ந்திருந்தவனேதான். விமானம் தரை இறங்கியதைப் பார்த்ததும் உடல் அதிர எழும்பூருக்கு வந்து வைகை எக்ஸ்பிரஸை பிடித்தவனேதான்.

கேட்ட ஆயிக்கு 120 வயது. பார்த்தால் 60 என்றுதான் சொல்வார்கள். கருமை நிறம். அரக்கு நிற கைத்தறி புட வையும், வெள்ளை நிற ஜாக்கெட்டையும் அணிந்திருந்தாள். உடல் இறுகியிருந்தது. புருவ மத்தியில் வட்டமாக குங்குமப் பொட்டு.

இருவரும் அந்த நள்ளிரவில் மாசி வீதிகளைத் தாண்டி, ஆவணி வீதிகளைத் தொட்டு, சித்திரை வீதிக்கு வந்து சேர்ந்திருந்தார்கள். அவர்கள் கண் முன்னால் மதுரை மீனாட்சியம்மன் கோயில் பிரமாண்டமாக நின்றது.

"என்னடா பாக்கற?"

"பதினஞ்சு வருஷங்களுக்கு முன்னாடி எதை எனக்குக் காட்டி னீங்களோ, அதைத்தான் பாக்கறேன் ஆயி..."

கண்கலங்க சொன்ன ருத்ரன், எட்டு கோபுரங்களையும், இரண்டு விமானங்களையும் தன் மனக் கண்ணில் கொண்டு வந்தான். முப்பத்தி இரண்டு சிங்கங்களும், அறுபத்து நான்கு சிவகணங்களும், எட்டு வெள்ளை யானைகளும் தாங்கி நிற் கும் கருவறை விமானத்தை ஆராதித்தான். உண்மையில் அது இந்திர விமானம். ஆயி அப்படித்தான் சொல்லி யிருக்கிறாள்.

"சமுத்திரம் தெரியுதா?"

தெரிந்தது. கிழக்கு மேற்காக 847 அடியும், தெற்கு வடக்காக 792 அடியும் கொண்ட முழுக் கோயிலையும் கடல் விழுங்கியது. சுற்றிலும் தண்ணீர். கண்ணுக்கு எட்டிய தொலைவு வரை கருமை நிறம். இருட்டு. நடுவில் ஒரேயொரு வெண்தாமரை மிதந்து வந்தது. அதன் மீது தேவி வீற்றிருந்தாள். தாரா தேவி.

"ஆயி... தாராதேவி எனக்கு தரிசனம் கொடுத்துட்டா!"

தழுதழுக்கச் சொன்னவனின் தலைமுடியைக் கொத்தாகப் பிடித்தாள் ஆயி.

"அசையாத. உத்துப் பாரு. அவளை உன் மனசுல பதிய வை. அவதான் தாரா. அவளேதான் நீல சரஸ்வதி. உக்ரதாரா, ஏகஜடா கூட அவதான். ரிக் வேதத்துல அவ இருக்கா. துர்வாசரையும், வால்மீகியையும், பரத்வாஜரையும் ஆசீர்வதிச்சவ இப்ப உனக்கு ஆசி வழங்கறா. எதுக்குத் தெரியுமா?"

ஓங்கி ருத்ரனை அறைந்தாள். "பல்லாயிரம் வருஷங்களா நாம பாதுகாத்துட்டு வர்ற பொக்கிஷத்துக்கு இப்ப ஆபத்து வந்திருக்கு. 'ஆனா, கலங்காத. நான் இருக்கேன்'னு சொல்றா. கேட்டுக்கிட்டியா?"

அவனை உலுக்கினாள். "உன் உடம்புல இப்ப தாராதேவியோட சக்தி ஓடுது. அது உன்னைக் காப்பாத்தும். போ. நேரா தஞ்சா வூருக்குப் போ..."

"உத்தரவு ஆயி..."

"போகறதுக்கு முன்னாடி, தாராதேவி கைல என்ன இருக்குன்னு பாரு..."

பார்த்தான். "பூமி மாதிரி ஏதோ இருக்கு ஆயி..."

"அதுதான்டா கபாடபுரம்... சமுத்திரம் விழுங்கிச்சே அதே கபாடபுரம். மொத தமிழ்ச் சங்கம் அங்கதான் உதிச்சுது. அதனோட நினைவாதான் அது மாதிரியே இந்த மதுரை உருவாச்சு. முட்டாள். இன்னுமாடா புரியலை? உண்மையான மீனாட்சியம்மன் கோயில் கபாடபுரத்துல இருக்குடா. தாராதேவி அதைத்தான் பாதுகாத்துட்டு இருக்கா..."

"அப்பா காலைலதான் வருவாராம்..."

சங்கடத்துடன் சொன்ன பெருமாளை ஏறிட்டான் சூயென்.

"நோ ப்ராப்ளம். மார்னிங் வர்றேன்..."

"சாரி, உங்களை ரொம்ப நேரம் காக்க வச்சுட்டேன்!"

"இட்ஸ் ஆல்ரைட். உங்களுக்கு தகவல் கிடைக்க இத்தனை நேரமாச்சு. அதுக்கு நீங்க என்ன செய்வீங்க?" - புறப்பட்ட சூயென், நின்றான்.

"பெருமாள்..?"

“சொல்லுங்க...”

“இந்த சிற்பம் எங்க போகுது?”

சூ யென் சுட்டிக் காட்டிய இடத்தை பெருமாள் பார்த்தான். இருட்டிலும் ஒளிர்ந்தார் நடராஜர்.

“அமெரிக்காவுக்கு...”

“ஏற்கனவே மயிலாடிலேர்ந்து அமெரிக்காவுக்கு நடராஜரை அனுப்பியிருக்கீங்க இல்லையா?”

“ஆமா. அதைப் பார்த்துட்டுத்தான் நாசாவுல வேலை பார்க்கிற டாக்டர் ஜோன்ஸ் தனக்கொரு சிற்பம் வேணும்னு கேட்டாரு. அவருக்காகத்தான் இதை செதுக்கிட்டு இருக்கோம்...”

“அப்படி என்ன இதுல ஸ்பெஷல்?”

“தெரியலை. ஆனா, நடராஜரோட அம்சம்தான் சூரியன்னு அப்பா சொல்வாரு...”

“எந்த வகைல?”

“நோ ஐடியா. டீடெய்லா அப்பாவுக்குத்தான் தெரியும்...” – வெண் பற்கள் பளீரிட சிரித்தான் பெருமாள்.

“ஓகே! அவர்கிட்டயே நாளைக்குக் கேட்டுக்கறேன். ஆனா இதென்ன பக்கத்துலயே ஒரு கல்?”

“அது ஸ்டாண்ட் பை. ஒரு கல்லுல செதுக்கும்போது ஒரு வேளை உளி பிசகிட்டா, அதை ஓரமா வச்சுட்டு இன்னொரு கல்லுல செதுக்க ஆரம்பிப்போம்!”

“ஐ ஸீ... இப்படி ஒவ்வொரு சிலையை வடிக்கும்போதும் ஒரு Back Up வச்சுப்பீங்களா?”

“ஆமா...”

“ஓகே... காலைல வரேன். பை...”

விடைபெற்ற சூ யென், எதையோ யோசித்தபடி மயிலாடி பஸ் ஸ்டாண்டுக்கு வந்தான். கன்னியாகுமரி செல்லும் பேருந்து தயாராக இருந்தது. ஜன்னலோர இருக்கையில் அமர்ந்தான்.

தொண்டையில் சிக்கிய முள்ளாக ஏதோ ஒன்று, தன் அறைக்கு அவன் வந்து சேர்ந்த பிறகும் குடைந்து கொண்டே இருந்தது. முதல் வேலையாக லேப்டாப்பை ஆன் செய்தான். எதிர்பார்த்த மின்னஞ்சல் வந்திருந்தது.

‘பரமேஸ்வர பெருந்தச்சனைத் தேடி ஜெர்மன் உளவு நிறுவனமான ‘பிஎன்டி’யிலிருந்து ஒருவன் வந்திருக்கிறான். பெயர், ஃபாஸ்ட். இப்போது மதுரையில் தங்கியிருக்கிறான். நாளை மீனாட்சியம்மன் கோயிலுக்கு சென்றுவிட்டு மயிலாடி வருவான்...’

மகிழ்ச்சி பூத்தது. தன் சின்ன உதடுகளை சுழித்தபடி அட்டாச்ட் ஃபைலில் இருந்த ஃபாஸ்டின் புகைப்படத்தை ஓபன் செய்து, தன் செல்போனில் நகல் எடுத்தான். திருப்தியாக இருந்தது.

போட்டி இருந்தால்தானே ஆட்டம் இனிக்கும்? உறுத்திய முள்ளைத் தாண்டி உதட்டோரம் புன்னகையை கசியவிட்டபடி ‘மை கம்ப்யூட்டரை’ க்ளிக் செய்தான். ‘டி’யில் இருந்த சில பைல்களை எக்ஸ்டர்னல் ஹார்ட் டிஸ்குக்கு காப்பி செய்தான். Back Up.

அலைந்துகொண்டே இருக்கப் போகிறோம். லேப்டாப் என்ன வேண்டுமானாலும் ஆகலாம். எங்காவது அமர்ந்து இந்த பைல்களில் வேலை பார்க்கும்போது டேமேஜ் ஏற்பட்டாலும் Back Up காப்பாற்றும். ஒரிஜினலைப் பாதுகாக்க இதுதான் சிறந்த வழி.

பரமேஸ்வர பெருந்தச்சனின் மகன் பெருமாள் கூட இதைத்தானே சொன்னான்? சிற்பங்களில் கூட Back Up...

நரம்பைச் சுண்டியது போல் துள்ளினான். குடைந்த முள் வெளியேறியது போன்ற உணர்வு. சாதாரண ஸ்தபதியே ஸ்டாண்ட்பை, Back Up குறித்து யோசிக்கும்போது பல்லாயிரம் வருடங்களாக பொக்கிஷத்தைப் பொத்திப் பொத்தி பாதுகாத்து வரும் பெருந்தச்சர்கள் குழு மட்டும் Back Up எடுத்து வைக்காமலா இருப்பார்கள்?

நெற்றி வியர்க்க ஆரம்பித்தது. அப்படியானால், ரகசிய வரைபடத்தின் ஆரம்பமான மதுரை மீனாட்சியம்மன் கோயில் மட்டுமல்ல, மயிலாடியில் தான் சந்திக்க வந்த பரமேஸ்வர பெருந்தச்சன் கூட Back Up-தானோ..?

எனில், ஒரிஜினல் மீனாட்சியம்மன் கோயிலும், உண்மையான பரமேஸ்வர பெருந்தச்சனும் எங்கிருக்கிறார்கள்?

நிலை கொள்ளாமல் தவித்தான். அவன் மூளை நரம்புகளில் நடராஜர் நடனமாட ஆரம்பித்திருந்தார். வெள்ளியம்பல நடராஜர்.

“**ஹா**ய்... எங்க ஆபீசா?”

“கழுதை கெட்டா குட்டிச்சுவரு. அங்கதான். என்ன மும்பை போய் சேர்ந்தாச்சா?”

“ஆச்சு. நாளைக்கு வேலைல ஜாயின் பண்றேன்...”

“குட். எப்பவும் போல கலக்கு...”

“தேங்க்ஸ். ஒரு ஹெல்ப் வேணும் ப்ரியா...”

“சொல்லு...”

“ஒரு நம்பர் தரேன். அதோட டீடெய்ல்ஸ் வேணும்...”

கவரை பார்த்தபடி சொன்னாள் தாரா.

“அஞ்சே நிமிஷம்...” – மறுமுனையில் பதில் வந்தது.

செல்லை அணைத்துவிட்டு தாரா நிமிர்ந்தாள். செப்பேடு போன்று காட்சியளித்த அந்த செப்புத் தகட்டை அவள் கருவிழிகள் மீண்டும் கவனமாக அலசின. அரக்கினால் கோடு போட்டு காண்பித்திருந்த பகுதியில் அவள் பார்வை நிலைகுத்தி நின்றது.

'பாண்டவர்களுக்கும், கௌரவர்களுக்கும் நடந்த குருக்ஷேத்திர போரில் கலந்து கொண்ட பாண்டிய மன்னனின் வம்சாவளியினர் தங்கள் அடையாளங்களை மறைத்து தலைமறைவாக வாழ்ந்து வருகிறார்கள். அவர்களையும், அவர்களிடம் இருக்கும் ரகசியத்தையும் பாதுகாப்பது சிற்பிகளாகிய நமது கடமை...'

'விடுநர்' பகுதியில் பேனாவால் உழுதிருந்த எண்ணுக்கு பன்னிரெண்டாவது முறையாக தொடர்பு கொண்டாள். அதே பதில்தான் வந்தது... 'திஸ் நம்பர் டஸ் நாட் எக்ஸிஸ்ட்'.

இன்னும் சில நிமிடங்கள்தான்... செல்போன் நிறுவனத்தில் பணிபுரியும் ப்ரியா, எக்ஸிஸ்ட்டை உடைத்துவிடுவாள்.

மனதில் ஊற்றெடுத்த அக்னி, உடலெங்கும் பரவியது. புல்ஷிட். பாண்டவர்களாம், கௌரவர்களாம், குருக்ஷேத்திரப் போராம், பாண்டிய மன்னனின் வம்சாவளியினராம். மகாபாரதமே கட்டுக்கதை என்னும்போது இதென்ன கிளைக்கதை? விட்டால் 'பாண்டிய வம்சத்தின் குலக்கொழுந்தே நீதான்' என என்னை சுட்டிக் காட்டுவார்கள் போலிருக்கிறது. பணம் பறிக்க இதுவொரு குறுக்கு வழி.

என்ன... மயிலாடியில் வசிக்கும் பரமேஸ்வரன் ஜோதிடனாக இருப்பான். 'பரிகாரம் செய்ய வேண்டும், இல்லாவிட்டால் ஆபத்து' என கதை விடுவான். ஆதாரம் கிடைக்கட்டும். சுளுக்கு எடுக்கிறேன்.

உள்ளங்கையை மடித்து பற்களைக் கடித்தவள், எழுந்து நின்றாள். ஃபிரிட்ஜைத் திறந்து ஜில் தண்ணீரைக் குடித்து ஆசுவாசப்படுத்திக் கொண்டாள். சைலண்ட் மோடில் இருந்த செல்போன், வைப்ரேஷனில் அதிர்ந்தது. ப்ரியா.

"சொல்லு ப்ரியா..."

பேனாவை எடுத்து கூரியரில் வந்த கவரின் மீதே எழுத ஆரம்பித்தாள்.

"வேலூர் – 6" – மறுமுனையில் சிரித்தாள் ப்ரியா.

"என்னடி தலைகீழா சொல்ற?"

"இன்னும் கொஞ்ச நேரம் சஸ்பென்ஸ் நீடிக்கட்டுமே..."

"சொல்லித் தொலைடி..."

"காந்தி நகர்!"

"ம்..."

"செவன்டீன்த் ஈஸ்ட் மெயின் ரோட்..."

"ம்..."

"நம்பர்..."

அதிர்ந்தாள் தாரா. "கம் அகெய்ன்..."

சொன்னாள்.

கேட்ட தாராவுக்கு நரம்புகளில் நடுக்கம் ஏற்பட்டது.

மறுமுனையில் ப்ரியா தன் போக்கில் தகவலைக் கொட்டினாள். "பேரு பாஸ்கர். வயசு 57. ரேஷன் கார்ட் ப்ரூஃப் கொடுத்திருக்காங்க. இதுல ஆச்சர்யம் என்னன்னா, இரண்டு நாளைக்கு முன்னாடிதான் சிம்மை வாங்கியிருக்காங்க. இன்னும் யாருக்கும் கால் பண்ணவும் இல்லை. இன்கம்மிங்கும் வரலை. போதுமா?"

"தேங்க்ஸ்..."

சிரமப்பட்டு வார்த்தைகளை உதிர்த்துவிட்டு செல்போனை அணைத்தாள். கைகள் நடுங்க, குறிப்பெடுத்த அந்த காகிதத்தையே இமைக்காமல் பார்த்தாள் தாரா.

டஸ் நாட் எக்ஸிஸ்ட்டில் இருப்பது அந்த சிம் கார்ட் மட்டுமல்ல. அதன் உரிமையாளரான பாஸ்கரும்தான்.

அந்த பாஸ்கரை அவளுக்கு நன்றாகவே தெரியும். எட்டு வயது வரை அவருடன்தான் இருந்தாள். அவரது மடியில்தான் உறங்கினாள். பால் பற்களால் அவரது கன்னங்களைத்தான் கடித்தாள். அவ்வளவு ஏன், இந்த பூமியில் அவள் அவதரிக்கவே அந்த மனிதர்தான் காரணம்.

அப்பா.

அவர் பெயர்தான் பாஸ்கர். ஆனால், ஜாதக ரீதியாக அவருக்கு இன்னொரு பெயர் இருந்தது... பரமேஸ்வரன்.

கிளம்புவதற்கு முன் தன் கண்களில் காண்டாக்ட் லென்ஸ் பொருத்திக் கொண்ட ஃபாஸ்ட்டை பார்க்க ஆனந்துக்கு ஆச்சர்யமாக இருந்தது.

"நீங்க கண்ணாடி போடுவீங்களா?"

"எப்பவாவது..."

இருவரும் ஹோட்டலை விட்டு வெளியே வந்தார்கள். விடிந்திருந்தது. காரை தவிர்த்துவிட்டு நடந்தார்கள். மீனாட்சியம்மன் கோயில் அவர்களை வரவேற்றது.

நுழைந்தார்கள். பதினைந்து ஏக்கரில் பரந்து விரிந்திருந்த கோயிலை அங்குலம் விடாமல் அலசினார்கள். அஷ்டசக்தி, மீனாட்சி நாயக்கர், முதலி, ஊஞ்சல், கம்பத்தடி, கிளிக்கூண்டு, மங்கையர்க்கரசி, சேர்வைக்காரர் ஆகிய மண்டபங்களை சலித்தார்கள். ஆயிரங்கால் மண்டபத்தில் அங்குலம் விடாமல் பாதம் பதித்தார்கள். அனைத்து இடங்களிலும் ஃபாஸ்ட் நெருங்கி நின்று சிற்பங்களை ஆராய்ந்தான். கண்களைச் சிமிட்டிக் கொண்டே இருந்தான்.

"எந்த வித்தியாசமும் தெரியலையே..?" – ஆனந்த் முணுமுணுத்தான்.

“வெளிப்படையா தெரிஞ்சா அது ரகசியமில்ல. பேசாம சிற்பங்களைப் பாரு...”

தலையை ஆட்டியபடி ஆனந்த் பார்த்தான். ஒன்றும் புரிய வில்லை. திக்குத் தெரியாத காட்டில் அலைவது போலிருந்தது. 124 சிற்பத்தூண்கள் அடங்கிய புது மண்டபத்தைச் சுற்றி கடை கள் இருந்ததால் அங்கு மட்டும் மேலோட்டமாகவே அவர்களால் பார்க்க முடிந்தது.

அறைக்குத் திரும்பினார்கள். தன் கான்டாக்ட் லென்ஸை வெளியில் எடுத்த ஃபாஸ்ட், அதை லேப்டாப்பில் பொருத்தினான். கோயில் சிற்பங்கள் அனைத்தும் புகைப்படங்களாக வந்து விழுந் தன.

ஆனந்த் அதிர்ந்தான்.

“என்ன பார்க்கிற? இது கான்டாக்ட் லென்ஸ் இல்லை... கேமரா. யாருக்கும் சந்தேகம் வராம ஷூட் செய்ய இதுதான் வசதி. புரிஞ்சுதா..?”

“தொடர்ந்து என்னை ஆச்சர்யப்படுத்திக்கிட்டே இருக்கீங்க...”

“ஆச்சர்யப்பட்டாதான் அதிசயமான புத்தகத்தை எழுத முடி யும்...” – சொன்ன ஃபாஸ்ட், நிதானமாக ஒவ்வொரு புகைப்படத் தையும் ஆராய ஆரம்பித்தான்.

சேனலை மாற்றி மாற்றிப் பார்த்த ஆனந்துக்கு போர் அடித்தது. இன்னும் ஏன் ஃபாஸ்ட் கிளம்பாமல் இருக்கிறான்?

“இப்ப புறப்பட்டாதான் மயிலாடி போய்ச் சேர முடியும்... பர மேஸ்வர பெருந்தச்சனை சந்திக்க வேண்டாமா..?”

“......”

“ஃபாஸ்ட், உங்களைத்தான்...” – குரலை உயர்த்தினான்.

“என்ன கேட்ட?”

“கிளம்பலாமான்னு...”

“இன்னும் கொஞ்ச நேரம் ஆகட்டும்...”

“இப்பவே லேட்டாகிடுச்சே?”

“ஒண்ணும் ஆகலை...”

“நாம கன்னியாகுமரி போகணும். டெட் எண்ட்...”

“எண்டுக்கு இன்னும் நாளிருக்கு. இப்ப நாம தஞ்சாவூர் போறோம்...”

லேப்டாப்பை பார்த்தபடியே சொன்னான் ஃபாஸ்ட்.

சூ யென், அந்த திசையை நோக்கித்தான் நகர்ந்து கொண்டி ருந்தான். சீனனின் லேப்டாப் ஒரிஜினல் ஐபியை, ஜிபிஎஸ் வைத்து ஃபாஸ்ட் டிராக் செய்திருந்ததால் இதை அறிய முடிந்தது.

4

"என்னது... தஞ்சாவூருக்கா..?" – ஆனந்த் குரலில் குழப்பம் கலந்த அதிர்ச்சி நிரம்பி வழிந்தது.

"எனக்கு ஒண்ணுமே புரியலை ஃபாஸ்ட். பொக்கிஷத்தோட வரைபட ஆரம்பம் மதுரை மீனாட்சியம்மன் கோயில்னு சொன்னீங்க. நாமளும் கோயில் முழுக்க சுத்திட்டோம். ஆனா, எந்த சிலையும் வித்தியாசமா இருக்கிற மாதிரி தெரியலை. அந்தளவுக்கு ரகசியக் குறியீட்டை மறைச்சு வச்சிருக்காங்க. அப்படியிருக்கிறப்ப நம்மோட வேலை, அந்த மர்மத்தை தெரிஞ்சுக்கறதாதானே இருக்கணும்? அதுக்கு நாம மயிலாடிக்குப் போய் பரமேஸ்வர பெருந்தச்சனைத்தானே சந்திக்கணும்? அதை விட்டுட்டு தஞ்சாவூருக்கு ஏன் போகணும்?"

அடுக்கடுக்காக கேள்விகளை எழுப்பிய ஆனந்தை சலனமில்லாமல் பார்த்தான் ஃபாஸ்ட். இவன் நிறைய யோசிக்கிறான். அது ஆபத்து. ஏராளமான வினாக்களை எழுப்புகிறான். அது சிக்கல். எண்ணற்ற திசைகளில் புத்தி வேலை செய்கிறது. அது பிரச்னை. இதற்கு முற்றுப்புள்ளி வைத்தாக வேண்டும். இல்லாவிட்டால் நம்மை சந்தேகப்பட ஆரம்பித்துவிடுவான்.

"இங்க பார் ஆனந்த், பரமேஸ்வர பெருந்தச்சன் இப்ப மயிலாடில இல்லை. வெளியூர் போயிருக்கார். ஊர் திரும்ப இரண்டு, மூணு நாளாகும். இப்பத்தான் தகவல் வந்தது. அவர் வர்ற வரைக்கும் நாம என்ன பண்றது? கையை கட்டிட்டு சும்மா உட்காரலாமா?"

"வேண்டாம். அவர் எங்க இருக்காரோ, அங்க போவோம்..."

"போயி..? அவரையும் கூட்டிட்டு கோயில் கோயிலா சுத்தலாம்ங்கறீயா?"

"ஆமா. அப்பத்தான மர்மத்தை உடைக்க முடியும்?"

"சைல்டிஷா பிஹேவ் பண்ணாத ஆனந்த். நம்மகிட்ட எல்லா ரகசியத்தையும் கொட்டணும்னு பரமேஸ்வர பெருந்தச்சன் காத்

துக்கிட்டு இல்லை. முதல்ல அதைப் புரிஞ்சுக்க. பல்லாயிரம் வருஷங்களா எந்த மன்னருக்கும், அரசுக்கும், மக்களுக்கும் தெரியாம பொக்கிஷத்தை ஒரு குழு பாதுகாத்துட்டு வருது. சொல்லப் போனா இப்படியொரு அமைப்பு இயங்கற விஷயமே உலகத்துக்கு தெரியாது. அப்படின்னா அவங்க எவ்வளவு கட்டுக்கோப்பா இருக்கணும்? அவங்களோட நெட்வொர்க் எவ்வளவு பலமா இருக்கணும்? அந்தக் குழுவுல எத்தனை பேர் இருக்காங்க... எங்க வாழ்றாங்க... எப்படி ஒருத்தரையொருத்தர் தொடர்பு கொள்றாங்க... எல்லாருக்கும் எல்லா விஷயமும் தெரியுமா... இவங்களை எல்லாம் யார் ஆர்கனைஸ் பண்ணறாங்க... எல்லாரும் எப்ப, எங்க சந்திக்கிறாங்க... ஒருத்தர் செத்துட்டா அந்த இடத்துக்கு இன்னொருத்தர் எப்படி வருவாரு... வாரிசு அடிப்படைலயா, இல்லன்னா செலக்ஷன் பேஸிஸ்லயா? இந்தக் குழுவுக்கு யார் தலைவர்... எதுவுமே நமக்குத் தெரியாது...''

ஒவ்வொரு குண்டாக ஃபாஸ்ட் வீச வீச, ஆனந்த் நிலை குலைந்து போனான்.

“பரமேஸ்வர பெருந்தச்சன் இந்தக் குழுவுல ஒருத்தர். இது மட்டும்தான் கிடைச்சிருக்கிற தகவல். ஒருவேளை நம்மகிட்ட அவர் பேச மறுத்துட்டாருன்னா? ஸோ, அந்தக் குழுவைச் சேர்ந்த மத்தவங்களையும் கண்டுபிடிப்போம். அதுக்கு தஞ்சாவூர் மாதிரி ஃபேமஸான கோயில்களுக்கு தனியா போகவேண்டியது அவசியம். ஏன்னா, ஆயிரம் வருஷங்களுக்கு முன்னாடி பெரிய கோயில் கட்டப்பட்டிருக்கு. நிச்சயம் பல பெருந்தச்சர்கள் மேற்பார்வைல தான் அந்தக் கோயில் உருவாகியிருக்கணும். அவங்கள்ல ஒருத்தர், பொக்கிஷத்தை பாதுகாக்கிற குழுவை சேர்ந்தவரா இருக்கலாம். சில அடையாளங்களை அங்க பதிச்சிருக்கலாம். நம்ம கண்களுக்கு ஒருவேளை அவை தட்டுப்படலாம்...''

“மை காட்... இவ்வளவு விஷயங்கள் இருக்கா?''

“பின்ன... பொக்கிஷத்தை அடையறது, அது குறித்து புத்தகம் எழுதறதுன்னா சும்மாவா? எகிப்துல இருக்கிற பிரமிடுகள் பத்திக் கேள்விப்பட்டிருக்கியா? கிட்டத்தட்ட மூவாயிரம், நான்காயிரம் வருஷங்களுக்கு முன்னாடி கட்டப்பட்ட அதிசயம் அது. ஆனா, ஒவ்வொரு பிரமிடும் தனக்குள்ள பல ரகசியங்களை புதைச்சு வைச்சிருக்கு. இத்தனை வருடங்கள் ஆகியும் இன்னும் யாராலயும் அந்த மர்மங்களை தெரிஞ்சுக்க முடியலை. இதை எதுக்கு சொல்றேன் தெரியுமா?''

“.......''

“தமிழக கோயில் கோபுரங்களும் ஒருவகைல பிரமிடு மாதிரி தான். அமைப்புல கொஞ்சம் வித்தியாசம் இருந்தாலும், ரகசியங்

களைப் பொறுத்தவரை இரண்டும் ஒண்ணுதான். இதை உணர்த் தத்தான் மகா மேரு மாதிரியான உருவத்தை பயன்படுத்தறாங்க...''

“வாங்க...'' - முக மலர்ச்சியுடன் ருத்ரனை ஏறிட்டாள் விஜி. விஜயலட்சுமி. “நீங்க வருவீங்கன்னு ஆயி சொன் னாங்க...''

மூன்று முறை வலப்பக்கமாகவும், மூன்று முறை இடப்பக்க மாகவும் ஆரத்தி எடுத்தாள். “வேலைக்காரங்களுக்கு இன்னிக்கி லீவ் கொடுத்திட்டேன். வீட்ல யாருமில்லை. நீங்க நேரா பாத் ரூமுக்கு போங்க. இதோ நான் வர்றேன்...'' என்றபடி கற்பூர ஆரத் தியை தெருவில் கொட்டினாள். உச்சி வெயில் மண்டையைப் பிளந்தது. தெருவில் ஆள் நடமாட்டம் இல்லை.

வலது காலை எடுத்து வைத்து அந்த பங்களாவுக்குள் நுழைந் தான் ருத்ரன். அது அவன் வீடு. இருபத்தைந்து வயது வரை அவன் வாழ்ந்த இல்லம். பிறந்தது, வளர்ந்தது, திருமணம் செய்து கொண்டது, குடும்பம் நடத்தியது எல்லாம் தஞ்சாவூரில் பிரமாண் டமாக கட்டப்பட்டிருந்த அதே பங்களாவில்தான்.

ஆயி சொல்லுக்கு கட்டுப்பட்டு உடுத்திய பேண்ட் சட்டையுடன் அவன் வெளியேறியபோது எப்படியிருந்ததோ, அப்படியேதான் இப்போதும் பளிச்சென்று வீடு இருந்தது. விஜயலட்சுமியின் கைவண்ணம். மனைவியாக அவள் அமைய கொடுத்து வைத் திருக்க வேண்டும். ஹாலில் தென்பட்ட படிக்கட்டு வழியாக மாடிக்கு வந்தான். பாத் டப்புடன் கூடிய குளியலறை விசால மாக டைல்ஸுடன் பளபளத்தது. ஆளுயர நிலைக்கண்ணாடியில் தெரிந்த தன் உருவத்தை பார்த்தான். பரட்டைத் தலை. தாடி. அழுக்கு பேண்ட். கிரீஸ் படிந்த சட்டை.

கண்ணாடிக்கு முன்பாக தரையில் பெரிதாக பாலிதீன் கவர் விரிக்கப்பட்டிருந்தது. அதன் மீது மர ஸ்டூல். திறந்திருந்த கப் போர்டில் தெரிந்த கத்தரிக்கோலையும், ஷேவிங் செட்டையும் பார்த்ததும் அவனுக்கு சிரிப்பு வந்தது.

“எல்லாம் தயாரா வச்சிருக்க போலிருக்கு...''

“ஆமா. பழைய உருவத்துக்கு உங்களை மாற்றச் சொல்லி ஆயி யோட உத்தரவு...'' என்றபடி ஷாம்பு போட்டு ருத்ரனின் தலையை அலசினாள். டிரையரால் தலையைக் காய வைத்தபின், ஹேர்கட் செய்ய ஆரம்பித்தாள். பிறகு ஷேவிங். அவளது ஒவ்வொரு செய் கையிலும் அன்பு நிரம்பி வழிந்ததை ருத்ரனால் உணர முடிந்தது.

“புது டிரஸ் இங்க இருக்கு. குளிச்சுட்டு வாங்க. நான் பூஜைக்கு ஏற்பாடு பண்ணறேன்...''

அவன் நிதானமாகக் குளித்து முடித்தான். பட்டு வேட்டி, வெள்ளை சட்டையில் அவன் உருவமே மாறியிருந்தது. மீசை, தாடி

மழிக்கப்பட்ட மழுமழு கன்னங்கள். வெயிலுக்கு ஏற்ற ஷார்ட் கட் ஹேர் ஸ்டைல். மாடியிலிருந்து இறங்கி பூஜையறைக்கு வந்தான். ரோஜாவும், மல்லிகையும் கலந்த மணம் அவனை வரவேற்றது. சாம்பிராணியும், ஊதுவத்தியும் நாசியைக் கடந்து இதயத்தை நிரப்பியது. நடுநாயகமாக வீற்றிருந்த மூன்றடி உயர வெள்ளித் தேரையும், அதனுள் சின்னதாக இருந்த மகா மேருவையும் பார்க் கப் பார்க்க அவன் நெஞ்சம் நெகிழ்ந்தது. கண்கள் பனித்தன.

முகம் நிறைய மலர்ச்சியுடன் சாமந்திப் பூக்கூடையை அவனி டம் கொடுத்தாள் விஜி. அதை வாங்கியவன், நேராக வெள்ளித் தேருக்கு அருகிலிருந்த மரப்பெட்டியின் அருகில் வந்தான். வயலின் வைக்கும் பெட்டி போல் இருந்தது. திறந்தான்.

உள்ளே வாள். பிற்கால சோழ சாம்ராஜ்ஜியத்தை ஸ்தாபித்த விஜயாலய சோழன் பயன்படுத்திய அதே வாள். அதன் பிடியில் பூக்களைக் கொட்டினான். தாரா தேவியின் காயத்ரியை நூற்றி யெட்டு முறை உச்சரித்தான். கற்பூரம் காண்பித்தான். கணவனும் மனைவியுமாக தரையில் விழுந்து நமஸ்காரம் செய்தார்கள்.

"போகலாமா?"

"ம்... மேருவை எடுத்துக்குங்க..."

வெள்ளித் தேரை நோக்கிக் குனிந்து அதனுள் இருந்த மகா மேருவை கையில் எடுத்துக் கொண்டான். உள்ளங்கைக்குள் அடக் கமாக அது புதைந்தது. தஞ்சையில் அவன் செய்ய இருக்கும் காரியத்துக்கு இந்த மகா மேருதான் உதவப் போகிறது. காரணம், அது சக்தியின் வடிவம் மட்டுமல்ல. பூட்டைத் திறப்பதற்கான சாவியும் அதுவேதான்.

"**வெ**ல்கம் டூ 'மகா மேரு' கன்ஸ்ட்ரக்ஷன்ஸ் தாரா..." - புன்னகையுடன் வரவேற்றார் சட்டர்ஜி. ஹெச்.ஆர் மேனேஜர்.

"தாங்க் யூ..." - மலர்ந்த தாரா கைகுலுக்கினாள்.

"இன்னிலேந்து நீங்களும் 'மகா மேரு'வோட அங்கத்தினரா ஆகறீங்க..." என்றபடி அக்ரிமென்ட்டை நீட்டினார். படித்துப் பார்த்தாள் தாரா. மின்னஞ்சலில் ஏற்கனவே பேசப்பட்ட விவரங் கள்தான். கையெழுத்திட்டு அவரிடமே கொடுத்தாள்.

"சேர்மன் அமெரிக்காவுல இருக்கார். எம்.டி டெல்லில. ஸோ, ஃபார்மல் மீட்டிங் அவங்க வந்த பிறகு வச்சுக்கலாம்..."

"நோ பிராப்ளம். என் வேலையை நான் பார்க்க ஆரம்பிச்சி டறேன்..."

"தட்ஸ் குட். மிஸ்டர் பரமேஸ்வரன் உங்களை நல்லாவே எடை போட்டிருக்கார்..."

"பரமேஸ்வரனா?"

"என்ன தெரியாத மாதிரி கேட்கறீங்க? மிஸ்டர் பரமேஸ்வரன். ஓ... முழுப் பேர் சொன்னாதான் தெரியுமில்லையா? பரமேஸ்வர பெருந்தச்சன். மயிலாடியைச் சேர்ந்தவர்... அவர்தான் உங்க பயோ டேட்டாவை கொடுத்ததே..."

செருப்பில் துளை விழும் அளவுக்கு தன் கால் கட்டை விரலை அழுத்தி தன்னை நிதானப்படுத்திக் கொண்டாள் தாரா.

"பொதுவா நம்ம சேர்மன் சிபாரிசை விரும்பாதவர். ஆனா, மிஸ்டர் பரமேஸ்வரனோட ரெகமண்டேஷனை அவரால தட்ட முடியலை. அவரோட ஃபிரெண்ட், பிலாசஃபர், கைட் எல்லாமே அவர்தானே? ஸோ, யூ ஆர் அப்பாயின்டெட்..." – சிரித்தார் சட்டர்ஜி.

இவர் சொல்வதைப் பார்த்தால் பரமேஸ்வர பெருந்தச்சன் நம் அப்பா இல்லை போல் இருக்கிறதே...

மண்டைக்குள் பறந்த நட்சத்திரங்களை செய்வதறியாமல் பார்த்துக் கொண்டிருந்தாள் தாரா.

"வழக்கம்போல நேத்து வந்தவர், இன்னிக்கி நீங்க ஜாயின் பண்ற விவரத்தை சொல்லிட்டு, இந்த கிஃப்ட்டை உங்ககிட்ட தரச் சொன்னார்..." என்றபடி பார்சலை நீட்டினார்.

வைத்த கண் வாங்காமல் அந்த பார்சலை பார்த்தாள் தாரா. செப்பேடுகளைச் சுமந்து வந்த கவர் எப்படி இருந்ததோ, அதே போல் பார்சலும் இருந்தது. நடுக்கத்தை மறைத்தபடி அதை வாங்கிப் பிரித்தாள். சின்ன அட்டைப் பெட்டி. அதனுள் பஞ்சு. பஞ்சுக்குள் ஸ்படிகத்தாலான மேரு.

"அட, நம்ம கன்சர்ன் சிம்பல். இதுமாதிரி மிஸ்டர் பரமேஸ்வரன் வேற யாருக்குமே கொடுத்ததில்லை..." – அதை தன் உள்ளங்கையின் மீது வைத்து அழகு பார்த்தார் சட்டர்ஜி. "சின்னதா இருந்தாலும் க்யூட். அசப்புல எகிப்து பிரமிட் மாதிரி இருந்தாலும் மகா மேரு சம்திங் ஸ்பெஷல். ஓகே தாரா. யூ கேரி ஆன். நாளை மார்னிங் ஃப்ளைட் இருக்கு. ஒரிசாவுல நீங்க டிசைன் பண்ணப் போற ஏரியாவை ஒரு பார்வை பார்த்துட்டா பிளானிங் ஈசியா இருக்கும்!"

அட்டெண்டர் வழிகாட்ட தன் கேபினுக்கு வந்தவள், உதட்டைக் கடித்தபடி ரிவால்விங் சேரில் அமர்ந்தாள்.

யார் இந்த பரமேஸ்வர பெருந்தச்சன்? அவருக்கும் தனக்கும் என்ன உறவு? அவர் ஏன் இந்த நிறுவனத்துக்கு தன்னை சிபாரிசு செய்ய வேண்டும்? செப்பேட்டையும், இப்போது மகா மேருவையும் அனுப்ப வேண்டும்?

கைப்பேசி ஒலித்தது. எடுத்தாள்.

"ஒரிசாவுக்கு போகும்போது மறக்காம மகாமேருவைக் கொண்டு போ. அப்பத்தான் பூட்டைத் திறக்க முடியும்..."

"ஹலோ, நீங்க யாருங்க?"

கர்ணனின் கவசம்

"பரமேஸ்வர பெருந்தச்சன்..."

அந்த இனோவா மதுரை விமான நிலைய வாசலில் வந்து நின்றது. கோட், சூட் அணிந்த இளைஞன் ஓடி வந்து கதவைத் திறக்க, ராஜமாதா போல் தோற்றமளித்த அந்த மூதாட்டி இறங்கினாள். வயதைத் துல்லியமாகக் கணிக்க முடியவில்லை. அப்படி ஒரு கம்பீரத் தோற்றம். பச்சை நிற கைத்தறிப் புடவை. கழுத்திலும், காதிலும், மூக்கிலும் வைரம். தலையில் கொண்டை.

"எல்லா ஏற்பாடும் செய்தாச்சா மனோகர்?"

"யெஸ் மேம்..."

இருவரும் விமானநிலையத்தினுள் நுழைந்தார்கள். சகல வசதிகளுடன் கூடிய தனி விமானம் அவர்களுக்காகக் காத்திருந்தது. ஏறினார்கள். பவ்யமாக 'ஃபோர்ப்ஸ்' இதழை எடுத்து அந்த மூதாட்டியிடம் நீட்டினான் மனோகர். அதில், தெற்காசியாவின் டாப் டென் பணக்காரர்களில் ஒருவராக அந்த மூதாட்டியும் குறிப்பிடப்பட்டிருந்தாள். அலட்சியமாக அதைப் பார்த்தவள், விமானத்தில் இருந்த சோஃபாவில் கால் மேல் கால் போட்டு அமர்ந்தாள். அவளைத் தனியாக விட்டுவிட்டு விமானத்தின் உள்ளேயே இருந்த பக்கத்து அறைக்கு மனோகர் சென்றான். ஒரிசாவை நோக்கி விமானம் டேக் ஆஃப் ஆனது. ஜன்னல் வழியே தஞ்சை பெரிய கோயில் இருக்கும் திசையை நோக்கினாள் அந்த மூதாட்டி.

அவள் எதிர்பார்த்தது போலவே அப்போது பிரகதீஸ்வரர் ஆலயத்தின் கோபுரத்தில் இருந்த 'அந்த' சிற்பத்தைத்தான், சூ யென் இமைக்காமல் பார்த்துக் கொண்டிருந்தான். கிட்டத்தட்ட ஆயிரம் வருடங்களுக்கு முன்பு கட்டப்பட்ட அந்தக் கோயிலில் எப்படி அந்த சிற்பம் வந்தது, அதை யார், ஏன் செதுக்கினார்கள் என்றுதான் ஆராயத் தொடங்கினான்.

ஏனெனில் கோயில் எழுப்பப்பட்ட காலத்தில் அதுபோன்ற உடைகளை உலகில் யாருமே அணிந்ததில்லை. பிரமிட் வடிவ கோபுரத்தில் இருந்த அந்த உருவம், 17ம் நூற்றாண்டைச் சேர்ந்த ஓர் ஆங்கிலேயனின் சிற்பம்.

முக்கியமான அடையாளத்தைப் பார்த்துவிட்டான். அத்துடன் கோயிலில் வரையப்பட்ட புத்தரின் ஓவியத்தையும் தரிசித்துவிட்டால், பொக்கிஷம் இருக்கும் இடத்துக்கான வரைபடத்தை சுலபமாகக் கண்டு கொள்வான்.

இதை முறியடிப்பதற்கான திட்டத்தை விமானத்தில் பறந்தபடியே தீட்டத் தொடங்கினாள் அந்த மூதாட்டி.

அவள் வேறு யாருமல்ல. ஆயிதான். நள்ளிரவில் மீனாட்சியம்மன் கோயில் முன்னால் ருத்ரனின் தலையை உலுக்கியவளேதான்.

5

முட்டாப் பசங்க... கோயிலுக்கு வந்து சாமி கும்புடறாங்க. எவனுக்கும் அறிவில்லை. ஒவ்வொரு கோயிலும் ஒரு ஆராய்ச்சிக் கூடம். சின்னதும் பெருசுமா இங்க செதுக்கப்பட்டிருக்கிற சிலைங்க எல்லாமே பரிசோதனைக் கூடத்துல இருக்கிற எலிங்க மாதிரிதான். இதை எவனும் புரிஞ்சுக்கறதில்லை. கடவுள்னு ஒண்ணே இல்லாதப்ப, அதுக்கு ஒரு வடிவம் கொடுக்க சிற்பி என்ன பைத்தியக்காரனா? அவன் சயின்டிஸ்ட்... விஞ்ஞானி. மரமண்டைங்க. சுயமாவும் சிந்திக்கத் தெரியாது. சொன்னாலும் புரியாது...''

தன் போக்கில் தஞ்சை பெரிய கோயிலின் புல்தரையில் அமர்ந்தபடி பேச ஆரம்பித்தவனை சுவாரஸ்யத்துடன் பார்த்தான் சூ யென். குறைந்தது ஆறடி உயரம் இருப்பான். வலுவான தேகம். நாள்தோறும் உடற்பயிற்சி செய்பவனாக இருக்க வேண்டும். முகம் தெளிவாக இருந்தது. கண்களில் ஒளி. தினமும் முக சவரம் செய்பவன் போல் கன்னங்கள் மழுமழுவென்று இருந்தன. காதோரமும், டிரிம் செய்யப்பட்ட மீசையிலும் ஆங்காங்கே வெள்ளை முடிகள். ஆனால், கைகளில் அடர்த்தியான ரோமங்கள். ஜீன்ஸ் பேன்ட்டும், காலர் இல்லாத பனியனும் அணிந்திருந்தான்.

“பேர் என்ன சொன்ன?'' – பெரிய கோயிலின் கோபுரத்தை பார்த்தபடியே கேட்டான்.

“சூ யென்...''

“பிட்சு சொன்னதை வச்சு ரெண்டு நாள் முன்னாடியே நீ வருவேன்னு நினைச்சேன். முதல்ல மயிலாடி போயிட்ட போலிருக்கு. அப்படித்தானே?''

சூ யென் அமைதியாக இருந்தான். பிட்சு சொன்னதைக் கேட்டிருக்க வேண்டும். திபெத்திய மடத்தின் ஒதுக்குப்புறமான இடத்துக்கு தன்னை அழைத்துச் சென்று, தஞ்சை பெரிய

கோயிலுக்குத்தான் முதலில் போகச் சொன்னார். இந்த மனிதனைத்தான் சந்திக்கச் சொன்னார். அடையாளத்துக்கு புகைப்படத்தையும் காட்டினார். அதை புறக்கணித்தது தனது தவறுதான்.

“பரமேஸ்வர பெருந்தச்சனை சந்திச்சியா?”

“இல்ல. அவரு வெளியூர் போயிருக்கறதா அவர் மகன் சொன்னான்...”

“பொய். அவர் அங்கதான் இருக்காரு. உன்னை சந்திக்க விரும்பலை. கவலைப்படாத. வேற வழில போய் அவரைப் பிடிச்சுடலாம்...”

“ம்...”

“கோயிலை சுத்திப் பார்த்தியா?”

“பார்த்தேன்!”

“மூணு அடையாளங்களையும் கவனிச்சியா?”

“மனசுல பதிய வச்சிருக்கேன். கோபுரத்துல இருக்கிற ஆங்கிலேயனோட சிற்பம், புத்தரோட வடிவம், அவரோட ஓவியம்... எதையும் விட்டுடலை...”

“இந்த மூணுமே எல்லாருக்கும் தெரிஞ்ச ரகசியங்கள்தான். ஆயிரம் வருஷங்களுக்கு முன்னாடி இந்தக் கோயிலை கட்டியிருக்காங்க. அதுல எப்படி முந்நூறு வருஷங்களுக்கு முன்னாடி வந்த ஆங்கிலேயனோட சிற்பம் வந்ததுன்னு காலம் காலமா எல்லாரும் யோசிச்சுட்டுத்தான் இருக்காங்க. அதே மாதிரிதான் சைவ கோயில்ல புத்தர் சிலையும், புத்தரோட ஓவியமும் ஏன் இருக்குனு ஆராய்ச்சி பண்ணிக்கிட்டு இருக்காங்க. ஆனா, யாருக்கும் விடை கிடைக்கலை. அந்தளவுக்கு புத்திசாலித்தனமா குஞ்சரமல்ல பெருந்தச்சனோட மூளை செயல்பட்டிருக்கு. வெறும் ராஜராஜ சோழனோட கனவை நிறைவேத்த இந்தக் கோயிலை அவன் கட்டலை. தனக்கு தெரிஞ்ச உண்மைகளை சூட்சுமமா உலகத்துக்கு சொல்லியிருக்கான்...”

“புரியுது...”

“என்ன புரியுது? சும்மா நான் சொல்றேன்னு தலையை ஆட்டாத. சொந்தமா யோசி. அப்பத்தான் வெளிப்படையா தெரியாத இன்னொரு விஷயம்தான் ரொம்ப முக்கியம்னு உணருவ. எந்த நாயன்மாரும் பெரிய கோயிலைப் பத்தி பாடலை. ஆனாலும் இது சைவக் கோயிலா மதிக்கப்படுது. ‘தஞ்சைத் தளிக்குளத்தார்’னு அப்பர் பாடின தலம் இப்ப இல்லை. அந்தக் கோயில் எங்க போச்சு? தேவாரப் பதிகங்கள்ல பலது ஏன் அழிஞ்சுது? இந்தக் கேள்விகளுக்கும், இந்தக் கோயில்ல இருக்கிற மூணு அடையாளங்களுக்கும் இருக்கிற தொடர்புலதான் மர்மத்துக்கான விடையே அடங்கியிருக்கு. வா போகலாம்...”

எழுந்த அந்த மனிதனிடம் தயக்கத்துடன் சூ யென் கேட்டான். "உங்க பேரு?"

"ரவி தாசன்..."

சட்டென்று பனி விலகியது போலிருந்தது. எதற்காக இந்த மனிதனுடன் நட்பு பாராட்டும்படி பிட்சு சொன்னார் என்ற காரணமும் விளங்கியது.

கிட்டத்தட்ட ஆயிரத்து நூறு ஆண்டுகளுக்கு முன்பு நடந்த ஒரு அரசியல் கொலையின் தொடர்ச்சியே இந்த ரவி தாசன். தமிழகத்தில் முதன்முதலில் ஒரு பேரரசை நிறுவியவன் ராஜராஜ சோழன். அவனது அண்ணனான ஆதித்த கரிகாலனை கொலை செய்தது ரவிதாசன் தலைமையிலான அந்தணர்கள். அவர்களும், அவர்களது உறவினர்களும் நாடு கடத்தப்பட்டனர். வழியெங்கும் சோழ மக்கள் அவர்கள் முகத்தில் காறி உமிழ்ந்தார்கள். அந்த அவமானத்துக்கு பழிவாங்க பல நூற்றாண்டுகளுக்குப் பிறகு அந்த வம்சத்தைச் சேர்ந்த இந்த ரவி தாசன் புறப்பட்டிருக்கிறான்.

இதையெல்லாம் சூ யென் நிமிடத்தில் புரிந்துகொள்ள, பிட்சு கற்பித்திருந்த தமிழக வரலாறு உதவியது.

தஞ்சையின் ஒதுக்குப்புறத்தில் இருந்த அந்த பாழடைந்த கோயிலுக்கு ருத்ரனும், விஜயலட்சுமியும் வந்து சேர்ந்தார்கள். சின்னக் கோயில். மண்டபம் என்றெல்லாம் எதுவும் இல்லை. வெறும் கருவறைதான். உள்ளே ஐந்தடி உயரத்தில் அம்மன் சிலை. வலப்பக்கமும், இடப்பக்கமும் எண்ணெய் விளக்கு எரிந்து கொண்டிருந்தது. காலை பூஜையை முடித்துவிட்டு சென்ற குருக்கள், கதவை பூட்டவில்லை. திறந்தே வைக்கும்படி விஜயலட்சுமி சொல்லியிருந்தாள்.

ருத்ரன் கோயிலுக்குள் நுழைந்தான். கண்ணுக்கு எட்டும் தொலைவு வரை யாராவது இருக்கிறார்களா என ஒரு பார்வை பார்த்துவிட்டு அவனைப் பின்தொடர்ந்தாள் விஜயலட்சுமி. தன் வலக்கையில் இருந்த மகாமேருவுடன் அம்மனின் பின் பக்கம் சென்ற ருத்ரன், பீடத்தின் அடியில் தேடினான். சின்னதாக ஒரு பள்ளம் தென்பட்டது. அதனுள் மகா மேருவை நுழைத்தான்.

தன் கையில் இருந்த நெய் விளக்கை விஜயலட்சுமி ஏற்றினாள். அம்மனுக்கு கற்பூரம் காட்டினாள். ருத்ரனை நோக்கி தலையை அசைத்தாள். ருத்ரன் உடனே மகா மேருவை வலப்பக்கமாக மூன்று முறை திருகினான். தரை பிளந்து வழிவிட்டது. இருவரும் தென்பட்ட படிக்கட்டில் இறங்கினார்கள். ஏழாவது படிக்கட்டின் இடது ஓரம் இருந்த துளையினுள் மீண்டும் மகா மேருவை நுழைத்து ருத்ரன் திருக, சுரங்கக் கதவு மூடிக் கொண்டது.

நெய் விளக்கு வழிகாட்ட, இருவரும் படிகளில் இறங்கினார்கள். ஐம்பதடிக்குப் பிறகு சமதளம். நீளவாக்கில் பாதை. நடந்தார்கள். இரு பக்கங்களிலும் கருங்கல் சிற்பங்கள். அனைத்துமே கலிங்க நாட்டை அழித்த குலோத்துங்கன் காலத்தில் செதுக்கப்பட்டவை. அரை மணி நேரத்துக்குப் பிறகு பாதையின் முடிவை வந்தடைந்தார்கள். கோயில் வாசலில் இருப்பது போன்ற மரக் கதவு அவர்களை வரவேற்றது. கதவு முழுக்க சின்னச் சின்ன மணிகள். சாவித் துவாரத்தில் மகா மேருவை நுழைத்து இடது பக்கமாக ஐந்து முறை ருத்ரன் திருப்பினான்.

கதவு திறந்த தும் குப்பென்று மூலிகை வாசம் நாசியைத் தாக்கியது. அதை சுவாசித்தபடி இருவரும் அறைக்குள் வந்தார்கள். பாறைகளாலான சற்றே பெரிய அறை நூல்களால் நிரம்பியிருந்தது. கோடக்ஸ், ஓலைச்சுவடிகள், செப்பேடுகள், களிமண் காகிதங்கள்... என அந்தந்த காலகட்டத்தில் எழுதப்பட்டவை அனைத்தும் காலம் கடந்தும் அப்படியே புதிதாகக் காட்சியளித்தன. எல்லாம் மூலிகைத் தைலத்தின் கை வண்ணம்.

கபாடபுரம், பாபிலோனிய, மெசபடோமிய, சிந்து சமவெளி, மாயன், சீன நாகரிகங்களைச் சேர்ந்த அறிஞர்கள் எழுதிய அந்த நூல்கள் நாளந்தா பல்கலைக்கழக நூலகத்தை அலங்கரித்தவை. திருப்தியுடன் அவற்றைப் பார்த்த ருத்ரன், அறை மூலையில் இருந்த பழங்கால இடுப்பு உயர இரும்பு பீரோவை அதே மகா மேரு கொண்டு திறந்தான். அதிர்ந்தான்.

"ஆயி... இதென்ன சோதனை?"

"ஏங்க... என்னாச்சு?" – விஜயலட்சுமி பதறினாள்.

"இதுக்குள்ள இருந்த புத்தகத்தைக் காணும்..."

"நல்லா பாருங்க..." – நெய் விளக்கை நீட்டினாள். பீரோ காலியாக இருந்தது. அதனுள் இருந்த 'விமானிகா சாஸ்திரா'வை காணவில்லை. மூவாயிரம் வருடங்களுக்கு முன்பு தாரா தேவியின் ஆசியுடன் பரத்வாஜ மகரிஷி அந்த நூலை எழுதினார். பாதரசத்தில் ஓடக்கூடிய போர் விமானங்களை எப்படி வடிவமைத்து செலுத்த வேண்டும், தாக்குதல் நடத்த வேண்டும் என்பதை விவரிக்கும் ராணுவ நூல் அது.

பாண்டவர்களுக்கும், கவுரவர்களுக்கும் இடையில் நடந்த குருக்ஷேத்திரப் போரில் பரத்வாஜர் சொல்லியபடிதான் போர் விமானங்கள் உருவாக்கப்பட்டு பயன்படுத்தப்பட்டன. அத்துடன் இரண்டாம் உலகப் போரில் வி–8 ராக்கெட்டை 'பஸ் பாம்' (Buzz Bomb) ஆக ஹிட்லர் தலைமையிலான நாஜிக்கள் பயன்படுத்தியபோது, பல்ஸ் ஜெட் எஞ்சினை உருவாக்க இந்த நூலின் இரு பக்கங்களே உதவின.

'பஸ் பாம்' ஏற்படுத்திய அழிவையே உலகம் இன்னும் மறக்க வில்லை. அப்படியிருக்க முழு நூலையும் ஆராய்ந்து அதன்படி போர் விமானத்தை உருவாக்கி தாக்குதல் நடத்தினால், அந்தப் பகுதியில் இருக்கும் அனைத்து உயிரினங்களும் மண்ணோடு மண் ணாகி விடுமே...

உடல் அதிர அப்படியே தரையில் அமர்ந்தான் ருத்ரன்.

செல்போனை அணைத்து விட்டு உணர்ச்சியில் கண்கள் கசிய ஃபாஸ்ட்டை நோக்கித் திரும்பினான் ஆனந்த்.

"தேங்க்ஸ்..."

"எதுக்கு?"

"அம்மா போன் பண்ணியிருந்தாங்க. எங்க 'பசுமை உலக மன்ற'த்தைச் சேர்ந்தவங்க நீங்க தரச் சொன்னதா முப்பதா யிரம் ரூபாய் கொடுத்துட்டு போனாங்களாம். இவ்வளவு பெரிய தொகையை எங்க குடும்பத்துல யாரும் பார்த்ததில்லை. அதான்..."

"இது என் கடமை ஆனந்த். எனக்கு உதவியா நீ வந்திருக்க. இரண்டு பேருமா சேர்ந்து புத்தகம் எழுதப் போறோம். அது எப்ப முடியும்னு நமக்கே தெரியாது. அதுவரைக்கும் வீட்டுச் செலவுக்கு பணம் வேண்டாமா? அதனாலதான் கொடுத்துவிட்டேன். ஒரு வகைல இதை உன் சம்பளம்னு வைச்சுக்க. இந்தத் தொகையை புத்தக ராயல்டியில கழிச்சுக்க மாட்டேன். கவலைப்படாத..."

சிரித்த ஃபாஸ்ட்டின் கைகளை இறுகப் பற்றினான் ஆனந்த். ஓரக்கண்ணால் இதைப் பார்த்த ஃபாஸ்ட் திருப்தியானான். இனி நாம் எது செய்தாலும் சந்தேகப்பட மாட்டான்.

"தஞ்சாவூருக்கு எப்ப போய் சேருவோம்?"

கார் ஜன்னல் வழியே வெளியே பார்த்த ஆனந்த், "இன்னும் ஒரு மணி நேரத்துல..." என்று முடிப்பதற்குள் –

டிரைவர் சீட்டில் முட்டி மோதி விழுந்தான்.

"இப்படியா சடன் பிரேக் போடுவாங்க?" – டிரைவரை நோக்கிக் கத்தினான். பதில் சொல்லும் நிலையில் டிரைவர் இல்லை. அவன் கண்கள் நிலைகுத்தி இருந்தன. ஃபாஸ்ட்டின் முகத்திலும் இறுக்கம். குழப்பத்துடன் நிமிர்ந்த ஆனந்த், அதிர்ந்தான்.

காரை நோக்கி ஒரு பொம்மை விமானம் வேகமாக வந்து கொண்டிருந்தது. சின்னதாக இருந்தா லும் அது போர் விமானம். இரண்டாம் உலகப் போரில் ஜெர்மனி பயன்படுத்திய அதே வகை யான விமானம்.

தாராவுக்கு எந்த சந்தேகமும் ஏற்படவில்லை. அதே எண்தான். இறப்பதற்கு இரண்டு நாட்களுக்கு முன் தன் அப்பா வாங் கிய அதே சிம்கார்டுதான். 'பாண்டவர்களுக்கும், கவுரவர்களுக்கும்

நடந்த குருக்ஷேத்திரப் போரில் கலந்து கொண்ட பாண்டிய மன்ன னின் வம்சாவளியினர் தங்கள் அடையாளங்களை மறைத்து தலை மறைவாக வாழ்ந்து வருகிறார்கள். அவர்களையும், அவர்களிடம் இருக் கும் ரகசியத்தையும் பாதுகாப்பது சிற்பிகளாகிய நமது கடமை...' என்ற செப்பேடு போன்ற ஒன்றைத் தாங்கி வந்த கூரியரில் இடம்பெற்றிருந்த அதே செல்போன் நம்பர்தான்.

அதிலிருந்துதான் இப்போது ஒரு மனிதர் பேசியிருக்கிறார். தன் பெயர், பரமேஸ்வர பெருந்தச்சன் என்று அறிவித்திருக்கிறார். யார் அவர்? 'மகா மேரு கன்ஸ்ட்ரக்ஷன்ஸ்' நிறுவனத்தின் சேர்மனுக்கு ஃபி ரண்ட், பிலாசஃபர், கைட் என எல்லாமுமாக இருக்கும் அவருக்கும், அப்பாவுக்கும் என்ன தொடர்பு? எதற்காக தன் பெயரில் வாங்கிய மொபைல் எண்ணை அவரிடம் அப்பா தர வேண்டும்? முதலில் செப்பேட்டையும், பிறகு மகா மேருவையும் அனுப்பிவிட்டு, 'இவற்றை ஒரிசாவுக்குச் செல்லும்போது மறக்காமல் எடுத்துச் செல்' என ஏன் கட்டளையிட வேண்டும்? பேசி முடித்ததும் ஏன் செல்லை ஸ்விட்ச் ஆஃப் செய்ய வேண்டும்?

அடுக்கடுக்காக எழும் எல்லா கேள்விகளுக்குமான விடை 'பரமேஸ்வர பெருந்தச்சன்' என கம்பீரமாக தன்னை அறிவித்துக் கொள்ளும் மனித ரிடம்தான் இருக்கிறது. அவரை நேரில் சந்தித்துப் பேசும்வரை இந்த வினாக்களை சுமந்து திரிய வேண்டியதுதான்.

“மேம்... மிஸ்டர் சட்டர்ஜி இதை உங்ககிட்ட கொடுக்கச் சொன்னார்” என்றபடி ஐந்து ஃபைல்களை மேஜையின் மீது வைத்தான் அட் டெண்டர்.

இன்டர்காம் ஒலித்தது. சட்டர்ஜிதான். “சேர்மன் ரூம்ல இருந்த ஃபைல்ஸை உங்ககிட்ட தரச் சொல்லியிருக்கேன். ஒரு பார்வை பார்த்து டுங்க. ஒரிசாவுக்கு போகும்போது உதவும்...”

“யா...”

முதல் ஃபைல், ஒரிசாவின் வரலாற்றை சுருக்கமாக விவரித்தது. இப் போது அது ஒரிசா இல்லை. ஒடிசா. பார்வையால் வாக்கியங்களை மேய்ந்த தாராவுக்கு நான்கு விஷயங்கள் இடறின. ஒன்று மகாபாரத காலத்தில் கர்ணனின் ஆட்சிக்கு உட்பட்ட பகுதியாக ஒடிசா இருந்தது. இரண்டாவது, ஒடிசாவின் பூர்வீகப் பெயர் கலிங்கம் என்பது. மூன் றாவது அசோக சக்கரவர்த்தியும், பிறகு குலோத்துங்க சோழனும் கலிங்கத்தை அழித்தது. நான்காவது, ஒடிசாவில் நிரம்பியிருக்கும் கனிம வளம்.

இந்த நான்கையுமே சேர்மன் அடிக்கோடிட்டுக் காட்டியிருந்தார். எதற்காக? யோசனையுடன் அடுத்தடுத்த ஃபைல்களைப் பார்த்த தாரா, திகைத்து நின்றாள். காரணம், ஐந்தாவது ஃபைல். அது ப்ராஜக்ட் தொடர் பானது அல்ல. அதனுள் இருந்ததும் காகிதங்கள் அல்ல. புத்தகம். அது, சமஸ்கிருதத்தில் பரத்வாஜ மகரிஷி எழுதிய 'விமானிகா சாஸ்திரா'.

6

“எப்படிங்க பரத்வாஜர் எழுதின ‘விமானிகா சாஸ்திரா’ திருடு போகும்?” – அதிர்ச்சியுடன் கேட்டாள் விஜயலட்சுமி.

பதில் சொல்லும் நிலையில் ருத்ரன் இல்லை. அவன் உடல் நடுங்கிக் கொண்டிருந்தது.

“சுரங்க விஷயம் நமக்கு மட்டும்தான தெரியும்? பூட்டுக்கு சாவி கூட நம்மகிட்டதான இருக்கு? அப்படியிருக்கிறப்ப யாருங்க இங்க வந்திருக்க முடியும்..? அம்மா தாரா தேவி... இருபத்து நான்கு மணி நேரமும் மகா மேரு பூஜையறையிலதான இருந்தது... எந்நேரமும் அதை நான் கண்காணிச்சுக்கிட்டுதான இருந்தேன்... எப்படி, எப்படி இது நடந்தது? ஏங்க... முதல்ல இந்த விஷயத்தை ஆயிகிட்ட சொல்லிடலாம்ங்க. அவங்களாலதான் இதுக்கு தீர்வு சொல்ல முடியும்!”

விஜயலட்சுமி சொன்னது சரியாகப் பட்டது. சமாளித்தபடி எழுந்த ருத்ரன், இரும்பு பீரோவை கைகள் நடுங்க பூட்டினான். இருவரும் அறையை விட்டு வெளியே வந்தார்கள். அறைக்கதவு தன்னால் பூட்டிக் கொண்டது. ஆட்டோமேடிக் லாக். கையில் இருந்த நெய் விளக்கு வழிகாட்ட... இருவரும் வந்த வழியே திரும்பினார்கள்.

வந்தபோது இருந்த உறுதி, திரும்பும்போது இல்லை. சுரங்கத்தின் இரு பக்கங்களிலும் செதுக்கப்பட்டிருந்த சிற்பங்களை பிடிமானத்துக்காக ருத்ரன் பிடித்தபடியே வந்தான். ஓரிடத்தில் அவன் கைகள் இடறி கீழே விழப் பார்த்தான். விஜயலட்சுமி அவனைத் தாங்கிப் பிடித்தாள்.

“விஜி, கொஞ்சம் விளக்கை இப்படிக் காட்டு...”

அவன் சுட்டிக் காட்டிய இடத்துக்கு விஜயலட்சுமி விளக்கைக் கொண்டு வந்தாள். தூணில் செதுக்கப்பட்டிருந்த யாளி சிற்பத்தின் தலை பாகம் உடைந்திருந்தது.

“கடப்பாரையால யாரோ உடைச்சிருக்காங்க...” – முன்பைவிட பன்மடங்கு அதிர்ச்சியுடன் வார்த்தைகளை சிதறவிட்டாள் விஜயலட்சுமி.

“பேசாம வா... இங்க நமக்கு பாதுகாப்பில்லை” என்றபடி கிட்டத்தட்ட அவளை இழுத்துக் கொண்டு நடந்தான் ருத்ரன். புரியாத அனைத்து விஷயங்களையும் உடைந்த யாளி சிலை புரிய வைத்து விட்டது. சுரங்கத்தினுள் யார் வந்திருப்பார்கள், ‘விமானிகா சாஸ்திரா’வை யார் திருடியிருப்பார்கள் என்ற கேள்விகளுக்கு விடை கிடைத்துவிட்டது. ஆபத்து தலைக்கு மேல் இல்லை. தலைக்குள் இறங்க ஆரம்பித்துவிட்டது.

இருவரும் சுரங்கத்தை விட்டு வெளியே வந்தார்கள். கருவறையில் இருந்த அம்மன் சிலையின் பின்புறம் அவர்களை வரவேற்றது. விஜயலட்சுமி வெளியே யாராவது இருக்கிறார்களா என்று பார்த்தாள். யாருமில்லை. ருத்ரனை நோக்கி ‘வரலாம்’ என கண்ணசைத்ததும் அவன் வெளியே வந்தான்.

“உடனே ஆயிக்கு போன் பண்ணுங்க. தகவலை சொல்லிடலாம்...”

“அதுக்கு அவசியம் இல்லை விஜி!”

“என்னங்க சொல்றீங்க... ஆயிகிட்ட சொன்னாதான திருடனை கண்டுபிடிக்க முடியும்?”

“கண்டுபிடிச்சாச்சு விஜி. உடைஞ்ச யாளி சிற்பம் அவனை அடையாளம் காட்டிடுச்சு!”

“அப்புறம் என்ன... வாங்க, அவனைப் போய் பிடிக்கலாம்!”

“அது நம்மால முடியாது. அவன் நம்ம சக்திக்கு அப்பாற்பட்டவன். தவிர, இப்ப அவன் தஞ்சாவூர்லயும் இல்ல...”

“வேற எங்க இருக்கான்?”

“ஒடிசாவுல! ஆயியை தேடித்தான் போயிருக்கான்...”

“அப்ப..?”

“இனிமே அவனை ஆயி பார்த்துப்பாங்க...”

“யாருங்க அவன்?”

“பரமேஸ்வர பெருந்தச்சன்!”

“இதுதான் என் வீடு...” – ரவிதாசன் சுட்டிக் காட்டிய வீட்டைப் பார்த்தான் சூ யென். தோட்டத்துக்கு நடுவில் செங்கல் கொண்டு கட்டப்பட்ட தனி வீடு. ஆனால், பங்களா இல்லை.

“இப்படி வா...” – வீட்டுக்குள் அழைத்துச் செல்லாமல் வலப் பக்கம் இருந்த மாட்டுத் தொழுவத்துக்கு சூ யென்னை அழைத்துச் சென்றான். தென்னை ஓலையால் வேயப்பட்ட தொழுவத்தின் உள்ளே ஓரளவு குளிர்ச்சி இருந்தது. ஒன்பது பசு மாடுகள் கட்டப்பட்டிருந்தன. ஒவ்வொன்றின் முன்னாலும் ஒரு சிமென்ட் தொட்டி. அதில் புண்ணாக்கு கரைத்து வைக்கப்பட்டிருந்தது. சாணியின் மணம் நாசியை வருடியது.

“பார்த்து காலை வை...”

“ம்...”

செவ்வகமாக இருந்த மாட்டுத் தொழுவத்தின் ஒரு முனையில் அறை ஒன்று இருந்தது. சுவரில் வட்ட வட்டமாக வரட்டி தட்டியிருந்தார்கள். உடைந்துவிடும் நிலையில் இருந்த மரக்கதவின் தாழ்ப்பாளை நீக்கிவிட்டு, சூ யென் பின்தொடர ரவிதாசன் நுழைந்தான். சற்றே பெரிய அறைதான். தரையில் மாட்டுத்தீவனங்கள் சிதறியிருந்தன. ஜன்னலை ஒட்டி சுவரோடு சுவராக அலமாரி ஒன்று ஐந்து தட்டுகளுடன் காட்சியளித்தது. செங்கல்லால் எழுப்பப்பட்ட அந்த அலமாரியின் ஓரத்தை எதற்காக மரத்தினால் மூடியிருக்கிறார்கள் என்ற கேள்விக்கான விடை அடுத்த சில நிமிடங்களில் சூ யென்னுக்கு கிடைத்தது.

அறையின் ஜன்னலை மூடிய ரவிதாசன், அலமாரியை இழுத்தான். அது கதவாக மாறி, தரையை நோக்கிச் செல்லும் படிக்கட்டின் முனையைக் காட்டியது. நல்ல ஏற்பாடுதான். வெளியில் இருந்து யார் பார்த்தாலும் சந்தேகம் வராது. ரவிதாசன் பலே ஆள்தான். பழங்கால பாணியில் திறமையாக ரகசிய அறையைக் கட்டியிருக்கிறான்.

இருவரும் படிகளில் இறங்கி பாதாள அறைக்குள் நுழைந்தார்கள். அறையின் நடுவில் பீடம். அதன்மீது செம்பினாலான நடராஜர். வலது காலைத் தூக்கி வைத்து நடனமாடும் வெள்ளியம்பல நடராஜர். பீடத்தின் நுனியைத் தொட்டபடி முழங்கால் அளவுக்கு நீர் ஓடிக் கொண்டிருந்தது. சுவர் முழுக்க வரைபடங்கள். சிந்து சமவெளி, மாயன், சீன, மெசபடோமியா... என பழங்கால நாகரிகங்களின் 'மேப்'கள். நடராஜருக்குப் பின்புறமுள்ள சுவரில் மகாபாரத காலகட்டத்தில் இருந்த நிலப்பரப்பின் வடிவம் தெரிந்தது.

"எதைத் தேடி நீ வந்தியோ, அதையே கைப்பற்ற இன்னொருத்தனும் முயற்சிக்கிறான் போலிருக்கு..?" – திடீரென கேட்டான் ரவிதாசன்.

"எதை வைச்சு சொல்றீங்க?" – சூ யென்னின் குரலில் அதிர்ச்சியும் ஆச்சரியமும் நிரம்பி வழிந்தது. மின்னஞ்சலில் வந்த ஃபாஸ்ட்டின் புகைப்படம் அவன் மனதில் நிழலாடியது.

"முட்டாள். உன் லேப்டாப்பை வச்சு உன்னை ஒருத்தன் பின் தொடர்ந்துட்டு இருக்கான். இதை நடராஜர் கண்டுபிடிச்சுட்டார்..." – கைதட்டி சிரிக்க ஆரம்பித்தான் ரவிதாசன்.

அதிர்ச்சியுடன் நடராஜரைப் பார்த்தான் சூ யென். செம்பினால் வார்க்கப்பட்டிருந்த நடராஜரின் ஜடாமுடி அசைந்து கொண்டிருந்தது.

காரை நோக்கி வந்த அந்த சிறிய பொம்மை விமானத்தையே ஃபாஸ்ட் இறுக்கத்துடன் பார்த்துக் கொண்டிருந்தான். மனதில் அலை அலையாக உணர்ச்சிகள் பொங்கி வழிந்தன. இந்த ரக போர் விமானத்தை அணு அணுவாக ஆராய்ந்திருக்கிறான். படம்

வரைந்து பாகங்களைக் குறித்திருக்கிறான். அனைத்தும் ஜெர்மன் உளவு நிறுவனமான 'பிஎன்டி'யில் நடைபெற்ற பயிற்சி வகுப்பில் பாடங்களாகப் படித்தவை. இரண்டாம் உலகப் போரில் ஜெர்மனியைப் பார்த்து உலகம் நடுங்கியதற்கு இந்த ரக போர் விமானமும் ஒரு காரணம். ஒவ்வொரு ஜெர்மானியனும் காலரை உயர்த்திக் கொள்வதற்கான பல விதைகளில் இதுவும் ஒன்று.

அப்படிப்பட்ட பெருமைக்குரிய ஒரு விஷயத்தின் மினியேச்சர், கண்முன்னால் மிரட்டுகிறது. ஜெர்மனியின் புகழ்பெற்ற கண்டுபிடிப்பு, தமிழகத்தில் விளையாட்டு பொம்மையாக வலம் வருகிறது. எப்படி சாத்தியம்?

சிந்தனையின் எந்தக் கீற்றும் முகத்தில் பிரதிபலிக்காதபடி தன்னை கட்டுப்படுத்தினான். காரின் முன்பக்க கண்ணாடியைக் குறிவைத்து வந்த பொம்மை விமானம், மெல்ல மெல்ல தன் வேகத்தைக் குறைத்தது. யாரோ ரிமோட்டால் கட்டுப்படுத்துகிறார்கள். பொம்மை விமானத்தின் சக்கரங்கள், கார் கண்ணாடியின் மீது கீறல் விழாத அளவுக்கு உரசியபடி மேலேறி நின்றது.

"அறிவுகெட்ட முண்டம்... எவன்டா இப்படி ரோட்ல விளையாடறது?" – காரை விட்டு இறங்கி கத்த ஆரம்பித்த டிரைவரை சட்டை செய்யாமல் நிதானமாக இறங்கினான் ஃபாஸ்ட். தார் ரோட்டை வெப்பம் ஆக்கிரமித்திருந்தது. வாகனங்களின் சீறல் கூட தென்படவில்லை. சாலையின் இருபக்கமும் பொட்டல்வெளி. ஆங்காங்கே புதர்கள். அந்த பொம்மையை கையில் எடுத்து ஆராய்ந்தான் ஃபாஸ்ட். அச்சு அசல் போர் விமானத்தின் மாதிரியேதான்.

"டேய், இங்க வா..." – ஆனந்தின் குரலைத் தொடர்ந்து வலப்பக்க புதரிலிருந்து ஒரு சிறுவன் வெளிப்பட்டான். கண்களில் பயம். நடையில் தடுமாற்றம். பதினைந்து வயதிருக்கும். உதட்டுக்கு மேல் மீசை முளைக்க ஆரம்பித்திருந்தது. ஒல்லியான உடல்வாகு. பேன்ட் அணிந்திருந்தான்.

"இந்த பொம்மை உன்னோடதுதானே?" – கோபத்துடன் கேட்டான் ஆனந்த்.

"ஆமாங்கண்ணா..." – வார்த்தைகளை மென்று விழுங்கினான் சிறுவன்.

"விளையாட வேற இடமே கிடைக்கலையா? இந்நேரம் கார் ஆக்சிடென்ட் ஆகியிருக்கும்..." – முஷ்டியை உயர்த்தியபடி அடிக்கப் பாய்ந்த டிரைவரை தடுத்து நிறுத்தினான் ஃபாஸ்ட்.

"சாரிண்ணா... ஓரமாதான் விளையாடிட்டு இருந்தோம். ஃப்ரெண்ட் ரிமோட் கேட்டான். கொடுக்கலை. பிடுங்கப் பார்த்தான். அந்த தகராறுல ரிமோட் கீழே விழுந்து உடைஞ்சுடுச்சு... அதனாலதான் பொம்மையும் திசை மாறி ரோட்டுக்கு வந்துடுச்சு. மன்னிச்சிக்குங்கண்ணா..."

"இங்க வா..." – சிறுவனை அழைத்தான் ஃபாஸ்ட்.

அட்சரசுத்தமாக தமிழ் பேசும் வெளிநாட்டவன். ஆச்சர்யத்துடன் ஃபாஸ்ட்டை நெருங்கினான் சிறுவன்.

“இதை எங்க வாங்கின?”

“நாங்களே செய்தது...”

“நாங்கன்னா?”

“அப்பாவும் நானும்...”

“அப்பா எங்க வேலை பார்க்கறார்?”

“எங்கயும் இல்ல. எங்களுக்கு நிலம் இருக்கு. அதுல விவசாயம் பண்றார்...”

“விவசாயியா?” – ஒரு நொடி அமைதி காத்த ஃபாஸ்ட், தொடர்ந்தான். “இதுமாதிரி நிறைய செய்வீங்களா?”

“விதவிதமா செய்வோம். உங்களுக்கு வேணுமா?”

“ஆமா...”

“வீட்டுக்கு வாங்க... தர்றேன்!”

“வீடு எங்க இருக்கு?”

“தஞ்சாவூர்ல. விளையாடறதுக்காக ஃபிரெண்டோட பைக்குல வந்தேன்...”

“அவன போகச் சொல்லிடு... நாம கார்ல போலாம்!”

சிறுவன் உற்சாகமானான். பொட்டல் வெளியை நோக்கித் திரும்பி, “ரகு... நான் கார்ல போறேன்” என்று கத்தினான்.

ஆனந்துக்கு ஒன்றும் புரியவில்லை. கேள்வியுடன் ஃபாஸ்ட்டை நோக்கினான். கண்களாலேயே அவனை அமைதியடைய வைத்தான் ஃபாஸ்ட். மூவரும் ஏறிக் கொள்ள, “டிரைவரண்ணே... நேரா போங்க” என உற்சாகத்துடன் வழிகாட்ட ஆரம்பித்தான் சிறுவன்.

ஃபாஸ்ட்டின் புருவங்கள் ஏறி இறங்கின. காரணம், கார் செல்லும் திசையும், சீனனான சூ யென் இப்போது சென்று கொண்டிருப்பதாக அவனது லேப்டாப்பில் பொருத்தப்பட்ட ஜிபிஎஸ் அனுப்பிக் கொண்டிருந்த சிக்னலும் ஒரே இடமாக இருந்தது.

“தம்பி... உன் பேரென்ன?” சிறுவனின் தோளில் கை போட்டபடியே ஃபாஸ்ட் கேட்டான்.

“சங்கர்...”

“நைஸ் நேம். உங்கப்பா பேரு?”

“ரவிதாசன்...”

“ஆபீஸ் அட்மாஸ்ஃபியர் பிடிச்சிருக்கா தாரா?” அலுவலகம் முடிந்து கிளம்பும்போது எதிர்ப்பட்ட சட்டர்ஜி கேட்டார்.

“யா... ஒண்ணும் பிரச்னையில்லை சார்!”

“தட்ஸ் குட். மார்னிங் ஃப்ளைட் இருக்கு. மறந்துடாத. ஏழு மணிக்கு ஹாஸ்டலுக்கு கார் அனுப்பறேன்...”

“ஓகே சார்!”

“புவனேஸ்வர்ல இறங்கினதும் உன்னை பிக்கப் பண்ணிப்பாங்க. பயணம் வெற்றிகரமாக அமைய வாழ்த்துகள்...”

“தேங்க்ஸ்...”

கை குலுக்கி விடைபெற்ற தாரா, காத்திருந்த அலுவலக காரில் ஏறினாள். மும்பை போக்குவரத்தில் எந்த வாகனத்தாலும் சீற முடியவில்லை. ஊர்ந்தும், நீந்தியும் விடுதிக்கு வருவதற்குள் போதும் போதும் என்றாகிவிட்டது. மின்சார ரயிலிலேயே வந்திருக்கலாம். கூட்டம் பிதுங்கி வழிந்தாலும் நேரம் மிச்சமாகும். ஆனால், அலுவலகம் அதற்கு அனுமதிக்காது. பிரஸ்டீஜ்.

“இங்கயே இறங்கிக்கறேன்...” – தெருமுனையில் வண்டியை நிறுத்தச் சொன்னாள். ஷாப்பிங் வேலைகள் இருக்கின்றன. கையோடு முடித்துவிடலாம்.

“காலைல நீங்கதான் வருவீங்களா?”

“இல்ல மேம். மார்னிங் ஷிப்ட்ல யாராவது வருவாங்க...”

“ஓகே...” என்றபடி நடக்க ஆரம்பித்தாள். தெரு முழுக்க சின்னதும் பெரிதுமாக கடைகள். தேவையானதை வாங்கிக் கொண்டு ஹாஸ்டலுக்கு நடக்க ஆரம்பித்தாள்.

“அம்மா தாராதேவி...” என தழுதழுத்த படி ஒரு உருவம் அவள் காலில் விழுந்து வணங்கியது. திடுக்கிட்டாள் தாரா. அது வேறு யாருமல்ல, விமலானந்தாதான். சென்னை குரோம்பேட்டையில் ஆனந்தி மாமியை சந்திக்கச் செல்லும்போதெல்லாம் எப்படி அழைப்பாரோ, அப்படியே அழைத்தார். பார்த்ததும் என்ன செய்வாரோ அதையே இப்போதும் செய்தார். நமஸ்காரம். சென்னையில் இருந்தவர் எப்போது, எப்படி மும்பை வந்தார்? தன்னை எப்படி கண்டுபிடித்தார்?

தெருவில் போய்க் கொண்டிருந்த பலரும் வேடிக்கை பார்த்தனர்.

“என்ன இது... முதல்ல எழுந்திருங்க பெரியவரே” – தோள் தொட்டு தூக்கினாள்.

நின்ற விமலானந்தர், அவளைக் கையெடுத்து கும்பிட்டபடியே கதறினார். “மதுரை வெள்ளியம்பலத்துக்கு ஆபத்து வந்துடுச்சுமா... அதை தடுத்து நிறுத்தி ஈரேழு உலகத்தையும் காப்பாத்தும்மா! பரமேஸ்வர பெருந்தச்சனை நம்பாத... அவன் சொல்றபடி நாளைக்கு ஒடிசாவுக்கு போகாதே!”

7

"அங்கிள்... மாட்டுத் தொழுவத்துக்கும் கோயிலுக்கும் ஒரு தொடர்பிருக்கு. அது என்னன்னு சொல்லுங்க பார்க்கலாம்?"

சிரித்தபடி கேட்ட சங்கரை புன்னகையுடன் பார்த்தான் ஃபாஸ்ட். கார் பயணத்தில், 'சார்' போய் 'அங்கிள்' வந்திருக்கிறது.

"சங்கர், சும்மா தொண தொணக்காம வா! உங்க வீட்டை நெருங்கிட்டோமா இல்லையா... அதைச் சொல்லு முதல்ல" – எரிந்து விழுந்த ஆனந்தை அழுத்தமாகப் பார்த்தான் ஃபாஸ்ட். எல்லாவற்றிலும் அவசரப்படுகிறான். தேடலில் இருப்பவனுக்கு நிதானம் அவசியம். எந்த திசையிலிருந்தும், எவர் வாயிலிருந்தும் துப்பு கிடைக்கலாம். யாரையும், எதற்காகவும் குறைத்து எடை போடக் கூடாது. அதுவும் சர்வ சாதாரணமாக போர் விமானத்தை விளையாட்டுப் பொருளாக பயன்படுத்தும் சிறுவனையும், அவன் தந்தையையும் மதிக்க வேண்டும். தந்தை சொல்லத் தயங்கும், அல்லது சொல்ல மறுக்கும் விஷயத்தை மகன் உளறிக் கொட்டலாம். இது ஏன் இவனுக்குப் புரியவில்லை?

"பக்கத்துல வந்துட்டோம் சார்..." – முக வாட்டத்துடன் பதிலளித்த சங்கரை தட்டிக் கொடுத்தான் ஃபாஸ்ட்.

"அவரு ஏதோ டென்ஷன்ல இருக்காரு. விடு. நீ சொல்லு... நான் கேட்கறேன்!"

துள்ளிக் குதித்தபடி பேச ஆரம்பித்தான் சங்கர். "வேட்டையாடிட்டு இருந்த மனுஷங்க, விவசாயம் பார்க்க ஆரம்பிச்சாங்க இல்லையா? அப்ப, மாடுங்கதான் செல்வமா இருந்தது. அதனாலயே மாடுகளை தெய்வமா மதிச்சாங்க. அதுங்களை பாதுகாக்க மூங்கில், முள் மாதிரியான பொருட்களை வச்சு வேலி கட்டினாங்க. நுழைவு வாயில்னு ஒரு பகுதி சின்னதா இருக்கும். அது வழியாதான் மாடுங்க போகும், வரும். இந்த

மாடல்தான் பின்னாடி பௌத்த ஸ்தூபிங்க உருவாகவும், கோயில் கோபுர வாயில் கட்டப்படவும் காரணம் அங்கிள்...''

''இதெல்லாம் உங்க அப்பா சொன்னாரா?''

''கரெக்டா கண்டுபிடிச்சிட்டீங்களே..? புதுசா வீடு கட்டிக் குடி போறவங்க, முதல்ல பசுமாட்டை வீட்டுக்குள்ள அழைச் சுட்டுப் போகக் கூட இதுதான் காரணமாம். தூய தமிழ்ல மாட் டுத் தொழுவத்தை, 'மாட்டுக் கொட்டில்'னுதான் சொல்றோம். இதுல 'கொட்டில்'ங்கிற சொல்லுக்கு என்ன அர்த்தம் தெரியுமா? கோபுர வாயில்! நல்லா இருக்கு இல்லையா அங்கிள்? அத னாலதான் கோயில் கோபுரல நிலைப்படில லட்சுமி, கர்ப்பக் கிரகத்துல சாமி, வாயில்ல சங்க நிதி, பதும நிதி மாதிரியான உருவங்களோட வாயிற் காவலர்களான துவார பாலகர்களோட சிற்பத்தையும் வடிச்சிருக்கோமாம். ஏன் தெரியுமா..?''

''எனக்கென்ன தெரியும் சங்கர்... நீயே சொல்லு!''

''மாடுகளுக்குள்ளதான் லட்சுமியும், பிரம்மா, விஷ்ணு, சிவன்ங்கற மும்மூர்த்திகளும் வசிக்கறதா முன்னாடி நம்பி னாங்களாம். இதை வலியுறுத்தத்தான் கோயில்ல சிற்பங்களை செதுக்கறாங்களாம். மாட்டுத் கொட்டிலைப் பாதுகாக்க காவ லர்கள் இருப்பாங்க இல்லையா? மத்தவங்க யாரும் மாடுகளை தூக்கிட்டு போகக் கூடாதுனு ராப் பகலா கண்விழிச்சு பாது காப்பாங்க இல்லையா? அவங்கதான் துவார பாலகர்கள்..!''

கண்கள் விரியப் பேசிய சங்கரை, ஆழமாகப் பார்த்துக் கொண்டே இருந்தான் ஃபாஸ்ட். நிச்சயம் இவனது தந்தை ரவிதாசன் லேசுப்பட்ட ஆளில்லை.

''மந்திரங்கள் கூட அப்படித்தான் அங்கிள். அது சாமியை வணங்கற விஷயம் இல்லை. ஏன்னா, சாமின்னு ஒண்ணே கிடையாது. இப்ப 'கோபி பாக்யா மதுவ்ரதா; சிருங்கிசோ தாதி சந்திகா; கால ஜீவிதா கடவா; கால ஹலா ரசந்தரா...' ஸ்லோ கத்தையே எடுத்துக்குங்களேன். கிருஷ்ணரை வணங்கற பாட் டாதான் இதை எல்லாரும் நினைச்சுட்டு இருக்காங்க. ஆனா, இந்த மந்திரத்துக்குப் பின்னாடி வேறொரு விஷயம் இருக்கு. தெரிஞ்சா ஆடிடுவீங்க... டிரைவர் சார்... இந்தத் தெருதான்... அதோ நாலாவது வீடு. நிறுத்துங்க... நிறுத்துங்க...''

டிரைவர் காரிலேயே அமர்ந்திருக்க, மற்ற மூவரும் இறங்கி னார்கள். ''உள்ள வாங்க அங்கிள்...'' என ஃபாஸ்ட்டையும், ஆனந்தையும் வீட்டுக்குள் கூட்டிச் சென்ற சங்கர், ஹாலில் இருந்த பிளாஸ்டிக் நாற்காலியில் அமர வைத்தான்.

''இருங்க... அப்பாவை கூட்டிட்டு வர்றேன். அப்பா... அப்பா... உங்களைப் பார்க்க ரெண்டு பேர் வந்திருக்காங்க...'' என்றபடி வீட்டுக்குள் ஓடினான். ஜன்னல் வழியே தெரிந்த

மாட்டுத் தொழுவத்தை ஃபாஸ்ட்டின் கண்கள் அலச ஆரம்பித்தன.

ரவிதாசனின் காது மடல்கள் ஏறி இறங்கின.

"இங்கயே இரு. என் பையன் கூப்பிடறான்..." என்று நகர ஆரம்பித்தவன் நின்றான்.

"சாப்பிட்டியா சூ யென்?"

"ம்..."

"வரும்போது மோர்ல பெருங்காயம் போட்டுக் கொண்டு வர்றேன்..." என்றபடி வந்த திசைக்கு எதிர்த் திசையில் இருந்த சுவரைப் பிளந்து வெளியேறினான் ரவிதாசன். பாதாள அறைக்கு இன்னொரு வழி. அநேகமாக அது வீட்டின் ஏதோ ஓரிடத்தை அடையக்கூடும்.

பாதாள அறையிலிருந்த நடராஜரையே உற்றுப் பார்த்தான் சூ யென். 'நான் செல்லும் இடத்தை அறிவதற்காக என் லேப்டாப்பில் எவனோ எதையோ பொருத்தியிருக்கிறான். அதை எப்படி நடராஜர் சிலை உணர்ந்தது? ஒருவேளை என்னைப் பின்தொடர்பவன் அந்த ஜெர்மானியனாக இருப்பானோ? இருக்கும். எதைக் கைப்பற்ற நாம் வந்திருக்கிறோமோ, அதே பொக்கிஷத்தை எடுக்கத்தானே அவனும் வந்திருக்கிறான்? எனவே ஜிபிஎஸ்ஸை சாஃப்ட்வேர் வழியாக எனது லேப்டாப்புக்குள் அவன் இறக்கியிருக்க வேண்டும். இந்த பாதாள அறையில் இருந்தபடி அந்த சாஃப்ட்வேரை க்ளீன் செய்ய முடியாது. ஒன்றும் பிரச்னையில்லை. இரவில் அதை எடுத்துவிடலாம்.'

அவன் கண்கள் நடராஜர் சிலையிலிருந்து அகலவில்லை. மயிலாடியில் அவன் பார்த்த நடராஜர் சிலை போலவே இதுவும் இருந்தது. என்ன... அது கல். இது செம்பு. அங்கு இடது காலை உயர்த்தியபடி நடனம். இங்கு வலது கால். மதுரையில் மட்டுமே காணக் கிடைக்கும் நடராஜரின் பிம்பம். யார் கண்டது, இது மதுரையில் இருக்கும் நடராஜரின் Back Up ஆக இருக்கலாம். அல்லது... அல்லது...

சூ யென்னின் நெற்றிப் பொட்டில் வியர்க்க ஆரம்பித்தது. ஒருவேளை இங்கிருக்கும் நடராஜர் ஒரிஜினலாக இருந்து, மதுரை மீனாட்சியம்மன் கோயிலில் இருப்பது Back Up ஆக இருந்தால்..?

ஒரு முடிவுடன் தன் தோள் பையைத் திறந்து, சாம்பல் நிற ஜெர்கினை எடுத்து அணிந்தான். பச்சை நிற கிளவுசை கைகளில் மாட்டிக் கொண்டான். உதடுகளில் புன்னகை தவழ, பீடத்தின் மீதிருந்த நடராஜரை இன்ச் பை இன்ச் ஆக உச்சி முதல் உள்ளங்கால் வரை தடவ ஆரம்பித்தான்.

சூ யென் இப்படி தடவத் தடவ... நடராஜரின் பிம்பம் அவன் கைகளில் இருந்த கிளவுஸ் வழியே ஸ்கேன் ஆகி ஜெர்கினின் கைப் பகுதியை அடைந்தது. கைப்பகுதியில் இருந்த 'வை ஃபை' ஸ்கேன்

செய்யப்பட்ட பிம்பத்தை அப்படியே உள்வாங்கி, ஆட்டோமேடிக் காக மின்னஞ்சல் செய்தது.

அந்த மின்னஞ்சல், ஒடிசாவில் இருந்த ஒரு நிறுவனத்தின் பிரின் டரை அடைந்ததும் அந்த ஆச்சரியம் நிகழ ஆரம்பித்தது. யெஸ், தன்னுள் இருந்த பீங்கானை அந்த பிரின்டர் செதுக்க ஆரம்பித்தது.

பாதாள அறையில் இருந்தபடி சூ யென் நடராஜரை முழுமையா கத் தடவி முடிக்கவும், ஒடிசாவில் இருந்த அந்த பிரின்டர், பீங்கானில் அச்சு அசலாக அதே போன்ற நடராஜரை செதுக்கி முடிக்கவும் சரியாக இருந்தது.

சூ யென் அணிந்திருந்த பச்சை நிற க்ளவுஸ், 3டி ஸ்கேனர்; ஒடி சாவில் இருந்த பிரின்டர், 3டி பிரின்டர்!

அந்த பிரின்டர் இருந்த இடத்துக்கு நேர் கீழேதான் மகாபாரத கர்ணன் அடக்கம் செய்யப்பட்டிருக்கிறான்.

பங்களாவுக்குள் ருத்ரனும் விஜயலட்சுமியும் நுழையவும் தொலை பேசி ஒலிக்கவும் சரியாக இருந்தது. விஜயலட்சுமியிடம் சைகை காண்பித்துவிட்டு பூஜையறை சென்றான் ருத்ரன்.

ரோஜாவும், மல்லியும் கலந்த மணம் அவனை வரவேற்றது. சாம்பிராணியும், ஊதுவத்தியும் நாசியைக் கடந்து இதயத்தை நிரப் பியது. நடுநாயகமாக வீற்றிருந்த மூன்றடி உயர வெள்ளித் தேரினுள் மகாமேருவை பயபக்தியுடன் திரும்பவும் வைத்தான். கூடையில் இருந்த சாமந்தியையும், செவ்வரளிப் பூவையும் எடுத்து அர்ச்சனை செய்தான். சாஷ்டாங்கமாக விழுந்து அவன் நமஸ்காரம் செய்யவும், விஜயலட்சுமி நுழையவும் சரியாக இருந்தது.

“ரவிதாசன் வீட்டுக்கு ரெண்டு வெளிநாட்டுக்காரங்க வந்திருக் காங்களாம்...” – சொன்ன விஜயலட்சுமியை அதிர்ச்சியுடன் பார்த்த ருத்ரன், வெள்ளித் தேருக்கு அருகிலிருந்த மரப்பெட்டியைத் திறந்து அதிலிருந்த வாளை எடுத்து கண்களில் ஒற்றிக் கொண்டான். ரவி தாசனின் பெயரைக் கேட்டதும் கொந்தளித்த உணர்ச்சிகள், மெல்ல மெல்ல அடங்கின. பிற்கால சோழ சாம்ராஜ்யத்தை நிறுவிய விஜ யாலய சோழனின் வாள், அலைபாய்ந்த அவன் மனதை சமன்படுத் தியது. வாளைப் பெட்டியில் வைத்து மூடினான்.

“கோனார் போன் பண்ணினாரா?”

“ஆமா. நீங்க சொன்னதுலேந்து ரவிதாசன் வீட்லதான் அவர் வேலை பார்த்துட்டு இருக்கார். முதல்ல ரவிதாசன் ஒருத்தனை அழைச்சுட்டு வந்தானாம். பார்க்க சீனாகாரன் மாதிரி அவன் இருந் தானாம். அப்புறம் ஒரு மணி நேரத்துல அவன் பையன் சங்கர், இன்னொரு வெளிநாட்டுக்காரனை கார்ல கூட்டிட்டு வந்தானாம்...”

“சங்கர் அவ்வளவு பெரியவனா வளர்ந்துட்டானா?”

“ம்... பத்தாவது படிக்கிறான்...”

“நான் போறப்ப அவன் கைக்குழந்தை...” – இமைகளை மூடி சொன்ன ருத்ரன், “ஆபத்து எல்லாம் ஒரே புள்ளில சேர ஆரம்பிச்சுடுச்சு. இனி, ஆயி சொன்ன வேலையை செய்ய ஆரம் பிச்சிட வேண்டியதுதான்” என்றான்.

“ஏங்க, அந்த ‘விமானிகா சாஸ்திரா’ நூல்..?” – தயக்கத்துடன் கேட்டாள் விஜயலட்சுமி.

“அதான் திருடு போனதை மறந்துடுன்னு அங்கயே சொன்னனே... இனிமே அந்த விஷயத்தை ஆயி பார்த்துப்பாங்க. எப்ப பொக்கி ஷத்தை களவாட வெளிநாட்டுக்காரங்க வர ஆரம்பிச்சுட்டாங்களோ, அப்பவே பரமேஸ்வர பெருந்தச்சனும் களத்துல குதிச்சுட்டான். அதை நமக்கு தெரியப்படுத்தத்தான் சுரங்கத்துக்கு முதல்ல ஆயி போகச் சொன்னாங்க...”

“அடுத்து என்னங்க செய்யறது?”

“சூரியன் அஸ்தமனம் ஆகற நேரத்துல நீ பெரிய கோயிலுக்குப் போ...”

“போயி..?”

“புல்தரைல உட்காரு. ஒருத்தங்க உன்னை சந்திக்க வருவாங்க. நம்ம அடையாள வார்த்தையை சொல்வாங்க. அவங்களை வீட்டுக்கு கூட்டிட்டு வா...”

“நீங்க?”

“கோனாரை பார்க்கப் போறேன். ரவிதாசன் வீட்ல என்ன நடந் ததுன்னு எனக்குத் தெரியணும்...”

“ஜாக்கிரதையா போயிட்டு வாங்க...”

“ஆயியோட ஆசி இருக்கறப்ப நமக்கு என்ன கவலை?”

“அதுவும் சரிதான். வந்து... ஒரு விஷயம் தெரிஞ்சுக்கலாமா?”

“தாராளமா...”

“கோயில்ல நான் சந்திக்கப் போறது யாரைங்க?”

கேட்ட விஜயலட்சுமியை தீர்க்கமாக பார்த்தபடி ருத்ரன் சொன்னான்...

“குந்தி...”

“என்ன இது? முதல்ல எழுந்திருங்க...” – தோள் தொட்டு விம லானந்தரைத் தூக்கி நிறுத்தினாள் தாரா.

நின்ற விமலானந்தர், அவளைக் கும்பிட்டபடியே கதறினார். “மதுரை வெள்ளியம்பலத்துக்கு ஆபத்து வந்துடுச்சும்மா... அதை தடுத்து நிறுத்தி ஈரேழு உலகத்தையும் காப்பாத்தும்மா. பரமேஸ் வர பெருந்தச்சனை நம்பாத. அவன் சொல்றபடி ஒடிசாவுக்கு போகாத...”

“முட்டாள்தனமா நடந்துக்காதீங்க பெரியவரே! எல்லாரும் பாக்கறாங்க...”

“பாக்கட்டும்... நல்லா பார்க்கட்டும்... நீங்க மட்டும் நான் சொல்றதை நம்புங்கம்மா. இந்த ஸ்லோகத்தை நல்லா பாருங்க... உங்களுக்கே நான் சொல்ல வர்றது புரியும்’’ என்றபடி அவள் கையில் ஒரு காகிதத்தைத் திணித்துவிட்டு மடமடவென்று ரயில்வே ஸ்டேஷனை நோக்கி விமலானந்தர் நடக்க ஆரம்பித்தார்.

அவரை பிடிக்கப் பாய்ந்த ஹாஸ்டல் காவலாளியை நிறுத்தினாள் தாரா.

“விடுங்க... அவரு கொஞ்சம் மெண்டலி டிஸ்டர்ப்டு பர்சன்...” என்று சொல்லிவிட்டு ஹாஸ்டலுக்குள் நுழைந்தாள். தெருவில் சென்ற பல ஜோடிக் கண்கள் தன் முதுகைத் துளைப்பதை அவளால் உணர முடிந்தது.

அறைக்குள் வந்தவள், விமலானந்தர் தன் கையில் திணித்த காகிதத்தைப் பிரித்தாள். ‘கோபி பாக்யா மதுவ்ரதா; சிருங்கிசோ தாதி சந்திகா; கால ஜீவிதா கடவா; கால ஹலா ரசந்தரா...’ என்ற ஸ்லோகம் அதில் எழுதப்பட்டிருந்தது. கிருஷ்ணருக்கு உரிய மந்திரம் அது. சிறுவயதில் அவள் அப்பா அந்த ஸ்லோகத்தை சொல்லிக் கொடுத்திருக்கிறார்.

அவளை அதிர்ச்சியடைய வைத்தது அந்த ஸ்லோகம் அல்ல. அதற்குக் கீழே எழுதப்பட்டிருந்த வரிகள்தான். அதைப் படிக்கப் படிக்க அவள் இதயம் தடதடக்க ஆரம்பித்தது. இதை எதற்காக விமலானந்தர் தன்னிடம் கொடுத்தார்?

மீண்டும் அந்த வரிகள்மீது தன் பார்வையைப் பதித்தாள்.

‘சமஸ்கிருதத்தில் உள்ள இந்த ஸ்லோகம் உண்மையில் கிருஷ்ணருக்கான மந்திரம் அல்ல. சொல்லப் போனால் இது ஸ்லோகமே அல்ல. சமஸ்கிருதத்தில் ஒவ்வொரு எண்ணுக்கும் ஒரு சொல் உண்டு. அதைத்தான் இந்த மந்திரம் பிரதிபலிக்கிறது. உதாரணமாக ‘கோ’ எனும் சொல், 3ஐ குறிக்கும். அதேபோல் ‘பி’ என்பது 1ஐயும், ‘பாக்’ 4ஐயும், ‘யா’ 1ஐயும் குறிக்கும். இப்படியே இந்த முழு மந்திரத்துக்கான எண்களைப் பிரித்து எழுதினால், 31415926535897932384626433832792 என்று வரும்.

ஒரு வட்டத்தின் சுற்றளவுக்கும் அதன் விட்டத்துக்கும் உள்ள விகிதத்தினை துல்லியமாக தசம எண் வரை கணக்கிட முடியும். இந்த எண்ணையே நவீன கணிதம், ‘பை’ என வரையறுக்கிறது. இது 31 எண்களில் முடியக் கூடியது. அந்த எண்ணைத்தான் இந்த மந்திரம் குறிப்பிடுகிறது...’

8

"அப்பா, இவர்தான் உங்களை பார்க்கணும்னு சொன்னது..."

மாட்டுத் தொழுவத்தை ஜன்னல் வழியே ஆராய்ந்து கொண்டிருந்த ஃபாஸ்ட், தனக்குப் பின்னால் ஒலித்த குரலைக் கேட்டு திரும்பினான். கண்களில் மலர்ச்சியுடன் சங்கர் நின்று கொண்டிருக்க, அவன் அருகில் ரவிதாசன்.

"வணக்கம் மிஸ்டர் ரவிதாசன். என் பேரு ஃபாஸ்ட். கோயில் சிற்பங்கள் தொடர்பா நூல் எழுதறதுக்காக ஜெர்மனிலேர்ந்து வந்திருக்கேன். இவன், ஆனந்த். என்னோட உதவியாளன்..."

பிசிறில்லாமல் தமிழில் பேசிய ஃபாஸ்ட்டை கண்களால் அளவிட்டபடியே கைகுலுக்கிய ரவிதாசன், "ஃபாஸ்ட்? இந்தப் பேருல உங்க நாட்டைச் சேர்ந்த கதே, ஒரு நாடகம் எழுதியிருக்கார் இல்லையா?" என்றான்.

"யெஸ்... படிச்சிருக்கீங்களா?"

"ம்... கிட்டத்தட்ட அறுபது ஆண்டுகள் அந்த நாடகத்தைத் திரும்பத் திரும்ப கதே எழுதினதாவும், ஆனாலும் அவருக்கு திருப்தியில்லாம அதை ஓரமா போட்டு வச்சிருந்ததாவும், கடைசில அவரு இறந்த பிறகு அவரோட நண்பர்கள் அதை பிரசுரம் செஞ்சதாவும் கேள்விப்பட்டிருக்கேன். உட்காருங்க. ஆனந்த், நீங்களும்தான்..." என கை காட்டிவிட்டு எஞ்சியிருந்த பிளாஸ்டிக் நாற்காலியில் அமர்ந்தான் ரவிதாசன்.

"அங்கிள், நீங்க டீ குடிப்பீங்க இல்லையா? சார்... உங்களுக்கும் ஓகேதானே? அம்மா... நாலு டீ..." – உள்நோக்கிக் குரல் கொடுத்த படியே ஓடினான் சங்கர்.

"சொல்லுங்க ஃபாஸ்ட். என்ன விஷயமா என்னைப் பார்க்க வந்திருக்கீங்க?"

"பெருசா ஒண்ணுமில்லை ரவிதாசன். நானும் ஆனந்தும் தஞ்சை பெரிய கோயிலை பார்க்க வந்துக்கிட்டு இருந்தோம்..."

“ம்…”

“அப்ப எங்க காரை ஒரு பொம்மை விமானம் கடந்துச்சு. அதை நீங்க செஞ்சி தந்ததா சங்கர் சொன்னான்…”

“ஆமா… அதுக்கென்ன?”

“அது மாதிரி நிறைய செய்வீங்களா?”

“என் பையன் விளையாட மட்டும் செஞ்சு தருவேன். எதுக் காக கேட்கறீங்க..?”

“இல்ல… அது பார்க்க போர் விமானம் மாதிரி இருந்தது!”

“மாதிரி எல்லாம் இல்லை. போர் விமானமேதான். பரத்வாஜ மகரிஷி பல்லாயிரம் வருஷங்களுக்கு முன்னாடி எழுதின நூல்ல இருந்த குறிப்பை வச்சு உருவாக்கின பொம்மை அது…”

“அந்த புக் உங்ககிட்ட இருக்கா?”

“இருந்தது. ஒரு நண்பர் கேட்டார்னு அவர்கிட்ட கொடுத்தி ருக்கேன்…”

“அந்த நண்பர் எங்க இருக்காரு?”

“இப்ப தஞ்சாவூர்ல இல்ல…” என்று சிரித்த ரவிதாசன், “கோயில் சிற்பங்களைப் பத்தி புக் எழுத வந்திருக்கிற நீங்க, இப் படி போர் விமானங்கள் பக்கம் திரும்பிட்டீங்களே?” என்றான்.

நிமிர்ந்து உட்கார்ந்தான் ஃபாஸ்ட். எச்சரிக்கையுடன் பேச வேண்டும். “ஜஸ்ட் ஒரு ஆர்வம்தான். நாம இப்ப பயன்படுத்தற எல்லா பொருட்களைப் பத்தியும் அந்தக் காலத்துலயே எழுதி வச் சிருக்காங்கன்னு நினைக்கிறப்ப ஆச்சர்யமா இருக்கு…”

“இதுல அதிசயப்பட ஒண்ணும் இல்ல. எல்லா காலத்துலயும் எல்லா துறைகளும் வளர்ந்துக்கிட்டுத்தான் இருக்கு…” என முற் றுப்புள்ளி வைத்தான் ரவிதாசன்.

விடுவதாக இல்லை ஃபாஸ்ட். “அந்தக் காலத்துல நாளந்தா பல்கலைக்கழகத்துல எல்லா துறைகளைப் பத்தியும் கத்துத் தந் தாங்க இல்லையா?”

“ஆமா…”

“நாளந்தா பல்கலைக்கழகத்துக்கு முன்னாடியே தக்ஷீலானு ஒரு யுனிவர்சிட்டி இயங்கி வந்ததா சொல்றாங்களே..?”

“அப்படியா? எனக்குத் தெரியலை…”

“என்ன ரவிதாசன், இப்படி சொல்லிட்டீங்க. இன்றைய பாகிஸ் தான்ல இருக்கிற ராவல்பிண்டிக்கு பக்கத்துல கி.மு ஆயிரத்துல இந்த யுனிவர்சிட்டி இயங்கி வந்ததாவும், 68 துறைகள்ல பாடங்கள் கற்பிக்கப்பட்டதாவும் நான் படிச்சிருக்கேனே…”

“எனக்குத் தெரியலை. டீ குடிங்க…”

சங்கர் கொடுத்த தேநீரை ரவிதாசனும், ஃபாஸ்ட்டும், ஆனந் தும் எடுத்துக் கொண்டார்கள். டிரைவரிடம் ஒரு கோப்பையை கொடுப்பதற்காக காரை நோக்கிச் சென்றான் சங்கர்.

“அதே மாதிரி, தக்ஷீலாவுக்கு முன்னாடியே ஒரு பல்கலைக் கழகம் ஒடிசாவுல இருந்ததாவும் சொல்றாங்க. அது மகாபாரத காலகட்டத்தைச் சேர்ந்ததாம். சூரியனுக்குள்ள ஊடுருவற கனிமத் தைப் பத்தி தெரிஞ்சவங்க அங்க ஆசிரியர்களா இருந்தாங்களாம். புகையை ஆயுதமாக்கி மனுஷங்களை தாக்கற வித்தைலயும் அவங்க கைதேர்ந்தவங்களாம்...”

“சாரி ஃபாஸ்ட். நீங்க சொல்ற எந்த விஷயமும் எனக்கு தெரி யலை... புரியலை...” என்று எழுந்தான் ரவிதாசன்.

விடை கொடுக்கிறான். மனதுக்குள் பொங்கிய உணர்ச்சியை அப்படியே புதைத்தபடி ஃபாஸ்ட் நிமிர்ந்து நின்றான். “தஞ்சாவூர் லதான் தங்கியிருப்பேன். அடிக்கடி உங்களை தொந்தரவு பண்ண வருவேன்...”

“ஆல்வேஸ் வெல்கம்...”

ஆனந்த் பின்தொடர காரை நோக்கிச் சென்ற ஃபாஸ்ட், திரும்பி ரவிதாசனின் வீட்டையும், அருகிலிருந்த மாட்டுத் தொழு வத்தையும் பார்த்தான். புரியாத பல விஷயங்கள் புரிவது போல் இருந்தன. சங்கரிடம் விடை பெற்றபடி காரில் ஏறினான். கண் ணாடியை இறக்கிவிட்டு புன்னகையுடன் ரவிதாசனுக்குக் கேட் கும்விதமாக குரலை உயர்த்தினான்.

“ஒடிசாவுல இருந்த பல்கலைக்கழகத்தோட முகப்பு, உங்க வீடு மாதிரியேதான் இருக்கும்...”

ஒடிசா செல்வதற்காக பேக்கிங் வேலையை முடித்த தாரா, விம லானந்தர் தன் கையில் திணித்த காகிதத்தை மீண்டும் படித்தாள். கிருஷ்ணருக்கான ஸ்லோகம். அதற்கு விளக்கமாக சில எண்கள். அதுவும் ஒரு வட்டத்தின் சுற்றளவு விகிதத்தினை, விட்டத்தின் வழியாகக் கணக்கிட முடியும் என்ற குறிப்பு வேறு. விட்டால், சூரியனும் வட்டம்தான். அதன் விட்டத்தையும் இப்படி கணக்கிட முடியும் என்று சொல்வார்கள் போலிருக்கிறது. இருந்தாலும் இந்த ‘மந்திரக் கணக்கு’ சுவாரஸ்யமாகத்தான் இருக்கிறது.

மனநிலை பிறழ்ந்த மனிதராக இப்போது விமலானந்தரைக் கருத முடியவில்லை. மும்பைக்கு தான் வந்த விஷயமே அவருக்குத் தெரியாது. ஹாஸ்டல் விலாசம் தெரிந்திருக்க சான்ஸே இல்லை. அப்படியிருந்தும் தன்னைத் தேடி வந்திருக்கிறார். மதுரைக்கு ஏதோ ஆபத்து என அறிவிக்கிறார். எதற்காக இப்படி அவர் செய்ய வேண்டும்? அதுவும் சென்னை குரோம்பேட்டையில் சொன்ன தையே திரும்பவும் மும்பை வந்து சொல்ல வேண்டும்? தனக்கும் அவருக்கும் என்ன தொடர்பு?

புருவங்கள் முடிச்சிட, பைஜாமா பாக்கெட்டில் கைவிட்டபடி அறையில் குறுக்கும் நெடுக்குமாக நடந்தாள். அனிச்சையாக

டி–ஷர்ட்டை இழுத்து விட்டபடியே டீப்பாயின் மீதிருந்த செப் பேட்டை நோட்டமிட்டாள். முதலில் வந்த பார்சல். குருக்ஷேத்திர போரில் பங்கேற்ற பாண்டிய மன்னனின் வம்சத்தைக் காப்பாற்ற வேண்டும் என அரக்கினால் அதில் அடிக்கோடிட்டு காட்டப் பட்டிருந்தது. இதை அனுப்பியது, தன் அப்பா என முதலில் நினைத்தோம். அப்படியில்லை என்பது இரண்டாவது பார்சல் வந்தபோது புரிந்தது.

பரமேஸ்வர பெருந்தச்சன்...

யார் இவர்? தன் அப்பா வாங்கிய சிம் கார்டை இவர் ஏன் பயன்படுத்த வேண்டும்? 'மகாமேரு கன்ஸ்ட்ரக்ஷ'னில் தன்னை வேலைக்கு அமர்த்த இவர் ஏன் முயற்சிக்க வேண்டும்? ஸ்படிக மகாமேருவை பரிசாகக் கொடுத்து, 'ஒடிசாவுக்கு செல்லும்போது இதை மறக்காமல் கொண்டு போ. பூட்டைத் திறப்பதற்கான சாவி இதுதான்' என்று ஏன் செல்போனில் அழைத்து சொல்ல வேண் டும்? அது என்ன பூட்டு? எதைப் பூட்டி வைத்திருக்கிறார்கள்? ஸ்படிக மேரு எப்படி சாவியாகும்? ஸ்படிகம் என்பதே கண்ணா டிதானே? அது உடைந்துவிடாதா? இந்த பரமேஸ்வர பெருந்தச் சனை நம்பாதே என்கிறார் விமலானந்தர். எனில், இவரை அவ ருக்குத் தெரிந்திருக்க வேண்டும். அப்படியானால் உண்மையில் விமலானந்தர் யார்..?

அலைபாய்ந்த கேள்விகளை நங்கூரமிட்டு நிறுத்தினாள் தாரா. சம் திங் ஃபிஷி. ஏதோ ஒன்று தன்னைச் சுற்றி நடக்கிறது. எவற்றின் நடமாடும் நிழலாகவோ தான் இருக்கிறோம். தன்னை வைத்து எதையோ சாதிக்க நினைக்கிறார்கள். அது என்ன என்று தெரியாத வரையில் இப்படி திடீர் திடீரென்று ஏதாவது நடந்து கொண்டுதான் இருக்கும். ஒருவேளை அனைத்துக்குமான விடை ஒடிசாவில் கிடைக்கலாம். யார் கண்டது... அங்கும் விமலானந்தர் வந்து "மதுரை வெள்ளியம்பலத்துக்கு ஆபத்து வந்துடுச்சும்மா... ஈரேழு உலகத்தையும் காப்பாத்தும்மா..." என வலது காலை உயர்த்தி நடராஜர் போல் போஸ் கொடுத்தபடி தழுதழுக்கலாம், கதறலாம்.

உதட்டைக் கடித்தபடி அறையிலிருந்த ஏசியின் அளவை ரிமோட்டால் குறைத்துவிட்டு சிந்தனையில் ஆழ்ந்தாள். அப்போது –

அவளுக்கு பின்புறம் இருந்த சுவரில் பொருத்தப்பட்டிருந்த ஸ்பி லிட் ஏசியில் இருந்து மெல்ல மெல்ல புகை கசிய ஆரம்பித்தது. ஆனால், இறங்க ஆரம்பித்த புகை அறையை சூழவில்லை. சொல் லப்போனால் முன்னோக்கியோ, பின்னோக்கியோ நகரவில்லை. பதிலாக வளைந்து, நெளிந்து கதாயுதமாக உருவெடுத்தது. அது வும், மகாபாரதத்தில் பீமன் பயன்படுத்திய ஆயுதம் போலவே அது இருந்தது.

அந்த புகையாலான கதாயுதம் முழுமை பெற்றதும், தாராவின் பின் மண்டையை பிளப்பதற்காக காற்றைக் கிழித்தபடி வேகமாக வர ஆரம்பித்தது.

ரவிதாசன் கொடுத்த மோரைப் பருகினான் சூ யென். பாதாள அறையிலிருந்து எந்த வழியாக தன் வீட்டுக்கு அவன் சென் றானோ, அதே வழியாகவே திரும்பியிருந்தான்.

"என் பையன் ஒரு ஜெர்மானியனை கூட்டிட்டு வந்தான். பேரு ஃபாஸ்ட். உனக்கும் இவனை தெரிஞ்சிருக்கும்னு நினைக்கறேன்..."

"ம்... மின்னஞ்சல்ல போட்டோ வந்தது!"

"மேற்கத்திய தொன்மத்துல ஒரு அறிவாளி இருந்தான். அவன் பேரும் ஃபாஸ்ட்தான். சகல கலைகளும் அவனுக்கு அத்துப்படி. எல்லா வித்தைகளையும் கரைச்சு குடிச்சவன். ஆனா, சாத்தா னோட உறவு கொண்டவன். 'டீல் வித் த டெவில்'ங்கற வாக்கியமே அவனை வச்சுத்தான் வந்தது. அப்படிப்பட்டவனோட பேர்தான் இவனுக்கும். அதுமட்டுமில்ல... புராண ஃபாஸ்ட் மாதிரியே இவனும் புத்திசாலியா இருக்கான். கோயில் சிற்பங்களைப் பத்தி புத்தகம் எழுதறதா சொல்லிட்டு 'தக்ஷீலா பல்கலைக்கழகம்' பத்தி யும், 'கலிங்கத்து யுனிவர்சிட்டி' பத்தியும் என்கிட்ட துருவித் துருவி கேட்டான். தெரியாதுன்னு சொல்லிட்டேன். நம்பினா மாதிரி தெரியலை. எப்படியும் திரும்ப வருவான். சரி, பிட்சு கொடுத்த சுவடிகளைக் கொடு..."

தன் பையிலிருந்து ஓலைச்சுவடிகளை எடுத்து சூ யென் கொடுத்தான்.

"இமயமலை பக்கத்துல கிடைச்ச இந்த சுவடிங்க, ஒடிசா... அதான் கலிங்க யுனிவர்சிட்டிக்கு சொந்தமானது" என்றபடியே அவற்றைப் புரட்டிய ரவிதாசனின் கண்கள் விரிந்தன. "புகையை எப்படி ஆயுதமா பயன்படுத்தணும்னு இதுல விவரிச்சிருக்காங்க..."

"தெரியும். பிட்சு சொன்னார்..."

"படிச்சாரா?"

"ஸ்கேன் செஞ்சும் வச்சிருக்கார்..."

"அதாவது, இந்த நடராஜரை நீ 3டி ஸ்கேன் செஞ்சா மாதிரி..."

சூ யென் தலை கவிழ்ந்து அமைதியாக இருந்தான்.

"இது செம்பு சிலை. மின்சாரத்தைக் கடத்தற சக்தி செம்புக்கு உண்டு. அதனாலதான் உன் லேப்டாப்புல எவனோ ஜிபிஎஸ்ஸை பொருத்தினதையும் இந்தச் சிலை கண்டுபிடிச்சுது. இப்ப நீ ஸ்கேன் செஞ்சதையும் காட்டிக் கொடுத்திருக்கு..." என்றபடி ரவி தாசன் சிரித்தான். அந்தப் புன்னகையில் சூ யென்னும் கலந்து கொண்டான்.

"சரி, வா... போகலாம்!"

"எங்க?"

"பரமேஸ்வர பெருந்தச்சனை சந்திக்க..."

"மயிலாடிக்கா?"

"இல்ல. சோழ இளவரசனும், ராஜராஜ சோழனோட அண்ண னுமான ஆதித்ய கரிகாலன் கொலை செய்யப்பட்ட இடத்துக்கு..."

விஜயலட்சுமிக்கு இருப்புக் கொள்ளவில்லை. தஞ்சை பெரிய கோயிலுக்கு அவள் வந்து அரை மணி நேரமாகிவிட்டது. புல்தரையில்தான் அமர்ந்திருக்கிறாள். ஆனால், இன்னும் 'குந்தி'யைக் காணவில்லை. சூரியன் மறையும் நேரத்துக்கு அவள் வருவாள் என்று ருத்ரன் சொல்லியிருந்தார். சூரியன் மறைந்து இருளும் சூழ ஆரம்பித்துவிட்டது. கோயில் எங்கும் மெர்க்குரிப் பூக்களும் பூத்துவிட்டன. என்றாலும் இன்னும் யாரும் அவளைத் தேடி வரவில்லை. ஒருவேளை வேறு இடத்தில் அமர்ந்திருக்கி றார்களோ? வாய்ப்பில்லை. இதுதான் சந்திப்புக்கான இடம். அது நிச்சயம் 'குந்தி'க்கும் தெரிந்திருக்கும்.

பரத்வாஜ மகரிஷியின் 'விமானிகா சாஸ்த்ரா' நூலை எப்ப டியோ பரமேஸ்வர பெருந்தச்சன் கைப்பற்றிவிட்டான். இதனால் நிகழ இருக்கும் விபரீதங்களைத் தடுக்க வேண்டுமானால், ஆயி களத்தில் இறங்க வேண்டும். எதைப் பாதுகாப்பதற்காக பல்லா யிரம் வருடங்களாக ரகசியமாக, அதுவும் குழுவாக இயங்கி வருகிறோமோ, அந்தப் பொக்கிஷத்தை பாதுகாக்க இப்போது அனைவரும் வெளிச்சத்துக்கு வந்தாக வேண்டும். ஒருவகையில் இது மரணத்துக்கு ஒப்பானதுதான். ரகசியம் என்பதே அடிபட்டுப் போய்விடும். என்றாலும் வேறு வழியில்லை.

'சீக்கிரம் வா குந்தி. உனக்காகத்தான், நீ எப்படி இருப்பாய் என்றுகூட தெரியாமல் காத்திருக்கிறேன். நீ சொல்லப் போகும் அடையாள சொல்லுக்காகத்தான் வழிமேல் விழி வைத்துக் காத் திருக்கிறேன். உடனே வா. நிறையப் பணிகள் நமக்காகக் காத்தி ருக்கின்றன...'

சட்டென்று நிமிர்ந்து அமர்ந்தாள் விஜயலட்சுமி. அவளை நோக்கி வந்த உருவத்தைப் பார்த்ததும் அவளது சப்த நாடியும் ஒடுங்கிவிட்டது. வருவது 'குந்தி'யா? அந்த உருவம் அவள் அரு கில் அமர்ந்தது. அதிர்ந்தாள் விஜயலட்சுமி. காரணம், அந்த உரு வத்துக்கு எட்டு வயதுதான் இருக்கும். அத்துடன் தெளிவாக அந்த அடையாளச் சொல்லையும் சொன்னது.

"கர்ணனின் கவசம்..."

9

“ஃபாஸ்ட், நாம என்ன செய்யறோம்னு எனக்குப் புரியலை...” – பல மணி நேரமாக அடக்கி வைத்திருந்திருப்பான் போல. ஹோட்டல் அறைக்குள் புகுந்ததுமே, ஆனந்த் கொட்ட ஆரம்பித்தான்.

“சிற்பங்கள் தொடர்பா புத்தகம் எழுதறதுதான் நம்ம வேலை. ஆனா, மயிலாடிக்கும் போகலை; பரமேஸ்வர பெருந்தச்சனையும் பார்க்கலை. அவர் வெளியூர் போயிருக்கறதா சொன்னீங்க. சரி, பிரகதீஸ்வரர் ஆலயத்தை ஒரு பார்வை பார்க்கலாம்னு வந் தோம். ஆனா, இன்னமும் கோயிலுக்குப் போகலை. ரவிதா சனைத்தான் பார்த்தோம். அந்த ஆள் சிற்பியும் கிடையாது. அவர்கிட்ட சிற்பங்கள் தொடர்பாவும் நீங்க எதுவும் கேட்கலை. தக்ஷீலா பல்கலைக்கழகம், ஒடிசா யூனிவர்சிட்டினு ஏதேதோ கேட்டீங்க. போர் விமானங்கள் பத்தி தெரிஞ்சுக்க ஆசைப்பட் டீங்க. இதெல்லாம் எதுக்கு ஃபாஸ்ட்? இதனால நமக்கு என்ன பயன்..?”

பதில் ஏதும் சொல்லாமல், ஜன்னல் அருகே சென்றான் ஃபாஸ்ட். இரவிலும் தஞ்சை பெரிய கோபுரம் ஒளிர்ந்தது. அந்த சீனன் இன்னமும் ரவிதாசன் வீட்டில்தான் இருக்கிறான். ஜிபி எஸ் சிக்னல், அதைத்தான் சுட்டிக் காட்டுகிறது.

“ஃபாஸ்ட், உங்களைத்தான்...” – அருகில் வந்து தோளைத் தொட்டான் ஆனந்த்.

“கொஞ்ச நேரம் பேசாம இரு ஆனந்த்...”

“இத்தனை நேரம் அமைதியாதான் இருந்தேன்...”

“அதே மாதிரி இரு!”

“முடியாது ஃபாஸ்ட்...”

“அப்ப நீயே கோயிலுக்கு போய் சிற்பங்கள் ஏதாவது ரகசி யம் சொல்லுதான்னு பாரு...”

விழித்தான் ஆனந்த்.

“முடியாதுல்ல. அதனாலதான் மவுனமா இருன்னு சொல்றேன்...”

“அதில்லை ஃபாஸ்ட். நான் என்ன சொல்றேன்னா...”

“எதுவும் சொல்ல வேண்டாம். நான் கேட்கறதுக்கு மட்டும் பதில் சொல்லு. ரவிதாசன்ங்கற பேரை இதுக்கு முன்னாடி கேள்விப்பட்டிருக்கியா?”

“இல்ல...”

“நீ இந்த ஊர்க்காரன்தானே? உனக்குத் தெரிஞ்சு யாராவது இப்படி பேரு வச்சிருக்காங்களா?”

“இல்ல...”

“ஆனா, ரத்தமும் சதையுமா ஒரு மனுஷனைப் பார்த்துட்டு வந்திருக்கோம். அவன் பேரு ரவிதாசன். தஞ்சைலதான் அவன் வாழ்ந்துட்டு இருக்கான்...”

“பேருல என்ன இருக்கு ஃபாஸ்ட்..?”

“பேருலதான் எல்லாமே இருக்கு. இதோ இந்தப் பெரிய கோயிலைப் பாரு. இதைக் கட்டினது ராஜராஜ சோழன். தமிழகத்துல முதன்முதல்ல ஒரு பேரரசை நிறுவினவன் இந்த அரசன்தான். இவனுக்கு ஒரு அண்ணன் இருந்தான். அவன் பேரு ஆதித்ய கரிகாலன். நியாயமா பார்த்தா அவன்தான் அரசனா வந்திருக்கணும். ஆனா, வரலை. ஏன் தெரியுமா..?”

“அவனை யாரோ கொன்னுட்டதா படிச்சிருக்கேன்...”

“கொன்னது யாரு..?”

“ரவிதாசன் தலைமைல ஒரு குழுன்னு...” – ஆரம்பித்த ஆனந்த், சட்டென்று நிறுத்தினான். அவன் கண்கள் விரிந்தன. “அந்த ரவிதாசனுக்கும் இவனுக்கும் தொடர்பிருக்குன்னு நம்பறீங்களா ஃபாஸ்ட்..?”

“சந்தேகப்படறேன். அந்த ரவிதாசனோட டி.என்.ஏ.வுக்கும், இந்த ரவிதாசனோட மரபணுவுக்கும் தொடர்பிருக்கு. அது மட்டும் நிச்சயமா தெரியும்!”

“எதை வச்சு சொல்றீங்க?”

“தன் பையனுக்கு போர் விமானத்தை பொம்மையா செய்து கொடுத்ததை வச்சுத்தான்...” – நிறுத்திய ஃபாஸ்ட், அறைக்குள் குறுக்கும் நெடுக்குமாக நடந்தபடியே பேச ஆரம்பித்தான்.

“ஆனந்த், அது மாதிரி போர் விமானங்களை அவ்வளவு ஈசியா செஞ்சிட முடியாது. அசாத்தியமான திறமை வேணும். அப்படிப்பட்ட வல்லுனர்கள் அந்தக் கால இந்தியாவுல இருந்திருக்காங்க. உடனே இந்தக் காலத்து இந்தியாவோட அதைப் போட்டு குழப்பிக்காத. ஆரம்ப காலத்துல நாடுகள், கண்டங்கள்னு எந்த எல்லைக் கோடும் கிடையாது. உலகம் ஒண்ணாதான் இருந்தது. அப்ப மனுஷங்களை பக்குவப்படுத்தறதுக்காக பல்

கலைக்கழகங்கள் இருந்தன. சகல கலைகளும் அங்க கத்துத் தந் தாங்க. தக்ஷீலா அதுல ஒண்ணு. இந்த தக்ஷீலாவுக்கு முன்னாடி ஒடிசால ஒரு பல்கலைக்கழகம் இருந்ததாவும், இதுவே கூட கபாட புரத்துல இருந்த ஸ்கூலோட கிளைதான்னும் சொல்றாங்க. அதாவது எல்லா யுனிவர்சிட்டியுமே ஒண்ணுக்குள்ள ஒண்ணுதான். ஒண்ணோட தொடர்ச்சியாதான் இன்னொண்ணு வளர்ந்திருக்கு...”

“எல்லாம் சரிதான் ஃபாஸ்ட்... அதுக்கும் ரவிதாசனுக்கும் என்ன தொடர்பு?”

“தமிழ்நாட்ல இருந்துகிட்டே தமிழக வரலாறு தெரியாம இருக் கியே ஆனந்த்..? இன்றைய கேரளா... அப்ப சேர நாடு. அங்க ஒரு யுனிவர்சிட்டி இருந்தது. அந்தப் பல்கலைக்கழகத்துல ஆசிரியரா இருந்தவன்தான் ஆதித்ய கரிகாலனைக் கொன்ற பழைய ரவிதாசன். அதனாலதான் ராஜராஜ சோழன் பட்டத்துக்கு வந்ததும் முதல் வேலையா சேர நாட்டு மேல போர் தொடுத்தான். அந்த யுனிவர்சிட் டிய அழிச்சான். சரித்திரத்துலயே ஒரு பல்கலைக்கழகத்தை அழிக்க பெரும்படையோட போனவன், ராஜராஜ சோழன் மட்டும்தான். அத னாலதான் தன்னோட எல்லா கல்வெட்டுலயும் இந்த முதல் வெற்றியை ஆர்ப்பாட்டமா பொறிச்சிருக்கான். அவ்வளவு ஏன்... இதோ இருக்கு பாரு தஞ்சை பெரிய கோயில்... அதனோட முதல் வாயில் பேரே ‘கேரளாந்தகன் நுழைவாயில்’தான்...”

“ஃபாஸ்ட்...?”

“யெஸ் ஆனந்த்... ரவிதாசனோட மூதாதையர்கள் தக்ஷீலா, ஒடிசா மட்டுமில்ல... கபாடபுரத்தோடயும் தொடர்புடையவங்க. ஸோ, அவ னுக்கு போர் விமானங்கள் பத்தியும் தெரியும். அணு ஆயுதங்களோட நுணுக்கங்களும் தெரியும். சிற்பங்களோட ரகசியங்களும் அவனுக்கு மனப்பாடம்தான். பொக்கிஷத்தோட வரைபடமும் அவனுக்கு அத்துப் படிதான். நிச்சயம் ரகசியக் குழுவோட அவனுக்குத் தொடர்பிருக்கு. அதுல சந்தேகமே வேண்டாம்...”

“ஆனா நம்மகிட்ட அவன் பிடிகொடுத்தே பேசலையே?”

“அதனால என்ன? அவன் பையன் சங்கர் நம்ம பிடிலதான இருக்கான்? மகனை வச்சு அப்பாவை பிடிப்போம்...”

“மகளை வச்சு அப்பாவை பிடிப்பாங்களா ஆன்ட்டி...?” பங்களாவுக்குள் நுழைந்ததுமே கேட்ட ‘குந்தி’யை வியப்புடன் பார்த்தாள் விஜயலட்சுமி.

“எதுக்கும்மா இப்படி கேட்கற?”

“அப்பாதான் ஆன்ட்டி அப்படி சொல்லி அனுப்பினாரு. அதனா லதான் ரொம்ப ஜாக்கிரதையா இருந்தேன். நீங்க புல்தரைல உட்கார்ந் துட்டு இருந்ததை முன்னாடியே பார்த்துட்டேன். ஆனாலும் பயமா இருந்தது. ஒருவேளை நீங்க வேற யாராவதா இருந்தீங்கன்னா..?”

மழலையுடன் பேசிய சிறுமியை அள்ளி அணைத்தாள் விஜய லட்சுமி. 'குந்தி'யின் உடல் நடுங்கிக் கொண்டிருந்ததை அவளால் உணர முடிந்தது. அளவுக்கு மீறி இவள் அப்பா பயமுறுத்தியிருக் கிறார். பேசாமல் அவரும் உடன் வந்திருக்கலாமே... எதற்காக தனியாக தன் மகளை அனுப்பியிருக்கிறார்?

"உன் கூட அப்பா வரலையாம்மா?"

"இல்ல ஆன்ட்டி. அவர் ஆஸ்பிட்டல்ல இருக்கார்..."

"ஆஸ்பிட்டல்லயா?" – அதிர்ந்த விஜயலட்சுமி, "உடம்புக்கு என்ன?" என்று படபடப்புடன் கேட்டாள். ஏதோ புரிவது போலி ருந்தது.

"தெரியலை ஆன்ட்டி. எனக்கு ரொம்ப பயமா இருக்கு..."

"பயப்படக் கூடாதும்மா. அவருக்கு ஒண்ணும் ஆகாது. அதான் நாங்க இருக்கோமே..." – அவள் கன்னத்தில் முத்தமிட்டாள்.

"நீங்க எதுக்கு ஆன்ட்டி அழறீங்க?"

'குந்தி'கேட்டபிறகுதான்,தான்அழுகிறோம் என்பதே விஜயலட் சுமிக்கு புரிந்தது. என்னவென்று சொல்வாள்? 'மரணப்படுக்கையில் இருக்கும்போதுதான் வாரிசை வளர்க்கும் பொறுப்பை ரக சியக் குழுவைச் சேர்ந்த மற்றவர்களிடம் ஒப்படைப்போம். அப்படித்தான் நீ வந்து சேர்ந்திருக்கிறாய். இனி, உன்னை வளர்த்து ஆளாக்க வேண்டிய பொறுப்பு எங்களுடையது' என்றா...

"கண்ணுல தூசி விழுந்துடுச்சு..."

"அச்சச்சோ... காட்டுங்க! நான் ஊதறேன்..." என்றபடி விஜய லட்சுமியின் கண்களை விரித்து ஊதினாள். அவளை அப்படியே உச்சி முகர்ந்தாள் விஜயலட்சுமி. அடிவயிறு குளிர்ந்தது. ஆயியின் கருணையே கருணை. குழந்தை பாக்கியம் இல்லை. தத்தெடுத்துக் கொள்ளலாமா என்று கேட்டதற்கு அப்போது ஆயி பதில் சொல் லவில்லை. இப்போது 'குந்தி'யை அனுப்பி தன் ஏக்கத்தை நிறை வேற்றியிருக்கிறார்.

"குழந்தைக்கு எல்லாம் தெரிஞ்சிருக்கே..."

"அப்பா சொல்லிக் கொடுத்தாங்க..." – வெட்கத்துடன் சொன்ன 'குந்தி', "ஆன்ட்டி, இங்க ஒரு அங்கிள் இருப்பார்னு அப்பா சொன் னாரே..?" என்று சுற்றிலும் பார்த்தபடியே கேட்டாள்.

தன் கணவர் ருத்ரனை கேட்கிறாள். "வெளில போயிருக்கா ரும்மா... வந்துடுவாரு. அதுக்குள்ள நீ டின்னரை முடிச்சுடு..." என் றபடி அவளை சமையலறைக்கு அழைத்துச் சென்றாள். சுடச்சுட தோசையை வார்த்து ஊட்டி விட்டாள். தாய்மையின் சுகத்தை அனுபவித்தபோதும் தொண்டையில் சிக்கிய முள்ளாக அந்தக் கேள்வி மட்டும் விஜயலட்சுமியை குடைந்து கொண்டே இருந்தது.

நல்லவேளையாக பாதுகாப்பான இடத்துக்கு 'குந்தி' வந்துவிட் டாள். இவளைப் போலவே பதினைந்து வருடங்களுக்கு முன்

தாராவும் நம்மிடமோ அல்லது நம்மைச் சேர்ந்தவர்களிடமோ வந்திருக்கலாம். அதை விட்டுவிட்டு எதற்காக கண்காணாத இடத்துக்கு சென்றாள்? அவளுக்கும் அவள் அப்பாவுக்கும் என்ன தான் பிரச்னை? தாராவைத் தேட வேண்டாம் என்று ஏன் ஆயி சொன்னார்? இப்போது தாரா எங்குதான் இருக்கிறாள்?

‘மும்பையில்தான் இருப்பேன்... மும்பையிலேயேதான் வாழ்வேன்... எந்தக் காரணத்தைக் கொண்டும் மதுரை செல்ல மாட்டேன்...’ என்ற முடிவுடன் விமலானந்தர் தன் கையில் திணித்த காகிதத்தை எடுத்து, அதில் எழுதப்பட்டிருந்த ஸ்லோகத்தை சத்தம் போட்டுப் படித்தாள் தாரா.

‘கோபி பாக்யா மதுவ்ரதா; சிருங்கிசோ தாதி சந்திகா; கால ஜீவிதா கடவா; கால ஹலா ரசந்தரா...’

கிருஷ்ணருக்கான ஸ்லோகம் என்ற பெயரில் ஏதோ கணித ஃபார்முலா. யோசனையுடன் அந்தக் காகிதத்தை வீசி எறிய இருந்தவள், தன் முடிவை மாற்றிக் கொண்டு முட்டி போட்டு அமர்ந்தாள். ஸ்படிக மகா மேருவுக்குக் கீழே அந்தக் காகிதத்தை வைத்தாள்.

தெரிந்தோ, தெரியாமலோ அவள் செய்த அந்தச் செயல்தான் அவள் உயிரைக் காப்பாற்றியது. அவள் மண்டையைப் பிளப்பதற்காக வந்த புகை வடிவிலான கதாயுதம், இப்போது குறி தவறி வெட்டவெளியில் தன் கடமையை முடித்துவிட்டு மறைந்தது. எப்படி குருக்ஷேத்திரப் போரில் கர்ணன் ஏவிய பிரம்மாஸ்திரம் அர்ஜுனனின் தலையைத் தாக்காதபடி தேரின் சக்கரத்தை பூமியில் அழுத்தி கிருஷ்ணர் காப்பாற்றினாரோ, அப்படி அவரது ஸ்லோகம் இப்போது தாராவின் உயிரைக் காப்பாற்றிவிட்டது.

இதைப் பற்றி எதுவும் அறியாமல் ஸ்படிக மகா மேருவையே தாரா பார்த்துக் கொண்டிருந்தபோது, அவளது செல்போன் சிணுங்கியது. அலுவலக நம்பர்.

“ஹலோ... தாரா ஹியர்...”

“தொந்தரவுக்கு மன்னிக்கணும் மேம்...”

“பரவால்ல... சொல்லுங்க!”

“காலைல ஆறு மணிக்கு உங்க ஹாஸ்டல் வாசல்ல கார் ரெடியா இருக்கும்... குட் நைட் மேம்!”

“ஒரு நிமிஷம்... டிரைவர் பேர் என்ன?”

“ஆதித்யா...”

“ஆதித்யா?”

“யெஸ் மேம். தமிழன்தான். முழுப் பேரு ஆதித்ய கரிகாலன்...”

“ஆதித்ய கரிகாலன் கொலை செய்யப்பட்ட இடம் இது தானா?”

சுற்றிலும் பார்த்தபடியே சூ யென் கேட்டான். புதர்களுக்கு மத்தியில் இருந்த அந்தப் பாழடைந்த மண்டபத்தின் வரைபடம் இருட்டிலும் துல்லியமாகத் தெரிந்தது. சதுர வடிவில் கொஞ்சம் பெரிய மண்டபம். நான்கு புறமும் தூண்கள். மேலே கல்லாலான கூரை. தரையில் இருந்து மூன்று படிக்கட்டுகள். பிறகு அமர்வதற்கான இடம். அங்கு தூசு இல்லை. அடிக்கடி வந்துபோகும் இடம் போல் பளிச்சென்று இருந்தது.

"ம்..." என்று உறுமியபடியே அமர்ந்தான் ரவிதாசன். சற்று இடைவெளி விட்டு தூணில் சாய்ந்தபடி சூ யென் உட்கார்ந்தான்.

"பரமேஸ்வர பெருந்தச்சன் எப்ப வருவாரு?"

"வர்ற நேரம்தான்..."

"இந்த மண்டபத்தை எங்கயோ பார்த்த மாதிரி இருக்கு..." – சொன்ன சூ யென்னை புன்னகையுடன் பார்த்தான் ரவிதாசன்.

"நேஷனல் ஜியாக்ரஃபிக் சேனல்ல பார்த்திருப்ப..."

"ஆமா. ஒன்பதாயிரம் வருஷங்களுக்கு முன்னாடி கடல்ல மறைஞ்சு போன 'அட்லான்டிஸ்' நகரத்தைப் பத்தி காட்டும்போது, இந்த டிராயிங்கையும் காண்பிச்சாங்க..."

"பிளாட்டோ சொன்ன வர்ணனைகளை வச்சு தீட்டப்பட்ட ஓவியம் அது. சாக்ரடீஸோட சீடரும், அரிஸ்டாட்டிலோட குருவுமான பிளாட்டோதான் முதன்முதல்ல 'அட்லான்டிஸ்' பத்தி சொன்னாரு. அவரோட 'தைமியஸ் அண்ட் க்ரிடியஸ்' அப்படீங்கற உரையாடல்ல விலாவாரியா இது பத்தி விளக்கியிருக்காரு. முன்னேறிய நாகரிகம் அங்க வாழ்ந்ததாகவும், சகல கலைகளும் அங்க வளர்ந்திருந்ததாவும், போர்க் கலைகள்ல அவங்க முன்னேறியிருந்ததாவும், சூரியனுக்குள்ள ஊடுருவற கனிமங்கள் பத்தி அவங்க தெரிஞ்சு வச்சிருந்ததாவும் சொல்லியிருக்கார்..."

"நினைவுல இருக்கு. அது வெறும் கட்டுக்கதைன்னுதான் உலகம் பல்லாயிரம் வருஷங்களா நம்பியிருந்தது. ஆனா, 1999ல தொல்பொருள் ஆராய்ச்சியாளர்கள் ஸ்பெயின் பக்கத்துல 'அட்லான்டிஸ்' நகரத்தோட நுனியைக் கண்டுபிடிச்ச பிறகு, பிளாட்டோ சொன்னது உண்மைன்னு விஞ்ஞானிகள் ஏத்துக்கிட்டாங்க..."

சொன்ன சூ யென்னைப் பார்த்து கடகடவென்று சிரித்தான் ரவிதாசன்.

"எதுக்கு சிரிக்கறீங்க?"

"நுனியைப் பார்த்தே உலகம் மிரண்டு போயிருக்கே... இன்னும் முழு நகரத்தைப் பத்தியும் தெரியும்போது எப்படி ரீயாக்ட் ஆவாங்கன்னு யோசிச்சேன்... ஏன்னா, அந்த 'அட்லான்டிஸ்'ல இருந்த யுனிவர்சிட்டிக்கு ஆசிரியர்களை அனுப்பினதே கபாடபுரத்துல இருந்த பல்கலைக்கழகம்தான்..!"

10

புரண்டு படுத்த ஆனந்த்தால் ஒரு நொடி ஃபாஸ்ட்டின் கவனம் தடைப்பட்டது. உறக்கம் கலைந்துவிட்டதா? உற்றுப் பார்த்தான்... இல்லை! இலவம் பஞ்சு மெத்தையில் ஆழ்ந்த உறக்கத்தில்தான் இருந்தான். நள்ளிரவு மணி ஒன்று என்று காட்டியது கடிகாரம்.

விடிவதற்குள் வேலையை முடித்துவிட வேண்டும். ஆனந்த் எழுந்துவிட்டால் ஏகப்பட்ட கேள்விகள் கேட்பான்.

ஹோட்டல் அறை முழுக்க குளுமை படர்ந்திருந்தபோதும் ஃபாஸ்டின் நெற்றிப் பொட்டு வியர்த்தது. அறையின் வலப்பக்க மூலையில் இருந்த சோபாவில் அமர்ந்திருந்தான். அவன் முன்னால் இருந்த கண்ணாடி டீப்பாயின் மீது ஆசியாவின் வரைபடம் விரிக்கப்பட்டிருந்தது. நிமிர்ந்து நின்றிருந்த டேபிள் லேம்ப், அந்த 'மேப்'பின் மீது மட்டும் ஒளியைப் பாய்ச்சியது. பாலகாப்ய மகரிஷி எழுதிய 'கஜ சாஸ்திரம்' நூலை வாசித்தபடியே அந்த வரைபடத்தில் சிவப்பு மையினால் கோடுகளை இழுக்க ஆரம்பித்தான்.

மகாபாரத காலகட்டத்தில் எந்தெந்த ராஜ்ஜியங்கள் எங்கெங்கு இருந்தன, அந்த நிலப்பரப்புகளில் என்னென்ன தானியங்கள் விளைந்தன, எந்த வகையான கனிமங்கள் அங்கு நீக்கமற கிடைத்தன... போன்ற விவரங்களை அந்த நூல் விளக்கியது. சமஸ்கிருதத்தில் எழுதப்பட்ட நூல் என்பதால் பல இடங்கள் புரியவில்லை. அந்த சமயங்களில் பி.வி.ஜகதீச அய்யர் எழுதிய 'புராதன இந்தியா என்னும் பழைய 56 தேசங்கள்' கட்டுரைத் தொகுப்பைப் படித்து தன் சந்தேகங்களை தெளிவுபடுத்திக் கொண்டான். என்ன... இந்தப் புத்தகத்தின் நடையும் பாதி சமஸ்கிருதமும் மீதி தமிழுமாக இருக்கிறது. 1918ல் வெளியான புத்தகம் இல்லையா? அப்படித்தான் இருக்கும்.

ஒருவழியாக 56 தேசங்களையும் வரைபடத்தில் குறித்து முடித்தான். ஒவ்வொரு தேசத்தின் ஆளுகைக்கு உட்பட்டும் சில

துணை தேசங்கள் இருந்தன. அவற்றை பச்சை மையினால் வட்டமிட்டான். இறுதியில் அந்த 'மேப்'பை பார்த்த ஃபாஸ்ட்டுக்கு சில விஷயங்கள் புரிந்தன. புகழ்பெற்ற கோயில்கள் அனைத்தும் இந்த 56 தேசங்களுக்குள்தான் இருக்கின்றன. ஸோ, அங்கு செதுக்கப்பட்ட சிற்பங்கள்தான் பொக்கிஷம் இருக்கும் இடத்தை அடையாளம் காட்டும் ரகசியக் குறியீட்டுடன் இருக்க வேண்டும். அத்துடன், உலக நாகரிகங்களின் கவனத்தை ஈர்த்த அந்தக் கால பல்கலைக்கழகங்களும் இந்த 56க்குள்தான் உருவாகியிருந்தன.

நீல நிற மார்க்கரை எடுத்து 4 தேசங்கள் மீது சின்னதாக ஒரு புள்ளியை வைத்தான். அவை, இன்றைய இந்தியாவின் நிலப்பரப்பில் இல்லை. அவற்றில் ஒன்று சீன தேசம். தன்னைப் போலவே புதையலைத் தேடி வந்திருக்கும் சூ யென்னின் தாயகம். கண்களில் படர ஆரம்பித்த சிந்தையுடன் சோபாவை விட்டு எழுந்த ஃபாஸ்ட், நான்கடி பின்னால் நகர்ந்தான். அந்த இடத்தில் இருந்தபடி டீப்பாயின் மீதிருந்த வரைபடத்தை உற்று நோக்கினான்.

கலிங்க தேசம் மட்டும் தனித்துத் தெரிந்தது. இன்றைய ஒடிசா. அங்கு ஏதோ இருக்க வேண்டும். இல்லாவிட்டால் அசோக சக்கரவர்த்தியும், பிறகு குலோத்துங்க சோழனும் அந்த நிலப்பரப்பை எரித்திருக்க மாட்டார்கள். கண்டுபிடிப்போம்...

வேலை முடிந்த திருப்தியுடன், சூ யென் இப்போது எங்கிருக்கிறான் என்று அறிய ஜிபிஎஸ் சிக்னலை பார்த்த ஃபாஸ்ட் சட்டென்று சிரித்துவிட்டான். காரணம், ஜெர்மனியில் இருக்கும் மூனிச் நகரில் சூ யென் இருப்பதாக அது தெரிவித்ததுதான்.

"ஒருவழியா ஃபாஸ்ட்டை ஏமாத்திட்ட...'' – புருவங்கள் உயரக் கேட்ட ரவிதாசனின் உதடுகளில் அலட்சியம் பூத்தது.

"ம்...'' – தலையசைத்த சூ யென், சுற்றிலும் பார்த்தான்.

"சாஃப்ட்வேர் வழியா ஜிபிஎஸ்ஸை உன் லேப்டாப்புல ஃபாஸ்ட் இறக்கினான். அதை ஹேக்கர்ஸ் உதவியோட நீ திசை திருப்பிட்ட. நல்ல விஷயம்தான். இதுக்காகத்தான் கிளம்பறதுக்கு முன்னாடி உன் லேப்டாப்பை ஆன் பண்ணி, நெட் கனெக்ஷன் கொடுத்துட்டு வந்தியா?''

"ஆமா...''

"உடனே சந்தோஷத்துல துள்ளிக் குதிக்காத. பிரச்னையே இனிமேதான் ஆரம்பிக்கப் போகுது...''

"புரியலை...'' – குழப்பத்துடன் ரவிதாசனை ஏறிட்டான் சூ யென்.

“அமெரிக்காவையே கதி கலங்க வைக்கிற ஹேக்கர்ஸ் உங்க நாட்லதான் இருக்காங்க. இந்த விஷயம் ஃபாஸ்ட்டுக்கும் தெரியும். அப்படியிருந்தும் நீ எங்க போகறேனு அவன் கண்காணிச்சிருக்கான். எதுக்குத் தெரியுமா..?”

“நான் யாரையெல்லாம் சந்திக்கிறேன்னு தெரிஞ்சுக்க...”

“அப்படி நம்பி ஏமாறாத...”

“என்ன சொல்றீங்க ரவிதாசன்?”

“உண்மையைச் சொல்றேன். எந்தப் பொக்கிஷத்தைத் தேடி நீ வந்திருக்கியோ, அதே புதையலை கைப்பற்றத்தான் அவனும் வந்திருக்கான். அப்படி வந்தவன் வெறும் உன் திட்டத்தை மட்டுமே நம்பியிருப்பான்னு கனவு காணாத. உன் உதவி இல்லாமலும் பொருளை எடுக்க அவனுக்கு தெரியும். இந்த ஜிபிஎஸ் விவகாரம் வெறும் கண்துடைப்புதான். ‘உன்னை மாதிரியே நானும் வந்திருக்கேன் பார்’னு உனக்கு சொடக்கு போட்டு தெரிவிச்சிருக்கான்...”

“ம்...”

“அநேகமா அவனோட டார்கெட், என் பையனா இருக்கணும். கன்றை வச்சு பசுவை பிடிக்க முயற்சிப்பான். அதை நான் சமாளிச்சுக்கறேன். பொழுது விடிஞ்சதும் மறக்காம ருத்ரனை போய்ப் பார்...”

“ருத்ரனா..?” – அதிர்ந்தான் சூ யென்.

“எதுக்கு ஒண்ணுமே தெரியாத மாதிரி ரீயாக்ஷன் கொடுக்கற..?” – சிரித்த ரவிதாசன் தொடர்ந்தான். “எப்படி என்னை சந்திக்கச் சொல்லி பிட்சு உனக்கு கட்டளையிட்டாரோ, அப்படி ருத்ரனையும் அவர் பார்க்கச் சொல்லியிருப்பார். ஆயிரம் வருஷங்களா எங்க ரெண்டு பேருக்குமே பகை இருக்கு. இதுல குளிர்காய மூணாவது ஆள் நினைக்கறது இயல்புதான். தப்பா எல்லாம் நான் நினைக்க மாட்டேன்...”

“சாரி...”

“நண்பர்களுக்குள்ள எதுக்கு மன்னிப்பெல்லாம்? அது இருக்கட்டும்... புகையை ஆயுதமா பயன்படுத்தற சுவடியை என்கிட்ட கொடுக்கச் சொன்னா மாதிரி, ருத்ரன்கிட்டயும் எதையாவது தரச் சொல்லி பிட்சு தந்திருப்பாரே...”

என்ன பதில் சொல்வது என்று தெரியாமல் சூ யென் நெளிந்தான்.

“சொல்லக் கூடாதுன்னா விட்டுடு...”

“அப்படியெல்லாம் ஒண்ணுமில்லை! வந்து... இதைத்தான் கொடுக்கச் சொன்னார்” என்றபடி தன் பையிலிருந்த ஒரு சுவடியை சூ யென் எடுக்கவும், அந்த விபரீதம் நடக்கவும் சரியாக இருந்தது.

எந்த பாழடைந்த மண்டபத்தில் அவர்கள் இருவரும் அமர்ந்திருந்தார்களோ, எந்த ஆதித்ய கரிகாலன் கொலை செய்யப்பட்ட இடமாக அது கருதப்படுகிறதோ, அந்த மண்டபத்தின் தூணில் இருந்த விளக்கு சட்டென்று எரிய ஆரம்பித்தது.

சூ யென் நீட்டிய சுவடியை வாங்காமல் ரவிதாசன் எழுந்தான். விளக்கின் அருகில் சென்ற அவன் முகத்தில் திகைப்பு நிரம்பி வழிந்தது. திரி இல்லை. எண்ணெய் மருந்துக்கும் இல்லை. ஆனாலும் விளக்கு எரிந்தது.

“வா... போகலாம்...” – சூ யென்னிடம் சொல்லிவிட்டு திரும்பிப் பார்க்காமல் ரவிதாசன் நடக்க ஆரம்பித்தான். சருகுகள் அவன் காலடியில் நசுங்கின.

“பரமேஸ்வர பெருந்தச்சன்..?”

“வர மாட்டார்...”

“இந்த விளக்கு அதைத்தான் சொல்லுதா?” – கையில் சுவடியை ஏந்தியபடி திகைப்புடன் கேட்டான் சூ யென்.

“அதை மட்டுமே உணர்த்தலை... குந்தி தஞ்சாவூர் வந்துட்டா... இதையும் சேர்த்துத்தான் பரமேஸ்வர பெருந்தச்சன் நமக்குத் தெரியப்படுத்தியிருக்கார்...”

“எந்த குந்தி..?”

“குந்தி தேசத்தோட இப்போதைய இளவரசி. என்ன முழிக்கிற... இப்ப ராஜஸ்தான் இருக்கு பார்த்தியா, அதனோட ஒரு பகுதிதான் குருக்ஷேத்திரப் போர் நடந்த காலத்துல குந்தி தேசம். இந்த தேசத்தை சேர்ந்த எல்லா இளவரசிகளுக்குமே பேரு குந்திதான்...”

“எதுக்காக இங்க வந்திருக்காங்க...”

“தெரியலை. அநேகமா ருத்ரன் வீட்லதான் தங்கியிருப்பாள்னு நினைக்கறேன். பாபநாசம் பக்கம் நல்லூர்ல இருக்கிற கோயில் குளத்துல மகாபாரத குந்தியோட சிற்பம் இருக்கு. அதை மட்டும் இந்த குந்தி பார்த்துட்டாள்னா, உனக்கு பொக்கிஷம் கிடைக்காது!”

“ரவிதாசன்...”

“கத்தறதை நிறுத்திட்டு நடக்க வேண்டியதைப் பாரு... நான் வாக்கு தவற மாட்டேன். நிச்சயம் புதையல் உனக்குத்தான். அதுக்கு ஏற்பாடு செய்யத்தான் பரமேஸ்வர பெருந்தச்சன் நம்மை சந்திக்க வரலை. எங்க போயிருக்கார்னு கேட்காத. எனக்குத் தெரியாது. திட்டமிட்டபடி விடிஞ்சதும் ருத்ரன் வீட்டுக்கு போ... பிட்சு கொடுக்கச் சொன்ன சுவடியை கொடுத்துடு!”

“என்ன சுவடின்னு நீங்க பார்க்கலையே?”

“அவசியம் இல்லை. அதுல என்ன இருக்குன்னு எனக்கு தெரியும். ‘அக்னி சாஸ்த்ரா’. நெருப்பை ஆயுதமா எப்படி பயன்படுத்தணும்னு அதுல விளக்கப்பட்டிருக்கு... இதன்படி செய்தா யாரை வேண்டுமானாலும் எரிக்கலாம். எந்த வாகனத்தையும்

பொசுக்கலாம்... அதிராஜேந்திரன் இறப்பு மாதிரி...'' – சொன்ன ரவிதாசன், சூ யென்னின் தோளில் கை போட்டு இறுக அணைத்தபடி அவன் காதில் முணுமுணுத்தான்.

“எனக்கு புகை... ருத்ரனுக்கு அக்னி... இரண்டும் சேர்ந்தா பிரளயம். பிட்சு பெரிய ஆள்தான்!”

“சொன்னது நினைவுல இருக்கட்டும். எப்பவும் போல ரவிதாசன் வீட்ல என்ன நடக்குதுன்னு கண்காணிச்சுக்கிட்டே வா...'' – கோனாருக்கு உத்தரவு பிறப்பித்தபடியே பாழடைந்த மண்டபத்தை விட்டு வெளியே வந்தான் ருத்ரன். அதே மண்டபம்தான். ரவிதாசனும், சூ யென்னும் அமர்ந்து பேசிய அதே இடம்தான்.

“சரிங்க ஐயா...”

“அவங்க ரெண்டு பேரும் என்ன பேசினாங்கன்னு கேட்டே இல்ல? நாம களத்துல இறங்க வேண்டிய நேரம் வந்தாச்சு. என்னோட அசைவுக்காக காத்திரு. கட்டளை வந்ததும் வேலையை முடிச்சுடு!”

“உத்தரவுங்க...”

“போயிட்டு வா!”

ருத்ரனின் காலைத் தொட்டு வணங்கிவிட்டு கோனார் விடைபெற்றான். அவன் கண்ணைவிட்டு அகலும் வரை அங்கேயே நின்று கொண்டிருந்த ருத்ரன், ஒரு முடிவுடன் மண்டபத்தின் படிக்கட்டில் ஏறினான். சூ யென் அமர்ந்திருந்த இடத்தில் தானும் உட்கார்ந்தான். அந்த சீனன் எப்படி தன் பைக்குள் கையைவிட்டு சுவடியை எடுத்தானோ, அதே போல் செய்கையால் செய்தான். பிறகு தரையை கைகளால் துழாவினான்.

எதிர்பார்த்தது போலவே ஒரு சின்னப் பொருள் தட்டுப்பட்டது. சுவடியை எடுக்கும்போது, சூ யென்னின் பையிலிருந்து தவறி விழுந்த வஸ்து அது. எடுத்தான். பழங்கால நாணயம். அந்த நள்ளிரவிலும் அது ஒளிர்ந்தது. மனதில் ஏறிய பாரம் இறங்கியது போல் ருத்ரன் உணர்ந்தான். காரணம், அந்த நாணயத்தில் பொறிக்கப்பட்டிருந்த உருவம்தான்.

‘கோபி பாக்யா மதுவ்ரதா; சிருங்கிசோ தாதி சந்திகா; கால ஜீவிதா கடவா; கால ஹலா ரசந்தரா...’ என பொடி எழுத்துக்கள் வட்டமாக இருக்க, நடுவில் புல்லாங்குழலை ஊதிக் கொண்டிருந்தார் பகவான் கிருஷ்ணர்.

“தாரா ஹியர்...”

“குட் மார்னிங். ஐ’ம் ஆதித்யா. ஏர்போர்ட்டுல உங்களை டிராப் பண்ண கார் கொண்டு வந்திருக்கேன்...”

மணியைப் பார்த்தாள். ஆறு. புன்னகைத்தாள். “வந்துட்டேன்...” என்றபடி செல்போனை அணைத்துவிட்டு பையை எடுத்துக் கொண்டாள். எதையாவது விட்டுவிட்டோமா என்று கண்களால் அறையை அளந்தாள். பையைத் திறந்து அலசினாள். துணிகள், பைல்களுக்கு மத்தியில் விமலானந்தர் கொடுத்த ஸ்லோக பேப்பர். அதையொட்டி ஸ்படிக மேரு. அருகில் முதல் பார்சலில் வந்த பாண்டிய இளவரசி தொடர்பான செப்பேடு. கூடவே பரத்வாஜ மகரிஷி எழுதிய ‘விமானிகா சாஸ்த்ரா’ நூல்.

ஜிப்பை மூடி பையை எடுத்துக் கொண்டு வெளியே வந்தாள். அறைக் கதவை பூட்டினாள். விமானப் பயணம் என்பதால் வெண்மை கலந்த நீல நிற த்ரி ஃபோர்த் ஜீன்சும், வெள்ளை பனியனும் அணிந்திருந்தாள்.

ஹாஸ்டல் வாசலில் ஆதித்யா காத்திருந்தான். அவனை நோக்கி வந்தபடியே கண்களால் ஸ்கேன் செய்தாள். முப்பதுக்குள் இருப்பான். கருமை தோய்ந்த நீலத்தில் ஜீன்ஸ். உடலோடு ஒட்டிய வெள்ளை பனியன். தினமும் உடற்பயிற்சி செய்வான் போலிருக்கிறது. உதட்டில் கருமை இல்லை. சிகரெட் பிடிக்காதவன். கண்கள் தீர்க்கமாக மின்னின. மதுவை வெறுப்பவன். வெண்பற்கள் பளீரிட புன்னகைக்கிறான். பான்பராக் போடாதவன். நோ ப்ராப்ளம். நம்பி செல்லலாம்.

“போகலாமா?”

“யெஸ்...” – தாராவுக்கு வழிகாட்டியபடி காரை நோக்கி ஆதித்யா சென்றான். அப்போது –

அவர்களை நோக்கி வேகமாக வந்த பிங்க் நிற கார் ஒன்று திடீரென பற்றி எரிய ஆரம்பித்தது. சட்டென்று தாராவின் கையைப் பிடித்து பின்னுக்கு இழுத்த ஆதித்யா, அப்படியே குனிந்தான். தடுமாறிய தாரா அவன் மீது விழுந்தாள்.

அதே நேரம் எரிய ஆரம்பித்த கார் கதவைத் திறந்து டிரைவரும் குதித்தான். தலையில் பலத்த அடி. ஆதித்யாவை நோக்கி தன் கைகளை நீட்டியபடியே அலற ஆரம்பித்தான்.

“பழி வாங்கணும்... இதுக்கும் சேர்த்து நீங்க பழி வாங்கணும்... ராஜேந்திர சோழனோட பேரன் அதிராஜேந்திரன் நோய்வாய்ப்பட்டு சாகலை. அவனும் ஆதித்ய கரிகாலன் போலவே கொலை செய்யப்பட்டான். தமிழர்கள் யாருமே இதைப் பதிவு பண்ணலை. ஆனா, சாளுக்கியர்கள் இது பத்தி எழுதியிருக்காங்க. இந்த கொலைக்குப் பிறகுதான் முதலாம் குலோத்துங்கன் சோழ அரியணை ஏறினான். ஆதித்யா... இந்தக் கொலைக்கும் சேர்த்து நீங்க பழி வாங்கணும்...”

11

"அவர் யாரு..?" – மவுனத்தைக் கலைத்த தாரா கேட்டாள்.

சாலையைப் பார்த்து கார் ஓட்டியபடியே, "தெரியாது. நாலஞ்சு முறை பார்த்திருக்கேன்... அவ்வளவுதான்" என்றான் ஆதித்யா.

"எப்படி கார் எரிஞ்சுது..?"

"ஏ.சில கசிவு ஏற்பட்டிருக்கலாம்..."

"பிழைச்சுடுவாரா?"

"தீக்காயம் அதிகமில்லை. அதனால வாய்ப்பிருக்கு. தவிர, போன் பண்ணினதும் ஆம்புலன்சும் வந்துடுச்சு. ஸோ, பயப்பட வேண்டாம்னுதான் நினைக்கறேன்..."

"அவர் வீட்டுக்குத் தகவல் சொல்லணுமே..?"

"ம்... அவர் கண் விழிச்சதும் அட்ரஸ், போன் நம்பர் வாங்கி சொல்லணும்..."

"போலீஸ் கேஸ் ஆகுமா?"

"ஆகும். அதை ஃபிரண்ட்ஸ் பார்த்துப்பாங்க... அதுக்குள்ள நானும் உங்களை டிராப் பண்ணிட்டு ஆஸ்பிட்டல் போயிடுவேன்..."

"டென்ஷன் வேண்டாம். மெல்லவே போங்க. ஒரு மணி நேரம் ஃப்ளைட் லேட். அதனால பிரச்னையில்லை..."

தலையசைத்துவிட்டு கார் ஓட்டுவதில் கவனத்தைத் திருப்பினான் ஆதித்யா. மேற்கொண்டு என்ன பேசுவது என்று தெரியாமல் சாலையைப் பார்த்தாள் தாரா. எல்லாம் கனவு போல் இருக்கிறது. பிங்க் நிற கார் எரிந்ததும், கதவைத் திறந்து டிரைவர் குதித்ததும், கையை நீட்டியபடியே பேசியதும்...

"அதிராஜேந்திரன் சாவுக்கு நீங்க ஏன் பழிவாங்கணும்..?"

சட்டென்று சிரித்து விட்டான் ஆதித்யா.

"எதுக்கு சிரிக்கறீங்க?"

"சாரி... அவர் பேசினதை சீரியசா எடுத்துக்காதீங்க. என்னை பார்க்கும்போதெல்லாம் இப்படித்தான் துண்டுத் துண்டா சம்மந்தமே இல்லாம எதையாவது சொல்வாரு..."

தனக்குள் பூக்க ஆரம்பித்த பரபரப்பைக் கட்டுப்படுத்தியபடி, “என்ன சொல்வாரு” என்று கேட்டாள் தாரா. பதில் சொல்லாமல் அமைதியாக இருந்தான் ஆதித்யா.

“சொல்ல வேண்டாம்னா விட்டுடுங்க...”

“அப்படி எந்த ரகசியமும் இல்லை...” என்றபடியே ரியர் வியூ மிர்ரரில் தாராவைப் பார்த்தான். பின்னிருக்கையில் அமர்ந்தபடி தன்னையே கண்கொட்டாமல் அவள் பார்த்துக் கொண்டிருப்பது தெரிந்தது. தகவலை எதிர்பார்க்கிறாள். ஸ்டியரிங் வீலை வளைத்தபடியே சொல்ல ஆரம்பித்தான்.

‘‘மதுரை வெள்ளியம்பலத்துக்கு ஆபத்து வந்துடுச்சு... குருஷேத்திரப் போர்ல கலந்துக்கிட்ட பாண்டிய மன்னனோட வம்சாவளியினர் இப்பவும் ரகசியமா வாழ்ந்துட்டு இருக்காங்க... உயிரோட இருக்கிற பாண்டிய இளவரசியை காப்பாத்தணும்... பல்லாயிரம் வருஷங்களா பாதுகாத்துட்டு வர்ற பொக்கிஷத்தை திருட ஆட்கள் வந்துட்டாங்க... அவங்களை அழிக்கணும்... பரமேஸ்வர பெருந்தச்சனை நம்பாத... மகா மேருதான் பூட்டைத் திறக்கிற சாவி... அப்புறம் ஒரு கிருஷ்ணரோட ஸ்லோகம். என்னவோ வருமே... யெஸ், ‘கோபி பாக்யா மதுவ்ரதா; சிருங்கிசோ தாதி சந்திகா; கால ஜீவிதா கடவா; கால ஹலா ரசந்தரா...’ இப்படி ஏதேதோ உளறுவாரு...”

ஆதித்யா பேசப் பேச... தாராவின் நெற்றி வியர்க்க ஆரம்பித்தது. இதயத் துடிப்பை அவள் செவிகள் உணர்ந்தன. சாலையில் தன் பார்வையை செலுத்தியபடியே ஆதித்யா தொடர்ந்தான்.

‘‘இது கூட பரவாயில்ல. அவர் சொன்ன இரண்டு விஷயங்கள்தான் ஹைலைட். அதுல ஒண்ணு, பிற்கால சோழர்களுக்கும், மகாபாரத காலகட்டத்துக்கும் இருக்கிற தொடர்பு. எப்படின்னு கேட்டா சிரிச்சுடுவீங்க. அவரோட தியரிப்படி, பாண்டவர்களும் கவுரவர்களும் ஒரே வம்சாவழில வரலை; பிறக்கலை. வெவ்வேறு தந்தைகள். வேற வேற குடும்பங்கள். ஆனாலும் ஒரே குலமா ஆட்சி செய்தாங்க. அதே மாதிரிதான் பிற்காலச் சோழர்களுமாம். விஜயாலய சோழனோட வம்சமும் நேர்க்கோட்டுல ஆட்சிப் பொறுப்புக்கு வரலையாம். கிளை உறவுகளும் சோழ மன்னர்களா அரியணை ஏறினாங்களாம். இந்த இரண்டு வம்சத்துக்கும் தொடர்பிருக்கு... அதனாலதான் இப்படி வரலாறு திரும்பத் திரும்ப அரங்கேறியிருக்குன்னு சொல்றார்...”

என்ன பதில் சொல்வதென்று தெரியாமல் அமைதியாக இருந்தாள் தாரா. ஆனால், தன் உதடுகள் துடிப்பதை மட்டும் அவளால் கட்டுப்படுத்த முடியவில்லை.

‘‘இரண்டாவது விஷயத்தைக் கேட்டா தலையே சுத்தும். கலிங்கத்தை அசோக சக்கரவர்த்தியும், குலோத்துங்க சோழனும்

சொல்லி வச்ச மாதிரி ஆயிரம் ஆண்டுகளுக்கு ஒருமுறை எரிச்சிருக்காங்க... அழிச்சிருக்காங்க... இப்ப மூணாவது அழிவை எதிர்நோக்கி அதே கலிங்கம் தயாரா இருக்காம். ஏன்னா, இரண்டாவது அழிவு முடிஞ்சு ஆயிரம் வருஷங்கள் முடியப் போகுதாம். அதனாலதான் இன்னிக்கி ஒடிசாவா இருக்கிற அன்றைய கலிங்கத்துல போஸ்கோ, வேதாந்தா நிறுவனங்கள் ஆரம்பிக்கப்பட்டிருக்காம்... அதை எதிர்த்து பழங்குடி மக்களும் தங்களோட போராட்டத்தைத் தொடங்கியிருக்காங்களாம்...'' – தோளைக் குலுக்கிய ஆதித்யா, திரும்பிப் பார்க்காமலேயே தொடர்ந்தான்.

"பிற்கால சோழ மன்னர் குடும்பத்துல இரண்டு கொலைகள் நடந்திருக்கு. ஒண்ணு, ஆதித்ய கரிகாலன். இன்னொண்ணு, அதிராஜேந்திரன். வேணும்னா பாருங்க... ஆஸ்பிட்டல்ல கண்விழிச்சதும், இந்த இரண்டு கொலைகளுக்கும் மகாபாரத காலகட்டத்துக்கும் கூட தொடர்பிருக்குன்னு ஏதாவது கதை விடுவாரு..." – சிரித்தான் ஆதித்யா.

கர்ச்சீப்பை எடுத்து தன் நெற்றி வியர்வையை தாரா துடைத்துக் கொண்டாள். சைலன்ட் மோடில் இருந்த அவளது செல்போன் அதிர்ந்தது. எடுத்தாள்.

"தாரா ஹியர்..."

''குட்மார்னிங் மேம். நான் கேப் டிரைவர். உங்களை ஏர்போர்ட்ல டிராப் பண்ண கார் கொண்டு வந்திருக்கேன்..."

"வாட்..." – அதிர்ந்த தாரா, கார் ஓட்டிக் கொண்டிருந்தவனைப் பார்த்தாள். கண்ணாடியில் அவளைப் பார்த்து புன்னகைத்த ஆதித்யா, தன் தலையைச் சாய்த்து அவளை வணங்கியபடி அலட்சியமாக வார்த்தைகளை உச்சரித்தான்...

"வெல்கம் டூ கர்ணனின் கவசம்!"

"அப்படிச் செய்யக் கூடாதுங்க... அது தப்பு..." – அதிர்ச்சியுடன் சொன்னாள் விஜயலட்சுமி.

"ஒரு தப்பும் இல்லைன்னு ஆயி சொன்னாங்க..." – இறுக்கத்துடன் பதிலளித்த ருத்ரன், கட்டிலில் படுத்திருந்த குந்தியின் தலையைக் கோதினான். உறக்கத்தில் இருந்தாள். விடிந்துவிட்டது. இன்னும் சில நிமிடங்களில் எப்படியும் எழுந்துவிடுவாள். அசைவு தெரிகிறது.

''பதினாறு நாட்கள்...'' என்று எதையோ சொல்ல வந்த விஜயலட்சுமியை பார்வையால் அடக்கிய ருத்ரன், அறையைவிட்டு வெளியே வந்தான்.

பின்தொடர்ந்த விஜயலட்சுமி, ஹாலுக்கு வந்ததுமே கேட்டாள், "குந்தியோட அப்பா இறந்துட்டதா இப்பத்தான் தகவல் வந்தது. இந்த நேரத்துல பாபநாசம் போகறது சரியில்லைங்க..."

“வேற வழியில்லை விஜயலட்சுமி. நல்லூர் கோயில் குளத்துல இருக்கிற மகாபாரத குந்தியோட சிற்பத்தை ‘இந்த’க் குந்தி உடனடியா தரிசிக்கணும்... வழிபடணும். இது ஆயியோட உத்தரவு!”

“தீட்டு நேரத்துல இப்படிச் செய்யலாமா?”

“செய்யலாம்னு ஆயி சொல்லிட்டாங்க. கிளம்பற வேலையைப் பாரு. அதுக்குள்ள குந்தியும் எழுந்துடுவா...”

“ஆயி சொல்லிட்டாங்கன்னா சரிதான்...” என்று இழுத்தவள் மெல்ல, “கோனாரை பார்த்தீங்களா?” என்று கேட்டாள்.

நடந்ததை சுருக்கமாகச் சொல்லி முடித்த ருத்ரன், “ஆனா, அந்த சீனன் என்னை சந்திக்க வரமாட்டான்...” என்றான்.

“எதை வச்சு சொல்றீங்க?”

பாழடைந்த மண்டபத்திலிருந்து தான் எடுத்த அந்தப் பழங்கால கிருஷ்ணர் நாணயத்தை எடுத்துக் காட்டினான்.

“இது...” – வார்த்தைகளை மென்று விழுங்கினாள் விஜயலட்சுமி.

“அதேதான். கடல் விழுங்கிய துவாரகையோட நினைவா செதுக்கப்பட்ட அதே நாணயம்தான்...”

“அப்ப வந்திருக்கிற சீனன்..?”

“ஒரிஜினல் இல்ல... போலி!”

“அந்தப் போலி உருவத்துல நடமாடறது...” என்று எதையோ சொல்ல வந்த விஜயலட்சுமியின் வாயை தன் கைகளால் பொத்தினான் ருத்ரன்.

“ஷ்... பேரைச் சொல்லாத. சுவர்களுக்குக் கூட காது உண்டு. ஆனா, யார் வந்திருக்கறதா நீ நினைக்கறியோ, அவரேதான் பொக்கிஷத்தை பாதுகாக்க களத்துல இறங்கியிருக்கார்..!”

பாபநாசம் வந்து சேர்ந்த ரவிதாசன், தன் முகத்தில் அரும்பிய வியர்வையை கர்ச்சீப்பால் அழுத்தமாகத் துடைத்தான். அருகிலிருந்த கடையில் சுடச்சுட தேநீர் குடித்தான். ஐந்து கிலோ மீட்டர் தொலைவில் நல்லூர் இருக்கிறது. கல்யாணசுந்தரேஸ்வரரும், கல்யாணசுந்தரி அம்பாளும் அங்குதான் வீற்றிருக்கிறார்கள். தேவாரம் பாடப்பட்ட தலம். பிருகு முனிவர் வண்டாக மாறி இந்த க்ஷேத்திரத்தில்தான் சிவனை வழிபட்டார். ஒருநாளைக்கு ஐந்துமுறை கடவுளின் நிறம் மாறும். அதுதான் இந்த தலத்தின் விசேஷம். ஆனால், மகாபாரத குந்தி இங்கு வந்து இந்த சிவனை வழிபட்டிருக்கிறார் என்பதுதான் முக்கியம்.

நிதானமாக நல்லூர் நோக்கி நடக்க ஆரம்பித்தான். ருத்ரனின் வீட்டுக்கு வந்திருக்கும் குந்தி தேசத்து இளவரசி எப்படியும் இங்கு வருவாள். அவள் வருவதற்குள் கோயில் குளத்தில் இருக்கும் மகாபாரத குந்தியின் சிற்பத்தை அப்புறப்படுத்தி, அதே இடத்தில்

சின்னச் சின்ன மாற்றங்களுடன் வேறொரு சிலையை வைத்துவிட வேண்டும். அப்போதுதான் ருத்ரன் குழம்புவான்.

ஒரு முடிவுடன் ரவிதாசன் நல்லூரை நோக்கி நடந்தான்.

வட ஆந்திராவுக்கும் சட்டீஸ்கருக்கும் இடையில் இருக்கிறது ஜெய்ப்பூர். ஒடிசாவின் ஒரு பகுதி. இங்குள்ள கொல்லாப் நதிக்கரையில்தான் புகழ்பெற்ற குப்தேஸ்வரர் மலை இருக்கிறது. குப்தேஸ்வரர் என்றால் ரகசிய இறைவன். சுண்ணாம்பால் ஆன இந்த மலையில் ஏழெட்டு குகைகள் இருக்கின்றன. அதிலுள்ள ஒரு குகையில்தான் கல்லாலான சிவன் இருக்கிறார். மிக மிகப் பழமையானவர். சிவராத்திரி சமயத்தில் மட்டும் ஓரளவு கூட்டம் இருக்கும். அப்போதுகூட பழங்குடி மக்கள்தான் வந்து தரிசிப்பார்கள். மற்றபடி ஆட்கள் வராத இடம். அடர் கானகம்.

இந்தக் குகைகளில் மூன்று பெரியவை. மூன்றுமே மலைக்கு மேல் இருப்பவை. குகை வாயில் வரை அரசு அமைத்த சிமென்ட் சாலை உள்ளது. முதற்குகையின் வாயில் பெரியது. சுமார் முப்பதடி உயரமிருக்கும். உள்ளே நுழைந்ததும் வட்டமான கூடம். வௌவால் நெடி குடலை வருடும். அதைக் கடந்து உள்ளே சென்றால், குறுகலான பாதை தென்படும். மரங்களின் வேர்களும், கூர்மையான பாறைகளும் தலைக்கு மேல் தொங்கிக் கொண்டிருக்கும். லேசாக இடித்தாலும் காயம் நிச்சயம். எனவே குனிந்துதான் செல்ல வேண்டும். ஆக்சிஜன் குறைவு என்பதால் சுவாசிப்பதும் கடினம். ஆனால், குகைக்குள் வெப்பம் இருந்தது. ஒரு கட்டத்தில் மலையின் கருப்பைக்குள் பயணம் செய்கிறோமோ என்று தோன்றும். அதுதான் இந்தக் குகையின் விசேஷம்.

பல கிளைகள் பிரியும் பாதையில் சரியானதைத் தேர்ந்தெடுக்காவிட்டால், திசை மாறிவிடும். சரியான பாதையில் அரை கிலோ மீட்டர் குனிந்து, தவழ்ந்து சென்றால், ஓரிடத்தில் சரிவாக இறங்கும். சிறுகுழந்தைகள் போல் அமர்ந்து சறுக்கித்தான் செல்ல வேண்டும்.

கீழ்நோக்கி இறங்கும் சுரங்க வழியின் எல்லையில் இரண்டடி உயரம், மூன்றடி அகலத்தில் மிக மிகச் சிறிய பாதை ஒன்று தொடங்கும். தவழ்ந்து மட்டுமே அதில் செல்ல முடியும். ஐந்தடி தொலைவு இப்படி சென்றதும் படிக்கட்டு தட்டுப்படும். கவனத்துடன் அந்தப் படிகளில் கால் வைத்து இறங்கினால், மிகப்பெரிய அறை ஒன்று வரவேற்கும்.

அந்த அறையின் நடுவில் இருந்த திண்ணையில்தான் கம்பீரமாக ஆயி அமர்ந்திருந்தாள். அதே ஆயிதான். சென்னை விமான நிலையத்தில் ‘பறவை’ தரையிறங்குவதைப் பார்த்துவிட்டு மதுரைக்கு வந்த ருத்ரனிடம், கபாடபுரத்தில் இருக்கும் உண்மையான

மீனாட்சியம்மன் கோயிலையும், அந்தக் கோயிலை பாதுகாத்து வரும் தாராகேஸ்வரியையும் காட்டினாரே... அதே கிழவிதான். பிறகு ருத்ரனை தஞ்சாவூருக்கு அனுப்பிவிட்டு தனி விமானத்தில் ஒடிசா வந்து சேர்ந்தாரே... அதே அதே ராஜ மாதாதான்.

கறுமை நிறம். அரக்கு நிற கைத்தறி புடவையும், வெள்ளை நிற ஜாக்கெட்டையும் அணிந்திருந்தாள். உடல் இறுகியிருந்தது. புருவ மத்தியில் வட்டமாக குங்குமப் பொட்டு.

ஆயியின் முன்னால் ஒன்பது பேர் நின்றிருந்தார்கள். அவர்களை தன் இரு கரங்களையும் கூப்பி வணங்கினாள். பதிலுக்கு அவர்களும் தங்கள் இடுப்பை முன்னோக்கி வளைத்து வணக்கம் தெரிவித்தார்கள்.

"நீங்க ஒன்பது பேரும் எந்த அளவுக்கு முக்கியமானவங்கனு எனக்குத் தெரியும். கலிங்கத்து மேல போர் தொடுக்கிறதுக்கு முன்னாடி அசோக சக்கரவர்த்தி உருவாக்கின ரகசிய குழுவை சேர்ந்தவங்க நீங்க. இப்படியொரு குழுவை அசோகர் உருவாக்கக் காரணம், கலிங்கப் போர். நீங்க கண்டுபிடிச்ச ஆயுதங்கள்தான் கலிங்கத்தையே அழிச்சது. அந்த அழிவுக்கு பிறகு அசோகர், புத்த மதத்தை தழுவிட்டாரு. உங்களோட கண்டுபிடிப்பையும் உலகுக்குத் தெரியாம மறைச்சுட்டாரு..."

நிறுத்திய ஆயி, அவர்களை உற்றுப் பார்த்தாள். அவளே பேசட்டும் என்பது போல் அந்த ஒன்பது பேரும் அவள் பார்வையை எதிர்கொண்டார்கள். சில நொடிகளுக்குப் பின், ஆயி தொடர்ந்தாள்.

"இப்ப எனக்கு உங்க உதவி வேணும். பல்லாயிரம் வருஷங்களா நம்ம நாடு பாதுகாத்துட்டு வர்ற பொக்கிஷத்துக்கு இப்ப ஆபத்து வந்திருக்கு. அந்த ஆபத்து என்னன்னு நீங்களே பாருங்க..." என்றபடி தன் வலது கையை வெற்றிடத்தில் வட்டமிட்டாள். அவள் வட்டமிட்ட பகுதியில் தஞ்சாவூர் சாலை விரிந்தது. அந்தச் சாலையில் தன் உயிரைக் கையில் பிடித்தபடி ஃபாஸ்ட் ஓடிக் கொண்டிருந்தான். கண்களில் கொலைவெறியுடன் அவனைத் துரத்திக் கொண்டிருந்தான் சூ யென்.

12

சைலன்ட் மோடில் இருந்த செல்போன் அதிர்ந்தது. பன்னிரெண்டாவது அழைப்பு. ஏதோ முக்கியமான விஷயம் போலிருக்கிறது. இல்லாவிட்டால் இத்தனை முறை மனைவி அழைத்திருக்க மாட்டாள். நல்லூரை நெருங்கி கொண்டிருந்த ரவிதாசன், வந்த அழைப்பை ஏற்றான்.

"சொல்லு..."

''சங்கரை காணும்ங்க...'' மறுமுனையில் பதறிய குரல், ரவிதாசனை அசைத்தது.

"நல்லா தேடிப் பாரு..."

''பார்த்துட்டேங்க. என் பக்கத்துலதான் படுத்திருந்தான். எழுந்துப் பார்த்தா காணும். வீடு முழுக்க தேடிட்டேன். பின்பக்கம் பார்த்துட்டேன். வாசல், மாட்டுத் தொழுவம், உங்க ரூம், பாதாள அறை... எங்கயும் காணும்..."

ரவிதாசனுக்கு வியர்த்தது.

"என்னங்க... ஹலோ... ஹலோ..."

"லைன்லதான் இருக்கேன்..." – பற்களைக் கடித்தபடி ரவிதாசன் வார்த்தைகளை உச்சரித்தான். ஃபாஸ்ட்டின் உருவம் அவன் கண் முன்னால் எழுந்தது. அவன் வேலையாகத்தான் இருக்க வேண்டும்.

"எனக்கு பயமா இருக்குங்க..."

"பதறாம இரு... எங்கயும் போயிருக்க மாட்டான்... வந்துடுவான்!"

"இல்லைங்க... கோனார் அக்கம்பக்கம் பூரா விசாரிச்சிட்டாரு... யாருக்கும் எந்தத் தகவலும் தெரியலை... கொஞ்சம் வாங்களேன்..."

''ம்...'' செல்போனை அணைத்த ரவிதாசன், அடுத்த நொடியே சூ யென்னை தொடர்பு கொண்டான். ரிங் போய்க் கொண்டிருந்தது.

கண்களில் கொலைவெறியுடன் ஃபாஸ்ட்டை துரத்திக் கொண்டிருந்தான் சூ யென்.

கர்ணனின் கவசம்

தேநீர் அருந்த, அலுவலகம் செல்ல, பால் வாங்க, பேப்பர்களை வீடுகளில் போட... என காலை நேரத்துக்குரிய பரபரப்புடன் சாலைகளை ஆக்கிரமித்திருந்த தஞ்சை மக்கள், அவர்கள் இருவரையும் மிரட்சியுடன் பார்த்தபடி ஒதுங்கி நின்றார்கள்.

உயிரைக் கையில் பிடித்தபடி ஓடிக் கொண்டிருந்த ஃபாஸ்ட், பிரதான வீதியைத் தவிர்த்துவிட்டு வலப்பக்கம் குறுகலாக இருந்த சாலைக்குள் நுழைந்தான். ஐந்தடி அகலத்தில் கோவணம் போல் நீண்டிருந்த அந்த சந்தின் இருபக்கமும் வீடுகள். எந்த வீட்டுக்கும் காம்பவுண்ட் சுவர் கிடையாது. ஒரு வீட்டின் முடிவு, அடுத்த வீட்டின் ஆரம்பம். வாசக் கதவை அடுத்து ஒவ்வொரு வீட்டிலும் மர ஜன்னல். ஓடியபடியே ஜிக்ஜாக் ஆக இரு பக்கத்து வீடுகளின் ஜன்னல்களையும் தட்ட ஆரம்பித்தான்.

துரத்தி வந்த சூ யென்னுக்கு அடுத்து என்ன நடக்கும் என்று புரிந்தது. அதற்கேற்ப எதிரெதிராக இருந்த ஜன்னல்கள் அனைத்தும் திறக்க ஆரம்பித்தன. ஒரு பக்கத்து ஜன்னல் தன் முகத்தில் மோதும் என்று மறுபக்கம் ஒதுங்கினால், அந்தப் பக்கத்து ஜன்னல் முகத்தில் அறையும்.

ஜன்னல்களைத் தவிர்க்க, திறந்த ஜன்னல்களை சூ யென் தாண்ட ஆரம்பித்தான். அப்படியே தன் பார்வையால் சுற்றுப்புறங்களை அலசியவன், ஒரு முடிவுடன் அடுத்து வந்த ஜன்னலைத் தாண்டாமல், அதன் மீது தன் காலை ஊன்றி, அடுத்து வந்த வீட்டுக் கதவுக்கு மேலிருந்த சன் ஷேடுக்கு சென்று அங்கிருந்து சற்றுத் தள்ளியிருந்த சிமெண்ட் பைப்பை பிடித்து சரசரவென மேலேறி மொட்டை மாடிக்கு வந்தான்.

நகரின் வரைபடம் ஓரளவுக்கு தெரிந்தது. சந்தில் ஓடிக் கொண்டிருந்த ஃபாஸ்ட், அடுத்து வலப்பக்கம்தான் திரும்பியாக வேண்டும். அதுவும் சின்ன சந்துதான். அகலமும் அதே ஐந்தடிதான். ஆனால், முட்டுச் சந்து. எனவே முப்பதடி ஓடியதும் இடப்பக்கம் திரும்ப வேண்டும். அங்கிருந்து நூறடி ஓடினால், பிரதான சாலை வந்துவிடும். அதைத் தொட்டுவிட்டால், பிறகு அவனைப் பிடிப்பது சிரமம். காரணம், அது போக்குவரத்து நிரம்பிய சாலை. வாகன நடமாட்டம் இருக்கிறது. ஆட்டோ, பஸ் அல்லது டூ வீலர் என எதையாவது பிடித்துவிடுவான். எனவே எது செய்வதாக இருந்தாலும் அந்த இடப்பக்க சந்தில்தான் செய்தாக வேண்டும்.

ஒரு முடிவுடன் மொட்டை மாடி வழியாகவே சூ யென் ஓடினான். நல்லவேளையாக வீடுகள் ஒரே உயரத்தில் கட்டப்பட்டிருந்தன. தாவித் தாவி, தன் வேகத்தை அதிகரித்தவன் எந்த இடப்பக்க சந்தில் இறங்க வேண்டும் என்று நினைத்தானோ அதே சந்தில் சிமெண்ட் பைப் வழியாக சரசரவென இறங்கி நின்றான்.

இதை சற்றும் எதிர்பார்க்காத ஃபாஸ்ட், தன் முன்னால் நின்றுகொண்டிருந்த சூ யென்னைப் பார்த்து அதிர்ந்தான். ஓட்டம் தடைபட்டது. மூச்சு வாங்க சூ யென்னின் கருவிழிகளில் வழிந்த கொலைவெறியை பார்த்தபடியே தன் கால்களை பின்னோக்கி நகர்த்தினான்.

இதை எதிர்பார்த்தது போல் துரிதமாக இயங்கினான் சூ யென். தன் பாதங்களை ஊன்றி எம்பியவன், அந்தரத்தில் பறந்து, தன் இடது காலினால் ஃபாஸ்ட்டின் தலையில் ஓங்கி அடித்தான். தலைகுப்புற அப்படியே விழுந்தான் ஃபாஸ்ட். சிமென்ட் தரையில் தாடை மோதி, பற்கள் உடைந்தன. தலைமுடியைக் கொத்தாகப் பிடித்து இழுத்து, ஆத்திரம் தீர அவன் முகத்தில் குத்தினான். பேச முடியாமல் வாய் வழியே மூச்சுவிட்டபடி, ரத்தம் ஒழுக தள்ளாடியபடி நின்றான் ஃபாஸ்ட்.

அவனை இழுத்தபடி நடந்துகொண்டே தன் செல்போனை எடுத்து ரவிதாசன் நம்பரை டயல் செய்தான் சூ யென். "உங்க மகனுக்கு ஆபத்து... உடனே அவனைக் காப்பாத்தியாகணும். எவ்வளவு சீக்கிரம் முடியுமோ, அவ்வளவு சீக்கிரம். நேத்து ராத்திரி நாம சந்திச்சோம் இல்லையா ஒரு மண்டபம்... அங்க வாங்க..."

"சங்கருக்கு என்ன ஆச்சு?" மறுமுனையில் ரவிதாசனின் குரல் நடுங்கியது.

"ஃபாஸ்ட் உங்க மகனை 'ஸோம்பி'யா மாத்திட்டான்..."

"வந்திருக்கிற ஆபத்து இதுதான்..." – நிறுத்திய ஆயி, தன் முன்னால் நின்று கொண்டிருந்த ஒன்பது பேரையும் நிமிர்ந்து பார்த்தாள். அனைவரும் இமைக்காமல் அவளையே பார்த்துக் கொண்டிருந்தார்கள்.

"பொக்கிஷத்தை கைப்பற்றத்தான் ஜெர்மனிலேர்ந்து ஃபாஸ்ட் வந்திருக்கான். எப்படியாவது புதையலை அடையணும். அதுதான் அவனோட நோக்கம். இதுக்காக எந்த எல்லைக்கு செல்லவும் அவன் தயாரா இருக்கான். அதனோட ஒரு பகுதியாதான் ரவிதாசனோட மகன் சங்கரை 'ஸோம்பி'யா மாத்தியிருக்கான்..." – பேசியபடியே திண்ணையை விட்டு எழுந்த ஆயி, அந்தக் குகை அறையில் குறுக்கும் நெடுக்குமாக நடந்தபடியே தொடர்ந்தாள்.

"ஒரு மனுஷனை இறந்தநிலைக்குக் கொண்டு போகணும். ஆனா, உயிரை எடுக்கக் கூடாது; உணர்வும் இருக்கக் கூடாது. கிட்டத்தட்ட நடைபிணம் மாதிரி. இப்படி மாத்த முடியுமா? ஆப்ரிக்க மந்திரக் கலையான 'வூடு' வழியா அப்படி செய்ய முடியும். இதைத்தான் 'ஸோம்பி'ன்னு சொல்வாங்க. ஹாலிவுட் படங்கள்ல வர்ற மாதிரி 'ஸோம்பி'ங்க ரத்த வெறி பிடிச்ச மிருகங்கள் கிடையாது. அவ்வளவு ஏன், அவங்க ரத்தக் காட்டேரிங்களும் கிடையாது.

எஜமான் சொல்வதைக் கேட்கிற அடிமைங்க... அவ்வளவுதான்! என்ன வேலை கொடுத்தாலும் தூங்காம, சாப்பிடாம, தண்ணீர் குடிக்காம செஞ்சுக்கிட்டே இருப்பாங்க. எதிராளியை கொலை செய்யச் சொன்னாலும் தயங்காம செய்வாங்க. கூலி கொடுக்கவே வேண்டாம். வாரத்துக்கு ஒருநாள், அதுவும் ஒருவேளை உப்பில்லாம சாப்பாடு கொடுத்தா போதும். இதுல முக்கியமான விஷயம், என்ன செய்யறோம்னு அவங்களுக்குத் தெரியவே தெரியாதுங்கிறதுதான்.

இப்படி 'ஸோம்பி'களா மாற்றப்பட்ட ஆப்ரிக்க மக்களை அமெரிக்காவுக்கு ஏற்றுமதி செய்திருக்காங்க. அமெரிக்க பண்ணைகள்ல, அடிமையா இருந்த ஆப்ரிக்க மக்கள்ல பெரும்பாலானவர்கள் 'ஸோம்பி'ங்கதான். ஆண் 'ஸோம்பி'யை உழைப்புக்கு பயன்படுத்தினா மாதிரி, பெண் 'ஸோம்பி'யை படுக்கைக்குப் பயன்படுத்தியிருக்காங்க...''

பேசிக் கொண்டே சென்ற ஆயியை குள்ளமான ஒரு மனிதன் இடைமறித்தான். ''ஹிட்லர் கூட 'வூடு' மந்திரவாதிகளைப் பயன்படுத்தி 'ஸோம்பி'களை உருவாக்க நினைச்சார் இல்லையா..?''

'ஆம்' என்று தலையசைத்த ஆயி, தொடர்ந்தாள். ''இரண்டாம் உலகப் போர் சமயத்துல 'த பிரதர்ஹுட் ஆஃப் டெத்'ங்கற ரகசியக் குழுவை ஹிட்லர் ஏற்படுத்தினாரு. உலகம் முழுக்க மாந்திரீகக் கலைகள்ல வல்லவர்களா இருந்த பலரும் இந்தக் குழுவுல உறுப்பினரா இருந்தாங்க. இந்தக் குழுவோட நோக்கமே உலகம் முழுக்க இருக்கிற எல்லா அறிவாளிகளையும் 'ஸோம்பி'யா மாத்தறதுதான். அதன் மூலமா தங்களுக்குத் தேவையானபடி வேலை வாங்க முடியும்னு திட்டம் போட்டார். ஆனா, அது நிறைவேறலை. ஹிட்லர் காலத்துக்குப் பிறகு இந்த 'த பிரதர்ஹுட் ஆஃப் டெத்' உறுப்பினர்கள் ராணுவத்துக்குள்ள ஊடுருவிட்டாங்க. இன்னிக்கும் ஜெர்மன் உளவு நிறுவனமான 'பிஎன்டி'க்கு அந்தக் குழு பயிற்சி கொடுத்துட்டுத்தான் இருக்கு. ஃபாஸ்ட், அப்படி பயிற்சி எடுத்துக்கிட்டவன். அதனாலதான் அதை இந்தியாவுல அமல்படுத்த நினைக்கறான்...'' – நிறுத்திய ஆயி, கண்களில் அனல் கக்க பேச ஆரம்பித்தாள்.

''யோசிச்சுப் பாருங்க... நம்ம நாட்டைச் சேர்ந்த தலைசிறந்த டாக்டர்கள், தொழிலதிபர்கள், எஞ்சினியர்கள், சாஃப்ட்வேர் வல்லுனர்கள், விஞ்ஞானிகள்... இப்படி மூளை உழைப்புக்கு பேர் போன எல்லாரும் 'ஸோம்பி'களா மாறிட்டா என்ன ஆகும்..? இப்பவே பெரும்பாலான பேரு 'அமெரிக்க' விசுவாசத்தோட பாதி 'ஸோம்பி'களாதான் இருக்காங்க. உலகமயமாக்கல் அதை சாதிச்சிருக்கு. இந்த சதவீதம் இன்னும் அதிகரிக்கும். மெல்ல

மெல்ல ஜெர்மன் விசுவாசிகளா மாறி, ஆரிய இனம் தவிர மத்த இனங்களை அழிக்க நினைப்பாங்க.

நம்ம நாட்டோட அறிவுச் செல்வங்களை இப்படி கொள்ளையடிக்கறதோட, சூரியனுக்குள்ள ஊடுருவற கனிமத்தையும் எடுக்கறதுதான் ஃபாஸ்ட்டோட நோக்கம். அதனோட முதல் படியாதான் ரவிதாசனோட மகன் சங்கரை 'ஸோம்பி'யா மாத்தியிருக்கான். இதை தடுத்து நிறுத்தத்தான் உங்க ஒன்பது பேரோட உதவியையும் கேட்கறேன்...'' – சொல்லி முடித்த ஆயி, தன் கண்களை இறுக மூடினாள். விபரீதத்தின் அளவு அவள் முன்னால் விரிந்திருக்க வேண்டும். உடல் நடுங்கியது.

"உங்களுக்கு உதவத் தயாரா இருக்கோம்...'' – சற்றே உயரமாகத் தென்பட்ட மனிதன் பதில் சொன்னான். கேட்ட ஆயியின் முகம் ஒளிர்ந்தது. தன் கண்களைத் திறந்தாள்.

"நன்றி...''

"இப்ப நாங்க என்ன செய்யணும்..?''

"சரஸ்வதியை கண்டுபிடிக்கணும்...''

சொல்லி வைத்ததுபோல் ஒன்பது பேரும் அதிர்ந்தார்கள்.

"சரஸ்வதியா..?''

"ஆமாம்... மகாபாரத காலத்துல எந்த புனித நதி ஓடுச்சோ, எந்த ஆற்றோட கரைல குருக்ஷேத்திரப் போர் நடந்ததோ, எந்த நதியோட இக்கரைல வசிஷ்டரும், அக்கரைல விஸ்வாமித்திரரும் வாழ்ந்தார்களோ, எந்த ஆற்றைப் புகழ்ந்து ரிக் வேதம் பாடியிருக்கோ... எந்த நதியை 'வாக்' தேவியாக யஜுர் வேதம் புகழ்ந்திருக்கோ... அந்த சரஸ்வதி நதியைக் கண்டுபிடிக்கணும்...''

"அதுதான் மறைஞ்சிடுச்சே...''

"இல்ல... கண்ணுக்கு தெரியாம பூமிக்குள்ள ஓடிகிட்டு இருக்கு. இப்படி அந்த நதியோட போக்கை மாத்தினது பகவான் கிருஷ்ணர். ஏன்னா, அந்த நதிலதான் 'கர்ணனோட கவசம்' புதைஞ்சிருக்கு...''

ஒன்பதுபேரும் பார்வையால் உரையாடினார்கள். முதலில் பேசிய குள்ளமான மனிதனே மீண்டும் வாயைத் திறந்தான்.

"கண்டுபிடிக்கிறோம்...''

அந்த பதில், ஆயியின் மன பாரத்தை பெருமளவு குறைத்தது. கண்கள் கசிய தன் தலையை அசைத்து நன்றி சொன்னாள்.

அதே நேரம், குப்தேஸ்வரர் குகையின் மறுமுனையில் நின்று கொண்டிருந்த ஓர் உருவம், தன் துப்பாக்கியை எடுத்து ஆயியின் நெற்றிக்குக் குறி பார்த்தது.

"ஆபீஸ்லேந்துதான் கூப்பிட்டுக்கிட்டே இருக்காங்க. பாவம்...'' – தாராவின் மொபைலை பார்த்துவிட்டு ஆதித்யா சொன்னான்.

தாரா பதிலேதும் சொல்லவில்லை. சொல்லும் நிலையிலும் அவள் இல்லை. அவள் கைகள், கால்களுடன் சேர்த்துக் கட்டப்பட்டிருந்தன. காரின் பின்னிருக்கையில் கிட்டத்தட்ட உருட்டப்பட்டிருந்தாள். வாயில் துணி அடைக்கப்பட்டிருந்தது. தலையை சிரமப்பட்டு உயர்த்தி அவனைப் பார்த்தாள். உதட்டோரம் அலட்சியம் வழிந்து கொண்டிருந்தது. சீரான வேகத்தில் காரை ஓட்டிக் கொண்டிருந்தான். எங்கு செல்கிறோம்?

"பாபநாசம் பக்கம் இருக்கிற நல்லூருக்கு..." - அவள் மனதை படித்ததுபோல் பதில் சொன்னான். "அந்த ஊர் குளத்துல மகாபாரத 'குந்தி'யோட சிலை இருக்கு. அதைப் பார்த்து ஒரு 'ஹலோ' சொல்லிட்டு அப்படியே மதுரைக்குப் போறோம். ஆனா, வெள்ளியம்பலத்தை காப்பாத்த இல்ல. மறைஞ்சு போனதா தமிழிலக்கியம் சொல்லுதே... அந்த பஃறுளி ஆறு எங்க இருக்குன்னு கண்டுபிடிக்க. ஏன் தெரியுமா..?" - கேட்ட ஆதித்யா, தன் முகத்தைத் திருப்பி அவள் தலையைக் கோதினான். திமிறியபடி அவனை விலக்க தாரா முயற்சித்தாள். முடியவில்லை. அவன் கரங்கள் கம்பளிப் பூச்சியைப் போல் அவள் தலையில் ஊர்ந்தன.

"கடலுக்குள்ள இருக்கிற கபாடபுரத்துக்குப் போக அதுதான் வழி. அங்கதான் கர்ணன்கிட்டேந்து கவச குண்டலத்தை வாங்கின இந்திரன் இன்னமும் வாழ்ந்துக்கிட்டு இருக்கான்..."

13

நல்லூர் சிவன் கோயிலை அடைந்த ருத்ரன், விஜயலட்சுமியையும் குந்தியையும் அழைத்துக் கொண்டு நேராக குளத்துக்குச் சென்றான்.

மகாபாரத குந்தியின் சிலை அவர்களை வரவேற்றது. மூவரும் வணங்கினார்கள். விஜயலட்சுமிக்கு கண் ஜாடை செய்தான். புரிந்து கொண்டதற்கு அறிகுறியாக குடத்துடன் குளத்துக்குச் சென்று நீர் கொண்டு வந்தாள்.

“அம்மா குழந்த... உன் கையால அபிஷேகம் செய்மா...” – ருத்ரனின் குரல் தழுதழுத்தது.

புரிந்து கொண்டதற்கு அறிகுறியாக அந்த சிறுமி தலையசைத்தாள். குடத்து நீரை சொம்பில் எடுத்து மகாபாரத குந்தியைக் குளிப்பாட்ட ஆரம்பித்தாள். பால், தயிர், தேன்... என சகல பொருட்களாலும் அவளைக் குளிர்வித்தாள். பிறகு துண்டால் அவளைத் துடைத்து, அரக்கு நிற புடவையைப் போர்த்தினாள். கொண்டு சென்ற சர்க்கரைப் பொங்கலை நைவேத்தியம் செய்துவிட்டு கற்பூர ஆரத்தி காண்பித்தாள்.

“நமஸ்காரம் பண்ணும்மா...”

செய்தாள்.

“வா, போகலாம்...” – சொன்ன ருத்ரனை கேள்வியுடன் பார்த்தாள் விஜயலட்சுமி. அவள் பார்வையைத் தவிர்த்துவிட்டு முன்னால் நடந்தான் ருத்ரன். சிறுமியின் கையைப் பிடித்தபடி பின் தொடர்ந்த விஜயலட்சுமிக்கு குழப்பமாக இருந்தது. பூஜை இன்னும் பூர்த்தியாகவில்லையே... கடைசியில் மகாபாரத குந்தியின் சிலை சொல்லும் செய்தியை அறிய வேண்டுமே?

மூவரும் கார் அருகில் வந்தார்கள். பின்பக்க கதவைத் திறந்து சிறுமியை உள்ளே போகச் சொன்னாள். அவள் ஏறியதும் கார்க் கதவை மூடிய விஜயலட்சுமி, தன் கணவனை ஏறிட்டாள்.

“என்ன விஷயம்ங்க..?”

"ஒண்ணுமில்ல..."

"இல்ல... ஏதோ இருக்கு. எதுக்கு என்கிட்டேந்து மறைக்கறீங்க..?"

"எதையும் நான் மறைக்கலை..."

"அப்புறம் ஏன் பூஜை பூர்த்தியாகறதுக்குள்ள கிளம்பச் சொன்னீங்க..?"

ருத்ரன் அமைதியாக இருந்தான்.

"சொல்லுங்க... எதுவா இருந்தாலும் சமாளிக்கலாம்..."

"சமாளிக்கவே முடியாது விஜயலட்சுமி..."

"என்ன சொல்றீங்க?"

"மகாபாரத குந்தியை காணும்..."

"என்னது..?"

"ஆமாம். அங்க இருக்கறது ஒரிஜினல் சிலை இல்ல. போலி. பரமேஸ்வர பெருந்தச்சன் தன் கைவரிசையைக் காட்டிட்டான்..!"

வெறித்தபடி தன் முன்னால் எழுந்த காட்சியைப் பார்த்துக் கொண்டிருந்தான் ரவிதாசன்.

சங்கரும் அவனைப் போன்ற ஆறு சிறுவர்களும் விடாமல் கடப்பாரையால் மண்டபத்தை உடைத்துக் கொண்டிருந்தார்கள். அனைவருமே பதினைந்து வயதுக்கு உட்பட்டவர்கள். ஒல்லியான உடல்வாகு. அனைவரது கண்களும் மயக்க நிலையில் இருந்தன. சாதாரண நாட்களில் தோட்டத்தில் வேலை செய்யவே சங்கர் அஞ்சுவான். கை வலிக்கிறது என அழுவான். அப்படிப்பட்டவன் எந்திரம் போல் மண்டபத்தை இடித்துக் கொண்டிருக்கிறான்...

"இரவு வரை இந்த வேலையை செய்யச் சொல்லி ஃபாஸ்ட் கட்டளையிட்டிருக்கான்..." - சூ யென்னின் குரல் மங்கலாகக் கேட்டது. "அதனால இப்போதைக்கு ஒண்ணும் பண்ண முடியாது. மாற்று மருந்தை நைட்டுதான் தர முடியும்..."

"எந்த 'ஸோம்பி' பவுடரை கொடுத்திருக்கான்..?" தன் மவுனத்தைக் கலைத்தபடி ரவிதாசன் கேட்டான்.

"பஃபர் மீன்..."

அதிர்ந்து போய் உதடுகள் துடிக்க சூ யென்னை பார்த்தான் ரவிதாசன்.

"ஸாரி ரவிதாசன். டெட்ரோடோடாக்ஸின் விஷம் அளவுக்கு அதிகமாவே இந்தப் பசங்களுக்கு தரப்பட்டிருக்கு. ஆனாலும் பயப்பட வேண்டாம்..."

"ஃபாஸ்ட் எங்க?"

"அடைச்சு வைச்சிருக்கேன்..."

"அவனை நான் பார்க்கணும்!"

"இப்ப வேண்டாம்..."

"ஏன்?" – சீறினான் ரவிதாசன்.

"இப்போதைக்கு அவன் சாகக் கூடாது..."

"அவனைக் கொல்ல மாட்டேன். போதுமா? அவன் இருக்கிற இடத்தை சொல்லு..."

"எதுக்கு..?"

"ஆதித்ய கரிகாலன் கொலை செய்யப்பட்ட இந்த மண்டபத்தை ஏன் இடிக்கச் சொன்னான்னு எனக்குத் தெரியணும்..."

"எர்த் கிரிட்..."

"என்னது..?"

"இந்த மண்டபத்துக்குக் கீழ ஓடற காந்தப் புலத்தை ஆராய ஃபாஸ்ட் விரும்பியிருக்கான்..."

சொன்ன சூ யென்னை உற்றுப் பார்த்தான் ரவிதாசன்.

"எதுக்கு என்னை அப்படி பார்க்கறீங்க..?"

"ஒண்ணுமில்ல..." – பார்வையைத் திருப்பி சிறுவர்களை ஆராய்ந்தான் ரவிதாசன். அவன் கண்களில் ரத்தம் வடிந்தது.

"வீட்டுக்குத் தகவல் சொல்லிடுங்க..." – மவுனத்தைக் கலைத்தான் சூ யென்.

"என்னன்னு..?"

"சங்கர் பாதுகாப்பா இருக்கான்னு..."

"சொல்லிட்டேன்..."

"சரி, அவங்களை நிறைய உப்பு போட்டு இரவு உணவைத் தயாரிக்கச் சொல்லுங்க... மாற்று மருந்து கொடுத்ததும் பசங்க அந்த சாப்பாட்டைத்தான் சாப்பிடணும். உப்பு அதிகமா சேர்ந்தாதான் இயல்புக்கு திரும்புவாங்க..."

சட்டென்று திரும்பி சூ யென்னின் சட்டையைப் பிடித்தான் ரவிதாசன்.

"யார் நீ?"

"என்ன இப்படி கேட்டுட்டீங்க..? நான்தான் சூ யென்..."

"பொய் சொல்லாத. என்னைத் தேடி தஞ்சை பெரிய கோயிலுக்கு வந்தவன் நீ இல்ல... என் வீட்டு பாதாள அறைல நடராஜர் சிலையை 3டி ஸ்கேன் செய்ததும் நீ கிடையாது... சொல்லு, யார் நீ..?"

பதில் சொல்லாமல் சூ யென் சிரிக்க ஆரம்பித்தான்.

ஆதித்யாவின் புருவங்கள் முடிச்சிட்டன. தன் முன்னால் சற்றுத் தொலைவில் ஆங்கில 'வி' ஷேப்பில் நின்றுகொண்டிருந்த ஏழு கரும் பச்சை நிற ஹோண்டா சிட்டி கார்களையும் பார்த்தான். அவன் இதழ்களில் புன்முறுவல் படர்ந்தது. மெல்ல தன் காரின் வேகத்தைக் குறைத்து பிரேக்கை அழுத்தி நிறுத்தினான்.

"உன்னை மீட்க ஆட்கள் வந்திருக்காங்க..." – பின்புறம் பார்க்காமல் சொன்னவன், தன் கைகளை உயர்த்தி சோம்பல் முறித்

தபடியே விரல்களுக்கு சொடுக்கு போட்டான். பின்னர் திரும்பி தாராவின் கட்டுகளை அவிழ்த்தான். அவள் வாயில் இருந்த துணி உருண்டையை எடுத்தான்.

படுத்திருந்த தாரா, எழுந்து அமர்ந்தாள். காரின் முன்பக்கக் கண் ணாடி வழியே காட்சிகள் துல்லியமாகத் தெரிந்தன. ஹோண்டா சிட்டி கார்களில் இருந்து கறுப்பு கோட் – சூட் போட்ட ஆசாமிகள் இறங்கினார்கள். அனைவரது கைகளிலும் ஏ.கே. 47 துப்பாக்கி. ஆதித்யாவின் காரை குறி பார்த்தபடி அவர்கள் சாலையில் வரிசை யாக நின்றார்கள்.

“தெலுங்கு சினிமாவைப் பார்த்து பரமேஸ்வர பெருந்தச்சன் ரொம்ப கெட்டுப் போயிட்டான். பாரு... அடியாட்களுக்கு யூனி ஃபார்ம் எல்லாம் கொடுத்திருக்கான்...” – சிரித்த ஆதித்யா, “சீட் பெல்ட் போட்டுக்க...” என்றான்.

அவனை அலட்சியம் செய்த தாரா, கார் கதவைத் திறக்க முற் பட்டாள்.

“லாக் ஆகியிருக்கு. சொன்னதைச் செய்...” – அழுத்தமாகச் சொன்ன ஆதித்யா, ரியர் வியூ மிர்ரரில் அவளைப் பார்த்தான். அசையாமல் இருந்தாள். சட்டென்று திரும்பி, அவள் திமிறத் திமிற சீட் பெல்ட்டை மாட்டி விட்டான். பின்னர் க்ளட்ச்சில் காலை வைத்து அழுத்தினான். தனது பெல்ட் லாக் ஆகியிருக்கிறதா என சரி பார்த்தான். டிரைவர் சீட்டுக்குப் பக்கத்திலிருந்த கண்ணாடியை மைக்ரோ விநாடி பார்த்தவனுக்கு திருப்தி ஏற்பட்டது. பின்புறம் கண்ணுக்கு எட்டிய தொலைவு வரை எந்த வாகனமும் வரவில்லை.

முன்பக்கம் பார்த்தான். கோட் – சூட் ஆசாமிகள் துப்பாக்கியை ஏந்திய பொசிஷனில் நின்றிருந்தார்கள். அவர்களுக்கும், தன் காருக் குமான இடைவெளி சுமாராக இருநூற்று ஐம்பது அடி இருக்கும். பிரச்னையில்லை. சமாளித்துவிடலாம். ஒரு முடிவுடன் க்ளட்ச்சில் இருந்த காலை அகற்றினான். முன்னோக்கி கார் சீறியது. சீட் பெல்ட் போட்டிருந்ததால், முன்னிருக்கையில் மோதுவதிலிருந்து தாரா தப் பித்தாள்.

சீறி வந்த காரை நோக்கி கோட் – சூட் ஆசாமிகள் சுட்டார்கள். பாய்ந்த குண்டுகள், காரின் மீது பட்டுத் தெறித்தன. “புல்லட் ப்ரூஃப். ஒண்ணும் ஆகாது... கவலைப்படாத...” என்று சொன்ன ஆதித்யா, காரின் வேகத்தை அதிகப்படுத்தினான்.

தங்கள் மீது கார் மோதாமல் இருப்பதற்காக, நின்று கொண்டி ருந்த அடியாட்கள் சிதறினார்கள். ஒரே பாய்ச்சலில் ஆதித்யாவின் கார் மேல் நோக்கி எழும்பியது. துப்பாக்கி குண்டுகள் காரின் அடிப் பாகத்தைத் துளைத்தன. சரியாக ஏழு ஹோண்டா சிட்டியையும் தாண்டிய பின்னர் ஆதித்யாவின் கார் தன் சக்கரத்தை சாலையில் பதித்தது.

இரு பக்கமும் சிதறிய அடியாட்கள், தங்கள் வாகனங்களில் பாய்ந்து ஏறினார்கள். ஒவ்வொரு ஹோண்டா சிட்டியும் ரிவர்ஸில் திரும்பி முடிப்பதற்குள் ஆதித்யாவின் கார் பல கிலோ மீட்டர்களைக் கடந்திருந்தது.

“உன்னோட வேல்யூ என்னன்னு பரமேஸ்வர பெருந்தச்சனுக்கு புரிஞ்சிருக்கு. அதனாலதான் வெப்பன்ஸோட ஆட்களை அனுப்பியிருக்கான்...” – சொன்ன ஆதித்யா, இடப்புறம் பிரிந்த மண் சாலையில் காரைத் திருப்பினான். தாரா அமைதியாக இருந்தாள். இரண்டு கிலோமீட்டர் வரை சென்றதும் நான்கு ரோடுகள் பிரிந்தன. எந்தப் பக்கமும் வண்டியைத் திருப்பாமல் ஆதித்யா நேராகச் சென்றான். அது காட்டுப் பகுதி. புதர்களும், மரங்களும் மண்டிக் கிடந்தன. அரை மணி நேர பயணத்துக்குப் பின்னர் சாலை வலப்பக்கம் திரும்பியது.

அங்கு காரை நிறுத்திய ஆதித்யா, லாக்கை ரிலீஸ் செய்துவிட்டு “இறங்கு...” என்றான். முரண்டு பிடித்தால் தூக்குவான். எதற்கு வம்பு? தாரா கட்டுப்பட்டாள். வண்டியை விட்டு இறங்கிய ஆதித்யா, பின்புறம் சென்றான். டிக்கியைத் திறந்து அவள் பையை எடுத்துக் கொண்டான்.

“ம்... நட...”

வலப்பக்க சாலையில் இருவரும் நடந்தார்கள். ஐம்பதடி சென்றதும் ஆதித்யா தன் ஜீன்ஸ் பாக்கெட்டில் கையை விட்டு ஒரு பொருளை எடுத்தான். அதிலிருந்த பட்டனை அழுத்தினான்.

அவர்கள் வந்த கார், வெடித்துச் சிதறியது.

கோராபுட்டிலிருந்து 92 கிலோ மீட்டர் தூரத்திலும், விசாகப்பட்டினத்திலிருந்து 200 கி.மீ. தொலைவிலும் இருக்கிறது டுடுமா அருவி. ஆந்திர – ஒடிசா எல்லையில் இருக்கும் இந்த அருவிக்கும் குப்தேஸ்வரர் குகைக்கும் அதிக தொலைவில்லை. சாலையில் இருந்து பார்த்தால் இரு அருவிகள் மலையில் இருந்து விழுவது போலிருக்கும்.

அந்த அருவிக்குச் செல்ல பள்ளத்தாக்கில் இறங்க வேண்டும். அதற்காக படிகளை அமைத்திருக்கிறார்கள். கிட்டத்தட்ட ஆயிரத்து நூறு அடி இருக்கும். உயரமான படிக்கட்டு என்பதால் குதித்துக் குதித்துதான் செல்ல வேண்டும். உள்நோக்கி இறங்க இறங்க அடிவயிற்றில் பயம் எழும். அதைத் தாங்கியபடி கவனமாக இறங்கினால் ஒற்றையடிப் பாதை வரும். சுற்றிலும் காடு. அடர்ந்த வனம். உயர்ந்த மரங்கள். புதர்கள்.

பொதுவாக அந்தப் பகுதிக்கு யாரும் வருவதில்லை. நூல் பிடித்தது போல் அந்த ஒற்றையடிப் பாதையில் சென்றால், பாறைகளைத் தொட்டு மீண்டும் கொஞ்ச தூரம் போக வேண்டியிருக்கும்.

அப்படிச் சென்றால்தான் அருவியின் அழகைக் காண முடியும். இந்தியாவிலேயே உயரமான அருவி இதுதான். அதுமட்டுமல்ல, மற்ற அருவிகளைப் போல் இது படிப்படியாக பாறைகளில் விழுந்து கீழே சரிவதில்லை. பிரமாண்டமாக சரிந்து, ஒரு பாறை மடிப்பில் விழுந்து, அப்படியே கொந்தளிப்புடன் அடிவாரத்தை நோக்கிப் பாயும். இதனால் விழுந்த வேகத்தில் நீர், புகை போல் உயரமாக எழும். எனவே யாராலும் இந்த அருவிக்குக் கீழ் நின்று குளிக்க முடியாது. நீரின் பாய்ச்சல் உடலை துண்டு துண்டாக்கி விடும்.

அப்படிப்பட்ட பயங்கரமான அருவியின் கீழ் நின்றுதான் அந்த மனிதர் குளித்துக் கொண்டிருந்தார். பாய்ந்து கொட்டிய நீரோ, மலை உயரத்துக்கு எழுந்த புகையோ அவரை ஒன்றும் செய்யவில்லை.

ஒற்றையாடையுடன் தன் இரு கரங்களையும் உயர்த்தி வானத்தை ஏறிட்ட அந்த மனிதர், அருவியை ஊடுருவியபடி வெளியே வந்தார். ஐம்பது வயதிருக்கும். வைரம் பாய்ந்த தேகம். பாறை மீதிருந்த துண்டை எடுத்து தன் உடலை துடைத்துக் கொண்டார். அருகிலிருந்த புதிய வேட்டியை எடுத்து அணிந்தவர், பழைய ஆடையை அருவியிலேயே வீசி எறிந்தார்.

பின்னர் பாறைக்கு மறுபக்கம் வந்தார். அவர் முகம் பூரிப்பில் ஜொலித்தது. கண்கள் முழுக்க ஆசையின் சுவடுகள். வைத்த கண் வாங்காமல் அந்த இடத்தையே பார்த்தார்.

அவர் பார்வை பதிந்த இடத்தில் –

நல்லூர் கோயில் குளத்திலிருந்து எடுத்து வரப்பட்ட மகாபாரத குந்தியின் சிலையும், பரத்வாஜ மகரிஷி எழுதிய விமானிகா சாஸ்த்ரா சுவடியும் அருகருகே இருந்தன.

தனது சாட்டிலைட் போனை எடுத்து யாரையோ தொடர்பு கொண்டார். மறுமுனை எடுக்கப்பட்டதும் உற்சாகமாக பேச ஆரம்பித்தார்.

“வணக்கம். நான் பரமேஸ்வர பெருந்தச்சன் பேசறேன். ஆயி செத்துட்டா...” என்று அவர் சொல்லி முடிக்கவும் –

குப்தேஸ்வரர் குகையின் மறுமுனையில் நின்று கொண்டிருந்த அந்த உருவம், தன் துப்பாக்கியை எடுத்து ஆயியின் நெற்றியை நோக்கி சுடவும் சரியாக இருந்தது.

14

திகைப்பு, ஆச்சர்யம், அதிர்ச்சி கலந்த உணர்வில் ஒன்பது பேரும் நின்றார்கள்.

ஆயியிடம் எந்த மாற்றமும் இல்லை. அதே புன்னகை. சரஸ்வதி நதியை, தாங்கள் கண்டுபிடிப்பதாகச் சொன்னதும் கண்கள் கசிய எந்த வகையான நெகிழ்ச்சிக்கு ஆளானாளோ, அதே உணர்வுடன்தான் அப்போதும் நின்று கொண்டிருந்தாள்.

துரிதமாக செயல்பட்டவன் குள்ள மனிதன்தான். விநாடிக்கும் குறைவான நேரத்தில் குப்தேஸ்வரர் குகையின் மறுமுனைக்கு பாய்ந்தவன், துப்பாக்கியால் ஆயியை சுட்டவனை வளைத்துப் பிடித்து இழுத்து வந்தான்.

அந்த மனிதன் ஐந்தரை அடி உயரமிருந்தான். ஒல்லியான, அதே நேரம் இறுக்கமான உடல் வாகு. நரம்புகள் துருத்திக் கொண்டிருந்தன. கண்களில் குழி விழுந்திருந்தது. அவன் திமிறவில்லை. தப்பிக்க முயற்சிக்கவும் இல்லை. சர்வ வல்லமை படைத்த ஒன்பது பேருக்கு மத்தியில், தான் தனித்து நிற்பது குறித்து அவன் கவலைப்படவும் இல்லை. ஆயியின் பார்வை தன்னை அலசி ஆராய்வதையும் அவன் கணக்கில் கொள்ளவில்லை. அவன் கண்கள் ஆயியின் வலது கையையே உற்று நோக்கிக் கொண்டிருந்தன.

குறி பார்த்து சுடுவதில் தனக்கு நிகர் யாருமில்லை என்றுதான் அதுநாள் வரையில் நம்பி வந்தான். அந்த நம்பிக்கையுடன்தான் ஆயியின் நெற்றியை நோக்கி துப்பாக்கியின் முனையைத் திருப்பினான். சரியான நேரத்தில் சுடவும் செய்தான். குண்டும் பாய்ந்தது. ஆனால், எப்படி இதை ஆயி உணர்ந்தாள்... தன்னை நோக்கி வந்த குண்டை எப்படி தன் ஆள்காட்டி விரலுக்கும், கட்டை விரலுக்கும் இடையில் பிடித்தாள் என்பதைத்தான் அவனால் கற்பனை செய்ய முடியவில்லை.

“பரமேஸ்வர பெருந்தச்சன் நல்லா இருக்காரா..?” – அமைதியாகக் கேட்ட ஆயிக்கு அவன் எந்த பதிலும் சொல்லவில்லை.

அவனை இறுக்கிப் பிடித்திருந்த குள்ள மனிதன், தன் பிடியைத் தளர்த்தினான். உயரமான மனிதன் அவன் கையில் இருந்த துப்பாக்கியைப் பிடுங்கினான்.

நிராயுதபாணியாக தான் நின்று கொண்டிருப்பதை அந்த மனிதன் உணர்ந்தான். எந்த நிமிடமும் தன் உயிர் போகலாம். அது நொடியிலும் நிகழலாம்; அல்லது சித்திரவதை செய்யப்பட்டு அணு அணுவாகவும் பிரியலாம். எப்படி இருந்தாலும் மரணம் நிச்சயம். இறப்புக்கு அவன் அஞ்சவில்லை. ஆனால், நம்பி ஒப்படைக்கப்பட்ட வேலையை தன்னால் நிறைவேற்ற முடியவில்லையே என்ற துக்கம் தான் அவன் தொண்டையை அடைத்தது.

மாறாத புன்னகையுடன் தன்னை ஆராய்ந்து கொண்டிருந்த ஆயியின் கண்களை ஏறிட்டான். ஆயியின் பார்வை தனது கழுத்தில் பதிந்திருப்பதைக் கண்டான். குறிப்பாக கறுப்புக் கயிற்றில் கட்டப்பட்டிருந்த தாயத்தை இமைக்காமல் பார்த்துக் கொண்டிருந்தாள். தண்டனை என்னவென்று அவனுக்குப் புரிந்தது. தாமதிக்கவில்லை. தாயத்தை அப்படியே கடித்தான். நுரை தள்ளி தரையில் விழுந்தான். இறந்தான்.

அதன் பிறகு அந்த சடலத்தை அங்கிருந்தவர்கள் பொருட்படுத்தவில்லை.

“போகலாமா..?”

“ஒரு நிமிஷம்...” – புறப்பட்ட ஆயியை உயரமான மனிதன் தடுத்து நிறுத்தினான். ‘என்ன...’ என்பது போல் ஆயி ஏறிட்டாள்.

“முக்காலமும் உணர்ந்த உங்களுக்கு கண்ணுக்கு தெரியாம சரஸ்வதி நதி எங்க ஓடிட்டு இருக்குனு நல்லாவே தெரியும். அப்படியிருக்கிறப்ப அதை நாங்கதான் கண்டுபிடிக்கணும்னு ஏன் விரும்பறீங்க?”

“நன்றிக்கடன்...”

“புரியலை...” குள்ள மனிதன் இடைமறித்தான்.

“அசோக சக்கரவர்த்தியால உருவாக்கப்பட்ட ரகசியக் குழுவோட வம்சத்தைச் சேர்ந்தவங்க நீங்க. உங்க மூதாதையரோட உழைப்பு, ஆயுதக் கண்டுபிடிப்பு... எதுவுமே உலகுக்கு தெரியாது. தலைமுறை தலைமுறையா நீங்களும் தலைமறைவாவே வாழ்ந்துட்டு இருக்கீங்க. இப்ப நீங்க வெளிச்சத்துக்கு வர வேண்டிய நேரம் வந்தாச்சு. அது சரஸ்வதி நதி மூலமா நிகழணும்னு விரும்பறேன்...”

“அதாவது உங்க உதவி இல்லாம நாங்களே அதைக் கண்டுபிடிச்சு எங்க திறமையை நிரூபிக்கணும்னு நினைக்கறீங்க..?” சிரித்தபடி குள்ள மனிதன் கேட்டான்.

“ஆமா...”

“இதுக்கும் பொக்கிஷத்துக்கும் என்ன சம்பந்தம்?” – உயரமான மனிதன் உரையாடலில் புகுந்தான். “புதையலுக்கான வரைபடம் கோயில் சிற்பங்களா செதுக்கப்பட்டிருக்கு. காலம் காலமா பெருந்

தச்சர்கள் குழு உங்க தலைமைல அதைப் பாதுகாத்துட்டு வருது. அப்படியிருக்கிறப்ப சரஸ்வதி நதில புதைக்கப்பட்ட 'கர்ணனோட கவச'த்தை எதுக்காக நாங்க எடுக்கணும்?" கேட்டவனின் கைகளை குள்ள மனிதன் பிடித்தான்.

"இன்னுமா உனக்கு புரியலை? வெளிநாட்டுக்காரங்க தேடி வந்திருக்கிற பொக்கிஷம் 'கர்ணனின் கவசம்' இல்ல. ஆனா, புதையலுக்கும் 'கர்ணனின் கவச'த்துக்கும் தொடர்பிருக்கு. அது என்ன இணைப்புன்னு இவங்களா சொல்ல மாட்டாங்க. நாமளேதான் தெரிஞ்சுக்கணும்..." – சொல்லி முடித்த குள்ள மனிதனின் அருகில் வந்த ஆயி, அவன் தலையைக் கோதி ஆசீர்வதித்தாள்.

புரிந்து கொண்டதற்கு அறிகுறியாக ஒன்பது பேரும் ஆயியை வணங்கி விடைபெற்றார்கள்.

அவர்கள் சென்றதும் ஆயி, தன் வலது கால் கட்டைவிரலால் தரையை அழுத்தினாள். பாறை பிளந்து வழிவிட்டது. நுரை கக்கி இறந்த துப்பாக்கி மனிதனின் சடலத்தை அந்தப் பள்ளத்தில் தள்ளினாள். கீழே 'சலப் சலப்' என சுழித்து ஓடிய நீர், அந்த சடலத்தை தன்னுள் மறைத்துக் கொண்டது.

பூமிக்கடியில் ஓடிய அந்த நீர், ஒரு நதியின் நீர். அந்த நதி, சரஸ்வதி நதி.

"நிறுத்து... நிறுத்து..." – பதற்றத்துடன் டிரைவருக்கு கட்டளையிட்ட ருத்ரன், காரை விட்டு இறங்கினான். "நான் அப்புறமா வரேன்..." என விஜயலட்சுமியிடம் சொல்லிவிட்டு ஜாடையில் தெருவோரம் இருந்த இடிந்த கோயிலைக் காட்டினான். புரிந்து கொண்டதற்கு அறிகுறியாக அவள் தலையசைத்தாள்.

கார் புறப்பட்டுச் சென்றதும் ருத்ரன் சாலையைக் கடந்தான். அது, தஞ்சாவூர் – விக்கிரவாண்டிக்கு இடையில் இருந்த மணப்பாடி கிராமம். இங்குதான் ஆயிரம் வருட பழமையான கோயில் இருக்கிறது. ராஜேந்திர சோழனால் கட்டப்பட்ட அந்தக் கோயிலை சாலை விரிவாக்கத்துக்காக இடிக்கப் போவதாகவும், அதை எதிர்த்து கிராம மக்கள் போராடி வருவதாகவும் செய்திகள் வெளியாகிக் கொண்டிருக்கின்றன.

அப்படிப்பட்ட பழமையான கோயிலைத்தான் ஓர் இளைஞன் தயங்கித் தயங்கி பார்த்துக் கொண்டிருந்தான். அங்கிருந்த கல்வெட்டுக்களை திருட்டுத்தனமாகப் படி எடுத்துக் கொண்டிருந்தான். அவன் கைகளில் 'புராதன இந்தியா என்னும் பழைய 56 தேசங்கள்' நூல் இருந்தது. கூடவே ஒரு டைரி.

எதுவும் தெரியாதது போல் அந்த இளைஞனின் அருகில் சென்ற ருத்ரன், அவன் தோளைத் தட்டினான்.

திடுக்கிட்டுத் திரும்பிய அந்த இளைஞன் வேறு யாருமல்ல. ஃபாஸ்ட்டுக்கு துணையாக 'பசுமை உலக மன்ற'த்தால் நியமிக் கப்பட்ட அதே ஆனந்த்தான். அவன் தோளில் கைபோட்ட படியே நிதானமாக அந்தக் கேள்வியை ருத்ரன் கேட்டான்.

"ஃபாஸ்ட் எங்க..?"

"கிளம்புங்க..." – எழுந்து நின்ற ரவிதாசன், கோபத்தை கட் டுப்படுத்தியபடி வார்த்தைகளை உதிர்த்தான். "உங்களை ஒருமையில அழைக்க எனக்கு விருப்பமில்லை. ஏன்னா, நீங்க யாருனு எனக்கு தெரிஞ்சுடுச்சு. மரியாதையாவே சொல்றேன்... போயிட்டு வாங்க..."

"ரவிதாசன், ஆத்திரப்பட இது நேரமில்ல..." – சூ யென் அமை தியாகச் சொன்னான்.

"தெரியும். அதனாலதான் இந்த இடத்தை விட்டு உங்களை போகச் சொல்றேன்..."

"சங்கரை காப்பாத்தணும்..."

"அவன் என் பையன். நான் பார்த்துக்கறேன். ஸோம்பியா அவன் மாறியிருக்கான். அவ்வளவுதான? பரவால்ல. அவனை எப்படி சராசரியா மாத்தணும்னு எனக்கு தெரியும்..." – இடைவி டாமல் கடப்பாரையால் மண்டபத்தை இடித்துக் கொண்டிருந்த சங்கரைப் பார்த்தான். "இதுவும் ஒரு வகைல நல்லதுக்குத்தான். சோம்பன் சாம்பனை மறந்துட்டேன். அதை ஸோம்பியா மாறி சங்கர் நினைவுபடுத்தியிருக்கான். ஆதித்த கரிகாலன் கொலைல சமபங்கு வகிச்சது சோம்பன் சாம்பனாச்சே..."

கண்களை மூடி சற்று நேரம் அப்படியே நின்றான். மீண்டும் அவன் இமைகளைப் பிரித்தபோது, கலங்கியிருந்தது.

"ஒற்றை ஆடையோட நாடு கடத்தப்படறது என்னன்னு உங் களுக்குத் தெரியாது. நெருங்கின சொந்தத்துலேந்து தூரத்து உறவி னர் வரைக்கும் யாரையும் விடலை. தேடித் தேடி எங்க எல்லா ரையும் இந்த சோழ நாட்டை விட்டு 'நாடு கடத்தல்'ங்கிற பேர்ல வெளியேத்தினாங்க. வயசானவங்கள்லேந்து, பிறந்த குழந்தை வரைக்கும் இதுல அடக்கம். நாட்டு மக்கள் எல்லாம் எங்க மேல எச்சில் துப்பி... மண் வாரி தூத்தி..." – உதடுகள் நடுங்க மேற் கொண்டு பேசாமல் அமைதி காத்த ரவிதாசன், மெல்ல மெல்ல தன்னை நிலைப்படுத்திக் கொண்டான். சில நிமிடங்களுக்குப் பிறகு திரும்பி சூ யென்னை உற்றுப் பார்த்தபோது, அவன் கண்களில் அனல் தகித்தது.

"ஆயிரம் வருஷங்களா அடை காத்துட்டு வர்ற வெறி, நீங்க யாருனு தெரிஞ்சதும் மறைஞ்சிடுமா என்ன? விட மாட்டேன்... பழி வாங்கியே தீருவேன். பல்லாயிரம் வருஷங்களா பாது

காத்துட்டு வர்ற பொக்கிஷத்தை வெளிநாட்டுக்காரங்களுக்கு கொடுத்தே தீருவேன். என் மூதாதையர்கள் கபாடபுரம் பல்கலைக்கழகத்தை சேர்ந்தவங்க... தெரியும்ல..?''

''ரவிதாசன்...''

''ஆமா, ரவிதாசன்தான். சூரியனோட தாசனேதான்...'' சொல்லிவிட்டு சங்கரை நோக்கி நடந்த ரவிதாசன், சட்டென்று நின்றான்.

''உண்மையான சூ யென் எங்க இருக்கான்னு கேட்க மாட்டேன். ஏன்னா, எங்க இருந்தாலும் என்னைத் தேடி அவன் வருவான்..'' என்ற படி நின்றுகொண்டிருந்த 'சூ யென்'னை நோக்கி வந்தான்.

''ஃபாஸ்ட் இந்நேரம் தப்பிச்சிருப்பான்னு தெரியும். அதுதான் உங்க நோக்கமும் கூட. அவனை வச்சு உங்க திருவிளையாடலை ஆரம்பிச்சுட்டீங்க இல்லையா..?'' – கேட்டவன் பதிலை எதிர் பார்க்காமல் தன் வலது கையை முன்னால் நீட்டினான்.

''குருக்ஷேத்திர போர்ல ஆயுதம் எடுக்க மாட்டேன்னு நீங்க செஞ்சு கொடுத்த சத்தியத்தை நினைவுபடுத்த விரும்பறேன். ஏன்னா, அதே குருக்ஷேத்திர யுத்தம்தான் இப்பவும் நடக்கப் போவது. இந்தப் போர்லயும் நீங்க ஆயுதம் எடுக்கக் கூடாது. கடல்ல எப்படி கோரைப்புல்லால மறைஞ்சீங்களோ அப்படியே இப்பவும் மறைஞ்சுடுங்க... இது வேண்டுகோள் இல்ல... உங்க பக்தனோட கட்டளை...'' என்றபடி 'சூ யென்'னின் காலைத் தொட்டு வணங்கினான்.

''போயிட்டு வா கிருஷ்ணா... மறக்காம நான் சாகும்போது விஸ்வரூப தரிசனம் கொடு...''

''உறுதியா சொல்ல முடியும். ஆயி இந்நேரம் செத்திருப்பா. இருந்த தடையை நீக்கியாச்சு. தவிர, பொக்கிஷத்துக்கு வழிகாட்டற வரைபடத்தோட நுனியையும் சேதாரமில்லாம எடுத்துட்டேன். ஆமா... நல்லூர் சிவன் கோயில் குளத்துல இருந்த மகாபாரதக் குந்தியோட சிலைதான்... ஸோ, புதையல் நம்ம கைக்கு வந்தா மாதிரி தான். நிம்மதியா இருங்க...'' என்று பரமேஸ்வர பெருந்தச்சன் சாட்டிலைட் ஃபோனில் சொல்லி முடிக்கவும், டுடுமா அருவியிலிருந்து ஒரு பொருள் விழவும் சரியாக இருந்தது.

அந்தப் பொருள் உச்சியில் இருந்து அருவியின் போக்கில் கீழே இருந்த பாறை மடிப்பில் விழுந்தது. பின் நீரின் வேகத்தில் அப்படியே மேலெழுந்து பரமேஸ்வர பெருந்தச்சனுக்கு அருகில் விழுந்தது.

எதிர்பாராத இந்த செயலால் ஒரு நொடி நிலைகுலைந்தார். அடுத்து நடந்த நிகழ்ச்சியோ அவரது நம்பிக்கையையே தகர்த்துவிட்டது. காரணம், அந்தப் பொருள் குந்தியின் சிலை மீது

விழுந்ததுதான். இதனால் பிடிமானம் தளர்ந்து அந்தச் சிலை பாறையில் மோதி உடைந்தது.

சிதறிய சிலையைக் குலைத்தது எது என்று பார்த்தார். கோணலாக விழுந்திருந்தது பொருளல்ல. உடல். ஆயியைக் கொல்ல அனுப்பிய மனிதனின் சடலம்.

அருவியின் குளிருக்கு நடுங்காத பரமேஸ்வர பெருந்தச்சனின் உடல், இப்போது அதிர ஆரம்பித்தது.

சிரமப்பட்டு இமைகளைத் திறந்த ஃபாஸ்ட்டுக்கு ஒரு கணம் ஒன்றும் புரியவில்லை. எங்கிருக்கிறோம்... எந்த நிலையில் இருக்கிறோம்... என்றே தெரியவில்லை. கை, கால்களை அசைக்க முடிந்தது. ஆனால், சம்மட்டியால் யாரோ அடிப்பது போல் தலை வலித்தது. எழுந்து கொள்ள முயற்சித்தான். முடியவில்லை. படுத்த நிலையிலும் உடல் தள்ளாடியது. பிடிமானத்துக்காக கையைத் துழாவினான். யாரோ அந்தக் கையைப் பிடித்தார்கள்.

கனத்த தலையை மெல்ல திருப்பி யாரென்று பார்த்தான்.

சூ யென்!

"மரக்கலத்துல இருக்கோம். ஆனா, ரெண்டு பேருமே ஆபத்துல சிக்கியிருக்கோம். என்னனு நீயே பாரு..." என்றபடி ஃபாஸ்ட்டின் தலையைக் கைத்தாங்கலாகப் பிடித்துத் தூக்கினான். தெரிந்த காட்சியைப் பார்த்து ஃபாஸ்ட் அதிர்ந்தான். அங்கே கடற்போர் நடந்து கொண்டிருந்தது.

"நாம கடற்கொள்ளையர்கள்கிட்ட சிக்கியிருக்கோம்..."

"இது... இது... எந்த இடம்..?"

"பகவான் ஸ்ரீகிருஷ்ணரோட சாம்ராஜ்ஜியம். துவாரகா..."

15

அதிர்ந்து போய் திரும்பினான் ஆனந்த்.

“சொல்லு... ஃபாஸ்ட் எங்க?” முன்பை விட அதிக அழுத் தத்துடன் அதே கேள்வியை மீண்டும் கேட்டான் ருத்ரன்.

“நீ... யாரு..?” – ஆனந்தின் குரல் நடுங்கியது.

“யாரா இருந்தா உனக்கென்ன? கேட்ட கேள்விக்கு பதில் சொல்லு...”

“எ..ன..க்..குத் தெரியாது...”

“பொய் சொல்லாத...” என்றபடி அவன் தோளில் இருந்த தன் கையை அப்படியே அவன் கழுத்துக்குக் கொண்டு சென்றான் ருத்ரன். “வழுவழுப்பான கழுத்து. நரம்பும் புடைச்சிருக்கு. ஒரே அழுத்து. உயிர் போயிடும். பரவாயில்லையா..?”

“நிஜமாவே எனக்குத் தெரியாது...”

“ஏய்...” பற்களைக் கடித்த ருத்ரனைப் பார்க்கவே ஆனந்துக்கு அச்சமாக இருந்தது.

“சத்தியமா சொல்றேன். காலைல எழுந்து பார்த்தப்ப அவனை காணும். தேடிப் பார்த்தேன். கிடைக்கலை...”

“சரி, இங்க என்ன பண்ணற..?”

என்ன பதில் சொல்வதென்று தெரியாமல் விழித்தான் ஆனந்த்.

“பதில் சொல்லப் போறியா இல்லையா..?”

“சு...ம்...மா கோயிலை சுத்திப் பார்க்க வந்தேன்...” எச்சிலை விழுங்கியபடியே பதில் சொன்னான் ஆனந்த்.

“சின்ன வயசுலயே எனக்கு காது குத்திட்டாங்க. புரியுதா?” என்ற படி அவன் கழுத்தை நெரிக்க ஆரம்பித்தான். “கூட இருந்தவனைக் காணும்... போலீஸ்ல புகார் கொடுக்காம ஊர் சுத்திப் பார்க்க வந் தியா? இதை நான் நம்பணுமா..?” அழுத்தத்தை அதிகப்படுத்தினான்.

ஆனந்துக்கு மூச்சுத் திணற ஆரம்பித்தது. கை, கால்களை உதறிய படியே பரிதாபமாக ருத்ரனைப் பார்த்தான். அவன் கண் முன்னால் பூச்சிகள் பறந்தன.

"உண்மையை சொல்றியா!"

"ம்..." என சைகை செய்தான். பிடியைத் தளர்த்திய ருத்ரன், அவன் பேசுவதற்காக காத்திருந்தான்.

ஆனந்தால் உடனடியாக எதுவும் சொல்ல முடியவில்லை. விடாமல் இருமியவன், ஓரளவு நிலைபெற்றதும் பேச ஆரம்பித்தான். "ஹோட்டல் முழுக்க ஃபாஸ்ட்டை தேடிப் பார்த்தேன். எங்கயும் காணும். வெளில வாக்கிங் போயிருப்பான்னு நினைச்சேன். டேபிள் மேல இந்த டைரி இருந்தது..."

அதைப் பிடுங்கிய ருத்ரன், பக்கங்களைப் புரட்டினான். பிறகு நிமிர்ந்து அவனை உற்றுப் பார்த்தான். "ஃபாஸ்ட் எதுக்காக இந்தியா வந்திருக்கான்னு இப்ப உனக்குத் தெரியுமில்லையா?"

பதில் சொல்லாமல் ஆனந்த் தலை குனிந்தான்.

"ஆக, உன் பங்குக்கு நீயும் பொக்கிஷத்தைத் தேட ஆரம்பிச்சுட்ட. இதுவரைக்கும் சரி. ஆனா, இந்தக் கோயிலுக்கு ஏன் வந்த?" – கேட்ட ருத்ரன், கொத்தாக ஆனந்தின் சட்டையைப் பிடித்தான். "இது ராஜேந்திர சோழன் கட்டின கோயில். கிட்டத்தட்ட ஆயிரம் வருஷங்கள் பழமையானது. சாலையை அகலப்படுத்தறதுக்காக இந்தக் கோயிலை இடிக்க நெடுஞ்சாலைத் துறை முயற்சி பண்ணுது. இதை எதிர்த்து கிராம மக்கள் போராடிட்டு இருக்காங்க. இவ்வளவு சிறப்புகள் இந்தக் கோயிலுக்கு இருக்கு. அப்படியிருக்கிறப்ப எதைத் தேடி இங்க வந்த..?"

"அதுதான் சுத்திப் பார்க்கலாம்னு..." ஆனந்த் சொல்லி முடிப்பதற்குள் அவன் கன்னத்தில் இடி இறங்கியது. தள்ளாடி தரையில் விழுந்தவன் அப்படியே மயக்கமானான்.

அதன் பிறகு ருத்ரன் தாமதிக்கவில்லை. அவனைப் புரட்டிப் போட்டு முழுமையாக ஆராய்ந்தான். அவனது பேன்ட் பாக்கெட்டில், கையடக்கமான மகாமேரு இருந்தது. அதுவும் தன் வீட்டு பூஜையறையில் இருக்கும் மகாமேரு போலவே அதுவும் இருந்ததுதான் ருத்ரனை திகைக்க வைத்தது.

ஆனந்த் சாதாரண ஆளில்லை. எவற்றின் நடமாடும் சாயலாகவோ அவன் இருக்கிறான் என்ற எண்ணம் வலுப்பட்டது. அதை உறுதி செய்வது போல் வரைபடம் ஒன்று கிடைத்தது. அதுவும் மாட்டுத் தோலில் தீட்டப்பட்ட வரைபடம் அது. அதை தன் இடுப்பில் அவன் சொருகியிருந்தான்.

அதைப் பிரித்துப் பார்த்த ருத்ரன், அதிர்ச்சியில் அப்படியே உறைந்தான்.

காரணம், சரஸ்வதி நதி, பஃறுளி ஆறு ஆகிய இரண்டையும் இணைக்கும் நேர்க்கோட்டு வரைபடம் அது. அந்த நேர்க்கோட்டின் நடுவில்தான் ஆதித்த கரிகாலன் கொலை செய்யப்பட்ட மண்டபமும், ராஜேந்திர சோழன் கட்டிய இந்த ஆலயமும்

இருந்தன. இந்த இரண்டையுமே சிவப்பு மையினால் யாரோ வட்டமிட்டிருந்தார்கள்.

"சங்கர் பிழைச்சுடுவானா..?"– சலனமில்லாமல் கேட்ட மனைவியின் அருகில் வந்தான் ரவிதாசன். அவளது வேதனை அவனுக்குப் புரிந்தது.

"நிச்சயம் இயல்பு நிலைக்குத் திரும்பிடுவான். மாற்று மருந்து கொடுத்திருக்கு. கவலைப்படாத..."

"அவன் இறந்தாலும் நான் கலங்க மாட்டேன்..."

"ராஜி..."

"எதுக்கு பதட்டப்படறீங்க? பைத்தியம் பிடிச்சுடுச்சுனு நினைக்கறீங்களா..? இல்லைங்க. தெளிவாதான் இருக்கேன். மனசுல பட்டதைத்தான் சொல்றேன். சங்கர் நேத்து வந்தவன்ங்க. ஆனா, ஆயிரம் வருஷங்களா நமக்குள்ள பழிவாங்கும் உணர்ச்சி கொழுந்து விட்டு எரிஞ்சுட்டு இருக்கு. அதை நிச்சயம் பிள்ளைப் பாசத்தால பலி கொடுக்க மாட்டேன். அவமானத்தை நம்ப குடும்பம் சந்திச்சதை நானும் மறக்கலை. நான் உங்க அத்தை பொண்ணுங்க. உங்களுக்கு இருக்கிற அதே வைராக்கியம் எனக்கும் இருக்கு..."

"ராஜி..."

"நாளைக்கே சங்கர் குணமாகலாம். இல்ல பல மாதங்களும் ஆகலாம். பரவாயில்லைங்க. எதுவா இருந்தாலும் அதை ஏத்துக்கலாம். ஆனா, ஒரேயொரு விஷயம் மட்டும் எனக்கு புரியலை. ஃபாஸ்ட் எதுக்காக அந்த மண்டபத்தை இடிக்கச் சொன்னான்..?"

"எர்த் கிரிட் ராஜி..."

"அப்படீன்னா?"

"அட்ச ரேகை, தீர்க்க ரேகைன்னு பூமியை பிரிச்சிருக்கோம் இல்லையா? அதைத்தான் 'எர்த் கிரிட்'னு சொல்றோம்... பூமியோட ஆற்றலை, சக்தியை ஒருங்கிணைக்கிற கோடு இது..."

"இதுக்கும் ஆதித்த கரிகாலன் கொலை செய்யப்பட்ட மண்டபத்துக்கும் என்ன தொடர்பு?"

"அதுதான் தெரியலை ராஜி..."

"அதை முதல்ல கண்டுபிடிங்க. அப்பதான் பொக்கிஷத்தைப் பத்தி ஃபாஸ்ட்டுக்கு எந்தளவுக்கு தெரியும்னு ஒரு முடிவுக்கு வர முடியும்..."

"இது முக்கியமா ராஜி?"

"ரொம்பவே முக்கியங்க. ஏன்னா, பழங்கால கோயில்கள் எல்லாமே இந்த அட்சரேகை, தீர்க்க ரேகையை அடிப்படையா வச்சுத்தான் கட்டப்பட்டிருக்கு. உதாரணத்துக்கு சிதம்பரம் நடராஜர் கோயில், காஞ்சிபுரம் ஏகாம்பரேஸ்வரர் ஆலயம், காளஹஸ்தி... இந்த மூணுமே ஒரே நேர்க்கோட்டுல இருக்கிற விஷயம் குறிப்பிட்ட

சிலருக்குத்தான் தெரியும். அதேபோல சங்கர் இடிக்க ஆரம்பிச்ச மண்டபம், எதனோட நேர்க் கோட்டுல இருக்குன்னு தெரிஞ்சா கணும்ங்க...''

''புரியுது ராஜி. கண்டுபிடிக்கறேன்...''

''அதை செய்ங்க முதல்ல. சங்கரை நான் பார்த்துக்கறேன்...''

''உன்னுடைய மொபைல் வழியா எனக்கு பரமேஸ்வர பெருந்தச்சன் செய்தி அனுப்பியிருக்கான். என்னன்னு தெரியுமா? உடனடியா உன்னை ஒப்படைக்கணுமாம். இல்லைன்னா விபரீதமாகிடுமாம்...'' என்றபடியே தாராவின் செல்போனுக்கு வந்த செய்தியைப் படித்துவிட்டு டெலிட் செய்தான் ஆதித்யா.

''அவர் யாருனே எனக்குத் தெரியாது...''

''ஸோ வாட்? நீ யாருன்னு என்னைப் போலவே அவனுக்கும் தெரியுமே..?''

''அதனாலதான் என்னை கடத்திட்டு வந்தியா?''

''ஆமா. இல்லைனா பரமேஸ்வர பெருந்தச்சன் உன்னை கிட்நாப் பண்ணியிருப்பான்...''

''நீங்க ரெண்டு பேருமே லூசா..?''

''எதை வச்சு இந்த முடிவுக்கு வந்த?'' – கேட்ட ஆதித்யாவின் உதடுகளில் புன்னகை அரும்பியது.

''என்னை கடத்திட்டு வந்ததை வச்சுத்தான் சொல்றேன். கபாடபுரம், பஃறுளி ஆறு, மதுரை வெள்ளியம்பல நடராஜர், கர்ணனின் கவசம், குருக்ஷேத்திரப் போர்ல கலந்துக்கிட்ட பாண்டிய ராஜாவோட வம்சம், ரகசியக் குழு, பொக்கிஷம்... இதெல்லாம் காதுல பூ சுத்தற விஷயம்னு இன்னுமா உங்க ரெண்டு பேருக்கும் புரியலை?''

''இல்ல...'' – சிரித்த ஆதித்யாவை முறைத்தாள் தாரா.

''விட்டா என்னை எரிச்சுடுவ போலிருக்கு. இங்க பார் தாரா... உன் வாழ்க்கைல நடந்த எல்லா விஷயங்களுக்கு பின்னாடியும் ஒரு காரணமிருக்கு. உன் அப்பாவை விட்டு நீ பிரிஞ்சது, ஆர்க்கிடெக்சர் படிச்சது, மும்பைக்கு வேலை கிடைச்சு வந்தது, கூரியர்ல செப்பேடு வந்தது, ஸ்படிக மகாமேரு, உங்கப்பா பேர்ல வாங்கின செல்போன் நம்பரை இந்த பரமேஸ்வர பெருந்தச்சன் பயன்படுத்தறது... இது எல்லாத்துக்குப் பின்னாடியும் ஒரு ரீசன் இருக்கு. அது என்னன்னு கபாடபுரத்துல நீயே தெரிஞ்சுப்ப. அங்க நாம போய்ச் சேர்ற வரைக்கும் தப்பிக்க முயற்சி பண்ணாத...''

தாராவுக்கு அலுப்பாக இருந்தது. ''இப்ப அங்கதான் போறோமா?''

''ஆமா...''

''நடந்தேவா..?''

"இல்ல..." என்ற ஆதித்யா, அவளை அடர்ந்த காட்டின் உட்பகுதிக்கு அழைத்துச் சென்றான். பிறகு தன் உதட்டைக் குவித்து சீட்டிகை செய்தான். விநோதமான ஒலியொன்று அவன் உதட்டிலிருந்து புறப்பட்டு, நான்கு புறமும் பரவியது.

அதன் பிறகு நடந்தது, தாரா, கனவிலும் எதிர்பாராதது.

இரண்டு ஆள் உயரமுள்ள கருடன் ஒன்று எங்கிருந்தோ பறந்து வந்தது. ஆதித்யா அவள் இடுப்பில் கை வைத்து அணைத்தான். திமிற வேண்டும் என அவள் மூளை கட்டளையிட்டு உடல் அதை செயல்படுத்துவதற்குள் அந்த அதிசயம் நடந்தது.

தன் பாதங்களால் அவர்கள் இருவரையும் கவ்விய அந்த கருடன், மரங்களை ஊடுருவியபடி பறக்க ஆரம்பித்தது.

திகைத்த தாராவை நோக்கிச் சிரித்தான் ஆதித்யா. "கபாடபுரத்துக்கு இப்படித்தான் போகப் போறோம்... ஜடாயு தான் நம்மை கூட்டிட்டு போகப் போறார்..."

"ஜடாயுவா..?"

"ஆமா. ராமாயணத்துல வந்த அதே ஜடாயுதான்..." என்று சொன்னவனின் புருவங்கள் திடீரென்று முடிச்சிட்டன. அவன் பார்வை பதிந்த திசையை தாரா பார்த்தாள்.

பரத்வாஜ முனிவரின் விமானிகா சாஸ்த்ரா நூலை அடிப்படையாக வைத்து தயாரிக்கப்பட்ட போர் விமானம் ஒன்று அவர்களைக் குறி பார்த்து வந்து கொண்டிருந்தது.

கொடுமா அருவியின் குளிருக்கு நடுங்காத பரமேஸ்வர பெருந்தச்சனின் உடல், நடந்து முடிந்த சம்பவங்களால் அதிர ஆரம்பித்தது.

ஆயியைக் கொல்ல அனுப்பிய மனிதனின் சடலம் தன் முன்னால் விழுந்து கிடந்தது கூட அவருக்கு பெரிய விஷயமாகப் படவில்லை. இப்படி நடக்கும் என ஓரளவு எதிர்பார்க்கவே செய்தார். அதே போல் மகாபாரத குந்தியின் சிற்பம் சிதறி உடைந்தது கூட அவரை அதிர்ச்சியடைய வைக்கவில்லை. இப்படி எதையாவது ஆயி செய்வாள் என்று அவருக்கு நன்றாகவே தெரியும்.

ஆனால் சிதறிய சிலை, உண்மையில் கற்களினால் செதுக்கப்பட்டதல்ல என்பதுதான் அவரை நிலைகுலைய வைத்தது. அது சுண்ணாம்பினால் செதுக்கப்பட்ட சிலை. அப்படியானால் நல்லூரிலிருந்து தான் கொண்டு வந்தது உண்மையான சிலை இல்லையா? எனில் நிஜமான குந்தியின் சிலை எங்கிருக்கிறது?

ஆழ்ந்து சுவாசித்தார். புருவ மத்தியில் தன் பார்வையை நிலைக்க விட்டார். மனதும், உடலும் சமநிலைக்கு வந்ததும் அருவிக்குச் சென்றார். மலை உச்சியிலிருந்து கொட்டிய நீரையே கயிறாகப் பிடித்து மேலே ஏற ஆரம்பித்தார். சரியாக நடுவில்

இருந்த பாறை மடிப்புக்கு வந்ததும், நின்றார். தன் தலை மீது இடியாக இறங்கிய நீரை அவர் சட்டை செய்யவில்லை. அதனுள் ஊடுருவியபடியே பாறையின் மீது நடந்தார். மறுமுனைக்கு வந்தார்.

எட்டடி உயரமுள்ள குகையின் வாயில் அவரை வரவேற்றது. அதனுள் நுழைந்தார். அருவிக்கு மத்தியில், அதுவும் மலை இடுக்கில் இப்படியொரு குகை இருக்கும் விஷயமே யாருக்கும் தெரியாது. தண்ணீர் பிசுபிசுத்த தரையில் வழுக்காமல் இருபத்தோரு அடி தூரம் நடந்ததும், கூடம் ஒன்றை அடைந்தார். செவ்வக வடிவில் சற்றே பெரிதாக இருந்த அந்தக் கூடத்தின் நடுவில் பாறை ஒன்று இருந்தது. அந்தப் பாறையின் மீது வயதான பெரியவர் ஒருவர் பத்மாசனமிட்டு அமர்ந்திருந்தார். வெண்மை நிற தாடி, இடுப்பு வரை வளர்ந்திருந்தது.

சப்த நாடியும் ஒடுங்க அந்தப் பெரியவரை நமஸ்கரித்தார் பரமேஸ்வர பெருந்தச்சன்.

சிரிக்கும் உதடுகளால் அவரை ஏறிட்ட அந்தப் பெரியவர், வேறு யாருமல்ல, வேத வியாசர்தான்.

16

களைத்துப் போய் மரக் கட்டிலில் படுத்திருந்த சங்கரையே பார்த்துக் கொண்டிருந்தாள் ராஜி. அடிவயிறு எரிந்தது. ஆசை ஆசையாக பெற்ற மகன். வயதுக்கு மீறிய அறிவுடன் வளைய வந்த பாலகன். சிற்ப சாஸ்திர ரகசியங்களைக் கச டறக் கற்றுக் கொண்ட வாரிசு. தங்கள் காலத்தில் முடியா விட்டாலும், தன் காலத்தில் நிச்சயம் பழி வாங்குவான் என்று நம்பிக்கை அளித்த நட்சத்திரம்.

எல்லாம் பழங்கதையாகி இப்போது சக்கையாக பிழியப்பட்டு படுத்திருக்கிறான். பிழைப்பானா? தெரியாது. ஒருவேளை கண்வி ழித்தாலும் முன்பு போல் புத்திசாலித்தனத்துடன் இருப்பானா? சொல்வதற்கில்லை. எதுவும் நடக்கலாம். நடப்பது நடக்கட்டும். முன்வைத்த காலை பின் வைப்பதாக இல்லை. யுத்தத்தில் யார் உயிருடன் இருப்பார்கள் என்று சொல்ல முடியாது. பிழைப்பது முக்கியமல்ல. வெற்றியே நிரந்தரம். அதுவே ஆயிரமாண்டு கால பழி உணர்ச்சியைத் துடைக்கும் மாமருந்து.

வழக்கத்தை விட அதிகமாக உப்பைக் கலந்து தயாரிக்கப்பட்ட உணவை சங்கருக்கு புகட்டினாள். மாற்று மருந்தை நீரில் கலந்து குடிக்க வைத்தாள். யாரோ அழைக்கும் சப்தம் கேட்டது. பக்கத்து வீட்டுப் பெண். மர நாற்காலியில் இருந்து இறங்கினாள். பாதத்தை நனைத்தபடி குளிர்ந்த நீர் ஓடிக் கொண்டிருந்தது. நல்லவேளை யாக பாதாள அறையில் சங்கரை படுக்க வைத்திருக்கிறோம். இல் லாவிட்டால் அநாவசியமான கேள்விகள் எழும்.

வந்தவளை சந்திப்பதற்காக சென்ற ராஜியின் மனதில், ரவி தாசனின் உருவம் எழுந்தது. எதற்காக சென்றாரோ, அந்த வேலையை அவர் கச்சிதமாக முடித்திருக்க வேண்டுமே என்ற கவலை எழுந்தது.

அலைபாயும் உள்ளத்துடன் அவள் சென்றதும் –

அந்த மாற்றம் நிகழ ஆரம்பித்தது.

பாதாள அறையின் நடுவில் இருந்த பீடமும், பீடத்தின் மீதிருந்த செம்பினாலான நடராஜர் சிலையும் அசைந்தன. சுவர்களில் இருந்த சிந்து சமவெளி, மாயன், சீன, மெசபடோமிய நாகரிகங்களின் வரைபடங்கள் ஒன்று சேர்ந்து மகாபாரத காலகட்டத்து நிலப்பரப்பின் வடிவத்துடன் கலந்தன. பின்னர் அந்த வரைபடங்களின் கோடுகள் அப்படியே வளைந்து, நெளிந்து ஒரு உருவமாக மாறின. மாறிய அந்த உருவத்தின் இமைகள் திறந்தன. கட்டிலில் படுத்திருந்த சங்கரின் மீது அதன் பார்வை படிந்தது.

சில நொடிகள்தான். பிறகு ஒரு முடிவுடன் சுவரை விட்டு அந்த உருவம் இறங்கி, சங்கரை நெருங்கியது. தன் இரு கைகளாலும் அவனை அப்படியே அள்ளிக்கொண்டு வந்த வழியில் திரும்பியது. சுவருடன் சுவராக மறைந்தது. இதனையடுத்து, உருவமாக மாறிய கோடுகள் பழையபடி வரைபடங்களாகின. அசைந்த நடராஜரும் அமைதியானார்.

சுவரில் தோன்றிய அந்த உருவம், வேறு யாருமல்ல. யாரைக் கொலை செய்த குற்றத்துக்காக ரவிதாசனின் வம்சம் நாடு கடத்தப்பட்டதோ, அந்த ஆதித்த கரிகாலனின் தமக்கையும், ராஜராஜ சோழனின் சகோதரியுமான குந்தவை நாச்சியார்தான்.

“வாங்க... வாங்க...” – ஆயியை வரவேற்ற விஜயலட்சுமி, வாசல் என்றும் பாராமல் அவளை நமஸ்கரித்தாள். “இந்த நேரத்துல உங்களை எதிர்பார்க்கவேயில்லை...” விஜியின் குரலில் மட்டுமல்ல, உடம்பிலும் பதற்றம் தொற்றிக் கொண்டது.

“வர வேண்டிய நேரம்... வந்துட்டேன்...” என்றபடி விஜியை அலசிய ஆயியின் கண்களில் திருப்தி நிலவியது. “ருத்ரன் திரும்பி வந்ததுல உனக்கு சந்தோஷம்தானே?”

சங்கடத்துடன் நெளிந்த விஜயலட்சுமி, “குந்தியை நீங்க அனுப்பினதுல கூட மகிழ்ச்சிதாம்மா...” என்றாள்.

“பாலாவை சொல்றியா?”

“பாலா?”

“ம்... குந்தி தேசத்து இளவரசி பேரு பாலா திரிபுரசுந்தரி...”

விஜியின் கண்கள் மின்னின. “பேருக்கு ஏத்தா மாதிரியே இருக்காம்மா...”

“குணம் கூட அப்படித்தான். அதனாலதான் உன்கிட்ட அவளை அனுப்பியிருக்கேன்...” என்ற ஆயியின் கண்கள் வீட்டை ஆராய்ந்தன. “எங்க பாலாவை காணும்?”

“மேல படுத்துட்டு இருக்காம்மா..?”

“ஆரோக்கியமா இருக்காளா..?”

"உங்க ஆசீர்வாதம் இருக்கிறப்ப அவளுக்கு ஒரு குறையும் வராதுமா... நல்லூர் சிவன் கோயிலுக்கு போயிருந்தோம். அந்த சோர்வுல கண் அசந்திருக்கா..."

விஜியை உற்றுப் பார்த்து தலையசைத்த ஆயி, நேராக பூஜையறைக்குச் சென்றாள். சாம்பிராணியும் ஊதுவத்தியும் கலந்த மணம் அவளை வரவேற்றது. நேராக மகாமேரு இருந்த இடத்துக்கு சென்றவள், கூடையில் இருந்த பூவை அள்ளி அதன் மீது தூவினாள். நெடுஞ்சாண் கிடையாக தரையில் விழுந்து வணங்கினாள். பயபக்தியுடன் மரப்பெட்டியின் அருகில் சென்றவள், அதைத் திறந்தாள். ஜன்னல் வழியே விழுந்த சூரிய ஒளியில் விஜயாலய சோழனின் வாள் பளபளத்தது. அதை கையில் எடுத்து கண்களில் ஒற்றிக் கொண்டாள். பிறகு அதை தன் கையில் இறுகப் பிடித்து உயர்த்தினாள்.

"இந்த வாளை பயன்படுத்த வேண்டிய நேரம் நெருங்கியாச்சு..." என்றபடி விஜயலட்சுமியை ஏறிட்டவள், "மணப்பாடு நாகநாத சுவாமி கோயில்லேந்து ருத்ரன் வர தாமதமாகும். அதுக்குள்ள நாம செய்ய வேண்டிய வேலையை முடிச்சிடலாம்..." என்றவள், பதிலை எதிர்பார்க்காமல் அந்த வாளை மீண்டும் மரப்பெட்டியிலேயே வைத்தாள். பின்னோக்கி நடந்தபடியே பூஜையறையை விட்டு வெளியே வந்த ஆயியின் நெற்றியில் வியர்வை பூக்க ஆரம்பித்தது. கைக்குட்டையால் அதை துடைத்தவள், பக்கவாட்டில் இருந்த மாடிப் படிக்கட்டில் நிதானமாக ஏற ஆரம்பித்தாள்.

பின்தொடர்ந்த விஜயலட்சுமி, "அம்மா... சில சம்பவங்கள் நடந்துடுச்சும்மா..." என்றாள் தயக்கத்துடன்.

"என்ன... நல்லூர் சிவன் கோயில் குளத்துல இருந்த மகாபாரத குந்தி சிலையையும், சுரங்க நூலகத்துல இருந்த பரத்வாஜ மகரிஷி எழுதின 'விமானிகா சாஸ்த்ரா' நூலையும் காணோம்... அதுதானே?"

பதில் சொல்லாமல் தலையைக் குனிந்தாள் விஜயலட்சுமி.

"இரண்டையும் நான் பார்த்துக்கறேன்... கவலைப்படாத..." என்ற ஆயி, படுக்கையறையின் முன்னால் வந்து நின்றாள். கதவு மூடியிருந்தது. திரும்பிப் பார்க்காமலேயே "திற..." என கட்டளையிட்டாள்.

முன்னோக்கி வந்த விஜயலட்சுமி, கதவின் பிடியைப் பிடித்து திறந்தாள். உள்ளே –

கட்டில் இருந்தது. தலையணை இருந்தது. போர்வை விரிக்கப்பட்டிருந்தது. ஆனால், அதன் மீது படுத்திருந்த பாலாவைத்தான் காணவில்லை.

"இங்கதாம்மா படுத்திருந்தா..." நடுக்கத்துடன் சொன்ன விஜயலட்சுமியைத் தாண்டி ஜன்னலோரம் சென்றாள் ஆயி. கண்ணாடி ஜன்னல் அகலமாகத் திறந்திருந்தது. அதன் வழியே வெளியே பார்த்தவளின் உதடுகளில் புன்முறுவல் பூத்தது.

தொலைவில் மயங்கிய நிலையில் இருந்த பாலாவை தன் தோளில் சுமந்தபடி ஒரு மனிதன் சென்று கொண்டிருந்தான்.

அவன், ரவிதாசன்.

“இந்த இடம்தானா?” சுற்றிலும் பார்த்தபடியே கேட்டான் குள்ள மனிதன்.

“வரலாற்றுக் குறிப்பு அப்படித்தான் சொல்லுது...” என்றபடி உயரமாக இருந்த அந்த மனிதன், மடமடவென்று கட்டளைகளைப் பிறப்பிக்க ஆரம்பித்தான்.

“மறைந்து போன சரஸ்வதி நதியைக் கண்டுபிடிக்கிற பொறுப்பை நம்ம ஒன்பது பேர்கிட்டயும் ஆயி ஒப்படைச்சிருக்காங்க. அவங்க எப்பேர்ப்பட்ட சக்தி வாய்ந்தவங்கனு நம்ம எல்லாருக்குமே தெரியும். அப்படிப்பட்டவங்களுக்கு உதவ வேண்டியது நம்ம கடமை. அதுதான் நம்ம முன்னோர்களுக்கு நாம செலுத்தற மரியாதையும் கூட...” என்று நிறுத்தியவன், அனைவரது கண்களையும் பார்த்தபடியே தொடர்ந்தான்.

“இன்றைய குஜராத் – அரியானா மாநிலங்கள் வழியாதான் அப்ப சரஸ்வதி நதி பாய்ந்ததா ஒரு நம்பிக்கை இருக்கு. கிடைத்த ஆதாரங்களும் அந்த நம்பிக்கைக்குத்தான் வலு சேர்க்குது. அதேபோல மகாபாரத காலகட்டத்துல சரஸ்வதி நதி, திடீர்னு பாலைவனமா மாறினதாகவும், கொஞ்சம் தள்ளி திரும்பவும் நதியா ஓடியதாகவும் குறிப்பு இருக்கு. மதுரா, துவாரகாவைத் தொட்டு அந்த நதி கடல்ல கலந்திருக்கு. பரசுராமரும், கிருஷ்ணரும் அந்த நதில விளையாடியிருக்காங்க. இதனோட தெற்குப் பகுதிலதான் குருக்ஷேத்திரப் போர் நடந்திருக்கு. இதையெல்லாம் வச்சுத்தான், இதோ இந்த தார் பாலைவனத்துக்கு வந்திருக்கோம்...”

“புரியுது... இங்கேந்து நம்ம வேலையை ஆரம்பிக்கப் போறோம் இல்லையா...?” மத்திம உயரத்தில் இருந்த அந்த மனிதன் வாயைத் திறந்தான்.

“ஆமா... ஒருவேளை இங்க நமக்கு சரியான துப்பு கிடைக்கலைனா, அடுத்து நாம இமயமலைக்குப் போகணும். சரஸ்வதியோட பிறப்பு அந்தப் புனித மலைதான்...” என்று நிறுத்திய உயரமான மனிதன், சில நொடிகள் அமைதியாக இருந்துவிட்டு பிறகு தொடர்ந்தான். “ஆனா, நம்ம தேடல் இந்தப் பாலைவனத்துல ரொம்ப சுலபமா இருக்கும்னு நினைக்க வேண்டாம். பெரிய பெரிய ஆபத்துகளைச் சந்திக்க வேண்டியிருக்கும்...” என்றான்.

“எப்படிப்பட்ட ஆபத்தையும் சந்திக்கிற சக்தி நமக்கு இருக்கு...” என்று குள்ள மனிதன் சொல்லி முடிக்கவும், அவர்கள் நின்றிருந்த இடம் அசையவும் சரியாக இருந்தது.

ஒன்பது பேரும் ஒருவரையொருவர் பார்த்துக் கொண்டார்கள். ஏதோ ஆபத்து என்று அவர்களது உள்ளுணர்வு சொன்னது. என்றாலும் யார் முகத்திலும் பயத்தின் சாயல் ஊடுருவவில்லை. அப்படியே நின்றார்கள். அசைந்த பூமி, நொடியில் இயல்புக்கு வந்தது. இதனையடுத்து 'உஷ்...' என்ற சப்தத்துடன் காற்று வீச ஆரம்பித்தது.

பாலைவனத்தில் காற்று வீசுவது சகஜம். எனவே ஒன்பது பேரும் அதை பெரிதுபடுத்தவில்லை. ஆனால், காற்றின் வேகம் மெல்ல மெல்ல அதிகரிக்கத் தொடங்கியபோது அவர்களது புருவங்கள் முடிச்சிட்டன. உயரமான மனிதன் தன் பார்வையால் மற்றவர்களுக்கு செய்கை செய்தான். அவன் சுட்டிக்காட்டிய இடத்தை அனைவரும் பார்த்தார்கள்.

மூன்றாள் உயரத்தில் புழுதிப் படலம் ஒன்று எழுந்து அவர்களைக் குறி பார்த்து வேகமாக வந்தது. அசையாமல் நின்றார்கள். இமைக்கும் பொழுதில் அந்தப் படலம் அவர்களைச் சூழ்ந்தது. அனைவரும் தங்கள் கைகளால் முகத்தை மூடினார்கள். கண்களில் மணல் துகள்கள் விழாமல் பார்த்துக் கொண்டார்கள்.

மணல் கற்கள், அவர்களது உடலைத் துளைத்தன. குத்தின. குப்புறத் தள்ள முயன்றன. பாதங்களை அழுத்தமாக ஊன்றியபடி ஒன்பது பேரும் அசையாமல் நின்றார்கள். கிட்டத்தட்ட ஐந்து நிமிடங்களுக்கு இது நீடித்தது. பிறகு அந்தப் புழுதிப் படலம் அவர்களைக் கடந்து சென்றது.

ஒன்பது பேரும் கைகளை விலக்கினார்கள். அனைவரது உடலிலும் மணல் புழுதி. அவர்கள் அணிந்திருந்த ஆடைகள் நார் நாராகக் கிழிந்து தொங்கின. வெற்றுடம்பில் புள்ளி புள்ளியாக ரத்தம் ஊற்றெடுத்தது.

"முதல் ஆபத்தைக் கடந்துட்டோம்..." என்றான் உயரமான மனிதன்.

"இல்ல... அங்க பார்..." என்றான் குள்ளமான மனிதன்.

அவன் சுட்டிக்காட்டிய திசையை நோக்கிய பதினாறு கண்களும் அதிர்ச்சியில் உறைந்தன.

அவர்கள் உடலை சல்லடையாகத் துளைத்த புழுதிக் காற்று, நகராமல் சற்றுத் தொலைவில் நின்று கொண்டிருந்தது. ஆம், நின்று கொண்டிருந்தது. ஆனால், அஃறிணையாக அல்ல. உயிரிணையாக.

கண்கள் தெறித்து விழும் வகையில் இமைகளை விரித்து ஒன்பது பேரும் அந்த உருவத்தைப் பார்த்தார்கள். வானத்துக்கும் பூமிக்குமாக ஆஜானுபாகுவான மணல் மனிதன் நின்றுகொண்டிருந்தான். ஒன்பது பேரும் தன்னைப் பார்க்கிறார்கள் என்று தெரிந்ததும், அந்த மணல் மனிதனின் முகத்தில் புன்னகை அரும்பியது.

நிதானமாக அவர்களை நோக்கி அடியெடுத்து வைத்தான்.

17

'ரிக், யஜுர், சாம, அதர்வண வேதங்களைத் தொகுத்த வேத மகரிஷிய இங்க சந்திக்க முடியுமான்னு தயக்கத்தோடயே வந்தேன். என்னோட பிரார்த்தனை வீண் போகலை. பூர்வ ஜன்மத்துல கொஞ்சம் புண்ணியம் செய்திருக்கேன் போல... அதனாலதான் மகாபாரத இதிகாசத்தை விநாயகரை வைச்சு எழுத வச்ச ராஜரிஷியை சிரமமில்லாம தரிசிக்கிற பாக்கியம் கிடைச்சிருக்கு...'' என்றபடி தரையில் விழுந்து வியாச பகவானை நமஸ்கரித்தார் பரமேஸ்வர பெருந்தச்சன்.

வெண்மை நிற தாடிக்குள் புன்னகை தவழ, தன் முன்னால் தரையில் விழுந்து கிடந்த பரமேஸ்வர பெருந்தச்சனை ஏறிட்டார் வியாசர். அவரையும் அறியாமல் அவரது வலக்கை உயர்ந்து ஆசீர்வதித்தது.

“மங்களம் உண்டாகட்டும்... எழுந்திரு பரமேஸ்வரா... எப்படி இருக்க?”

“உங்களோட ஆசீர்வாதம் இருக்கிறப்ப எனக்கென்ன கவலை..? சந்தோஷமா இருக்கேன்” கை கட்டியபடி பவ்யமாக நின்றார் பரமேஸ்வர பெருந்தச்சன்.

“மகிழ்ச்சியா இருக்கிறவன் எதுக்காக சிரமப்பட்டு அருவியை கயிறா மாத்தி என்னை சந்திக்க ஏறி வரணும்..?”

“உங்களை வணங்கிட்டு போகலாம்னுதான்...” இழுத்தார் பரமேஸ்வரன். அதைக் கேட்டு சட்டென்று சிரித்துவிட்டார் வியாசர்.

“இதுக்கு முன்னாடி பலமுறை டுடுமா அருவில குளிக்க வந்திருக்க. அப்ப எல்லாம் என்னை பார்க்கவும், வணங்கவும் நீ வரலையே..?”

என்ன பதில் சொல்வதென்று தெரியாமல் பரமேஸ்வர பெருந்தச்சன் தலைகுனிந்தார். மாறாத புன்னகையுடன் தொடர்ந்தார் வியாசர். “என்ன காரியமா என்னைப் பார்க்க வந்திருக்க..?”

மௌனமாக நின்றார் பரமேஸ்வர பெருந்தச்சன்.

"பலமுறை சொன்னதைத்தான் இப்பவும் சொல்றேன். பொக்கிஷம் இருக்கிற இடத்தை என்னால சொல்ல முடியாது..." என்றார் வியாசர்.

"தெரியும் குருவே... நானும் அதைக் கேட்க இங்க வரலை..."

"பின்ன?"

"எந்தப் பாதை வழியா போனா புதையலை அடையலாம்... இதை மட்டும் இந்த எளியவனுக்கு சொன்னா போதும்..."

"அது ஆபத்தான வழி..."

"துணைக்குத்தான் நீங்க இருக்கீங்களே..."

"இந்த விஷயத்துல என்னோட உதவி மட்டுமில்ல... யாரோட துணையும் உனக்குக் கிடைக்காது..."

"பரவாயில்ல குருதேவா... தனியாவே இதை நான் சந்திக்கறேன். எனக்கு கல்வியையும், வித்தையையும் சொல்லிக் கொடுத்தது நீங்கதான். உங்களாலதான் இந்த அளவுக்கு உயர்ந்திருக்கேன். அப்படிப்பட்ட உங்க மாணவனால எந்த ஆபத்தையும் சமாளிக்க முடியும். அந்த நம்பிக்கை உங்களுக்கு இல்லைன்னாலும் எனக்கு இருக்கு..."

பரமேஸ்வர பெருந்தச்சனையே உற்றுப் பார்த்த வியாசர், சில நொடிகள் கண் மூடி தியானித்தார். பகவான் கிருஷ்ணரின் உருவம் அவர் மனதில் எழுந்தது. எல்லாம் அவரது விளையாட்டு என்பதை உணர அதிக நேரம் பிடிக்கவில்லை. கண்களைத் திறந்தார்.

"பரமேஸ்வரா... இதுதான் உன் விதின்னா யாராலயும் அதை மாத்த முடியாது..." என்றபடி எழுந்த வியாசர், தன் முன்னால் அடக்கத்துடன் நின்றிருந்த சீடனின் அருகில் வந்தார். "மணல் மனிதனே 58 ரிஷிகள் தவம் செய்யும் மணல் குகைகளாக சிதறியிருக்கிறான். ஜடாயுவின் சிறகில் மறைந்திருக்கிறாள் தாரா. அவளது சிரசில் வீற்றிருக்கிறாள் சரஸ்வதி. சரஸ்வதியின் மறைவே, காளிங்கனின் நர்த்தனம். நர்த்தனத்தின் முடிவே மதுரை வெள்ளியம்பல நடராஜர். நடராஜரின் சொரூபமே கபாடபுரத்தின் இருப்பு. அந்த இருப்பின் சுவாசத்தில் துடிக்கிறது பொக்கிஷத்தின் வரைபடம். அந்த வரைபடத்தின் புள்ளிகளே இன்றைய கோயில்கள். கோயில்களில் செதுக்கப்பட்டிருக்கும் சிற்பங்களின் மொழியே புதையலின் திசைகளைக் காட்டும் கருவிகள்..."

நிறுத்திய வியாசர், "போய் வா பரமேஸ்வரா... இதுக்கு மேல பாதையை சொல்ல எனக்கு உத்தரவில்ல..." என்று சொல்லிவிட்டு திரும்பிப் பார்க்காமல் குகையின் இருண்ட பகுதிக்குள் விடுவிடு வென சென்றார்.

அங்கு –

வியாசரின் வருகைக்காகவே காத்திருந்தாள் ராஜராஜ சோழனின் தமக்கையும், வந்தியத் தேவனின் மனைவியுமான குந்தவை. அவள்

மடியில் சுயநினைவற்று படுத்திருந்தான் ரவிதாசனின் மகனான சங்கர்.

“என்ன ராஜி... திரும்பவும் சங்கரை காணுமா?” செல்போனை எடுத்ததுமே சலனமில்லாமல் கேட்டான் ரவிதாசன்.

“ஆமாங்க...”

“பாதாள அறைலதான அவனை படுக்க வைச்ச?”

“ம்...”

“தைரியமா இரு... போக வேண்டிய இடத்துக்குத்தான் போயிருக்கான்...”

“அது எனக்கும் தெரியுங்க... ஓரளவு நாம எதிர்பார்த்ததுதான். ஆனா, நான் கூப்பிட்டது அதுக்காக இல்ல...”

“பின்ன?”

“பாதாள அறை சுவருல பழைய நாகரிகங்களோட ‘மேப்’பை வரைஞ்சிருந்தோம் இல்லையா?”

“ஆமா...”

“அதுல இப்ப புதுசா இன்னொரு கோடு உருவாகியிருக்கு...”

“என்னது?”

“அந்தக் கோடும் வளைஞ்சு வளைஞ்சு போய் கடல்ல கலக்குது... அதுவும் எந்த இடத்துல தெரியுமா?”

“சொல்லு...”

“துவாரகா...”

அதிர்ந்தான் ரவிதாசன். மறுமுனையில் பதற்றத்துடன் தொடர்ந்தாள் ராஜி. “எனக்கென்னவோ அந்தக் கோடு சரஸ்வதி நதியா இருக்கும்னு தோணுதுங்க...”

“அப்படீன்னா எல்லாம் ஒரு முனைல சேர ஆரம்பிச்சிருக்குனு அர்த்தம். இதனாலதான் ஆயி தஞ்சைக்கு வந்திருக்கா போலிருக்கு...”

“என்ன... ஆயி இப்ப இங்கதான் இருக்காளா?”

“ஆமா... ருத்ரன் வீட்ல இருக்கா...”

“அப்படீன்னா அந்தக் கிழவி பெட்டியை எடுக்கறதுக்குள்ள அதை நான் கைப்பற்றிடறேன்...”

“அதுக்குள்ள நானும் இங்க வந்த வேலையை முடிச்சிடறேன்...”

“ஜாக்கிரதைங்க. குந்தி தேசத்து இளவரசியை பத்திரமா பார்த்துக்குங்க...”

“கவலைப்படாத. பாலா இப்ப எங்கூடத்தான் இருக்கா...” என்று செல்போனை அணைத்த ரவிதாசன், உற்சாகத்துடன் புல் தரையில் ஓடிக் கொண்டிருந்த பாலாவை பார்த்தான். அவளது வேகத்துக்கு ஈடுகொடுக்கும் வகையில் நடந்தவன், அவளை எட்டிப் பிடித்தான். “ஓடக் கூடாது. மாமா கையையே பிடிச்சுக்கணும்... என்ன?”

“சரி அங்கிள். இது என்ன இடம்?”

“இதுவா?” என்றபடி அண்ணாந்து பார்த்த ரவிதாசன், உணர்ச்சிப் பொங்க சொன்னான். “காஞ்சிபுரம் கைலாசநாதர் கோயில்...”

“ஓ... அப்பா அடிக்கடி சொல்ற கோயில் இதுதானா..?”

இருவரும் மெல்ல கோயிலுக்குள் நுழைந்தார்கள். அங்கிருந்த சுற்றுலாப் பயணிகளிடம் கைடு சொல்லிக் கொண்டிருந்தான்...

“சொன்னா ஆச்சர்யமா இருக்கும். ஆனா, அதுதான் உண்மை. ராஜசிம்ம பல்லவன் காலத்துல இந்தக் கோயிலை கட்ட ஆரம்பிச்சு, அவனோட பேரன் காலத்துல முடிச்சிருக்காங்க. அதாவது மூணு தலைமுறை சேர்ந்து கட்டிய கோயில் இது. ஒருவகைல ராஜராஜ சோழன் தஞ்சைல பெரிய கோயிலை கட்ட இந்த ஆலயம்தான் இன்ஸ்பிரேஷனா இருந்தது. இதனோட விசேஷம் என்ன தெரியுமா..?” – நிறுத்திவிட்டு தன்னைச் சுற்றிலும் பார்த்தவன் சில நொடிகளுக்குப் பின் உற்சாகத்துடன் தொடர்ந்தான்.

“இந்தக் கோயில் கற்களால மட்டும் கட்டப்படலை. மணலாலயும் கட்டப்பட்டிருக்கு. ஆமா, செவ்வக வடிவத்துல இருக்கிற இந்த கைலாசநாதர் கோயிலோட சுற்றுப்புறத்துல மொத்தம் 58 குகைகள் சின்னச் சின்னதா இருக்கு. இதை மணல் குகைகள்னும் சொல்வாங்க. இதுலதான் 58 ரிஷிகள் தவம் செய்ததா ஒரு நம்பிக்கை...”

பாலாவின் கையை இறுகப் பற்றியபடியே அந்த ‘மணல் குகைகளை’ ரவிதாசன் பார்வையிட ஆரம்பித்தான்.

சிரமப்பட்டு இமைகளைத் திறந்த ஃபாஸ்ட்டுக்கு ஒரு கணம் ஒன்றும் புரியவில்லை. எங்கிருக்கிறோம்... எந்த நிலையில் இருக்கிறோம்... என்றே தெரியவில்லை. கை கால்களை அசைக்க முடிந்தது. ஆனால், சம்மட்டியால் யாரோ அடிப்பது போல் தலை வலித்தது. எழுந்து கொள்ள முயற்சித்தான். முடியவில்லை. படுத்த நிலையிலும் உடல் தள்ளாடியது. பிடிமானத்துக்காக கையைத் துழாவினான். யாரோ அந்தக் கையைப் பிடித்தார்கள்.

கனத்த தலையை மெல்ல திருப்பி யாரென்று பார்த்தான். சூயென்!

“மரக்கலத்துல இருக்கோம். ஆனா, ரெண்டு பேருமே ஆபத்துல சிக்கியிருக்கோம். என்னனு நீயே பாரு...” என்றபடி ஃபாஸ்ட்டின் தலையை கைத்தாங்கலாகப் பிடித்துத் தூக்கினான். தெரிந்த காட்சியைப் பார்த்து ஃபாஸ்ட் அதிர்ந்தான். அங்கே கடற்போர் நடந்து கொண்டிருந்தது.

“நாம கடற்கொள்ளையர்கள்கிட்ட சிக்கியிருக்கோம்...”

“இது... இது... எந்த இடம்..?”

“பகவான் கிருஷ்ணரோட சாம்ராஜ்ஜியம். துவாரகா...”

பதிலே பேசாமல் மீண்டும் படுத்தான் ஃபாஸ்ட். உடலெங்கும் வலித்தது. அசையமுடியவில்லை. தன் முகத்தில் ஓங்கி ஓங்கிக் குத்திய சூ யென்னின் உருவமே மனக் கண்ணில் எழுந்தது.

“எதுக்காக என்னை அடிச்ச?” முனகலுடன் கேட்டான்.

“நானா... உன்னையா..? என்ன உளர்ற?”

“யாரு உளர்றது? சும்மா நடிக்காத சூ யென்... நீயும் நானும் ஒரே நோக்கத்துக்காகத்தான தமிழகம் வந்திருக்கோம்..? நமக் குள்ள ஒரு ஜென்டில்மேன் அக்ரிமென்ட் இருக்கத்தான செய் யுது? அதை ஏன் மீறின..? நீ ரவிதாசன் வீட்ல இருக்கிறதை தெரிஞ்சுக்கிட்ட பிறகும் நான் பேசாமத்தான இருந்தேன்... உன் பாதைல குறுக்கிடலையே... அப்படியிருக்கிறப்ப என் விஷயத் துல மட்டும் நீ ஏன் தலையிட்ட? ரோட்ல என்னை துரத்திப் பிடிச்சு எதுக்காக என் முகத்துல அப்படி குத்தின..?” – வலியை அனுபவித்தபடியே வார்த்தைகளைச் சிதற விட்டான் ஃபாஸ்ட்.

“நீ என்ன சொல்றேன்னே எனக்குப் புரியலை. இந்தக் கப்ப லுக்கு என்னைக் கூட்டிட்டு வந்ததே நீதான்... உன்னை எங்க நான் அடிச்சேன்?”

“எ...ன்...ன...து... நான் உன்னை இங்க கூட்டிட்டு வந்தனா?”

“பின்ன நாம எப்படி வந்தோம்னு நினைக்கற? ‘இந்தக் கப்பல் துவாரகா போகுது. அங்க போனா பொக்கிஷத்தோட வரை படம் கிடைக்கும். அதை வைச்சு புதையலை கைப்பற்றலாம். பிறகு நாம பங்கு போட்டுக்கலாம்’னு சொன்னது நீதானே?”

“அப்படி நான் எதுவும் சொல்லலை... சில ஆயிரம் வருஷங் களுக்கு முன்னாடியே துவாரகாவை கடல் விழுங்கிடுச்சு. இப்ப கிருஷ்ணரோட சாம்ராஜ்ஜியம் இருக்கிறது கடலுக்குள்ள. அங்க எந்தக் கப்பலாலயும் போக முடியாது. தவிர துவாரகாவுல பொக்கிஷத்துக்கான வரைபடம் இருக்கிற விஷயமே எனக்குத் தெரியாது...” கண்களை மூடியபடி மூச்சு வாங்கிய ஃபாஸ்ட், “நீ சொல்றது உண்மைனா என்னவோ தப்பு நடந்திருக்கு. உன்னைப் போலவே ஒருத்தன் எங்கிட்ட வந்திருக்கான். என்னை மாதிரியே இன்னொருத்தன் உன்னை ஏமாத்தியிருக்கான். மொத்தத்துல நாம ரெண்டு பேருமே இப்ப சிக்கல்ல மாட்டியிருக்கோம்...” என்றான்.

“இப்ப என்ன பண்றது?”

“ஒண்ணும் செய்ய முடியாது. கடற்கொள்ளையர்கள் கிட்ட சிக்கி அடிமையாக வேண்டியதுதான்...” என்று ஃபாஸ்ட் முடிக்கவும், அவர்கள் இருந்த கப்பல் தலைகுப்புற கவிழ்வது போல் ஆட்டம் காணவும் சரியாக இருந்தது. இதனால் படுத்துக் கொண்டிருந்த ஃபாஸ்ட், தூக்கி எறியப்பட இருந்தான். நல்ல வேளையாக சூ யென், பாய்ந்து அவன் உடலை அணைத்துக்

கொண்டான். கூடவே கப்பலின் பக்கவாட்டில் இருந்த இரும்புக் கம்பியை கெட்டியாகப் பிடித்துக் கொண்டான்.

ஆட்டம் கண்ட கப்பல் ஓரளவுக்கு நிலை பெற்றதும், ஃபாஸ்ட்டை கைத்தாங்கலாகப் பிடித்து நிறுத்தினான் சூயென். வெளியே தெரிந்த காட்சி இருவரையும் அதிர வைத்தது. அவர்கள் வந்த கப்பலைத் தாக்க வந்த கடற்கொள்ளையரின் கப்பல் பாதியாகப் பிளந்து கடலுக்குள் மூழ்கிக் கொண்டிருந்தது.

கூடவே கடலுக்குள்ளிருந்து ஐந்து தலை நாகம் ஒன்று பிரமாண்டமாக எழுந்தது. அதன் வால் நுனி, மெல்ல நீண்டு, இருவரும் இருந்த கப்பலைச் சுற்ற ஆரம்பித்தது.

"இது... இது... என்னவகையான நாகம்?" - பயத்துடன் கேட்ட சூயென்னுக்கு அச்சத்துடன் பதில் சொன்னான் ஃபாஸ்ட்.

"காளிங்கன்..."

18

சரஸ்வதி நதியைத் தேடி வந்த ஒன்பது பேரும் அப்படியே அதிர்ந்து நின்றார்கள். கண்கொட்டாமல் அவர்கள் பார்த்த திசையில் ஆஜானுபாகுவான மணல் மனிதன் நின்று கொண்டிருந்தான். ஒன்பது பேரும் தன்னைப் பார்க்கிறார்கள் என்று தெரிந்ததும் அந்த மணல் மனிதனின் முகத்தில் புன்னகை அரும்பியது.

நிதானமாக அவர்களை நோக்கி அடியெடுத்து வைத்தான்.

"யாரும் பயப்பட வேண்டாம். இவனை சமாளிக்கிற சக்தி நம்ப ஒன்பது பேர்கிட்டயும் இருக்கு..." என்றான் குள்ள மனிதன்.

"இப்ப பிரச்னை இவனை சமாளிக்கறது இல்ல..." இடையில் புகுந்த உயரமான மனிதனின் குரலில் கவலை வெளிப்பட்டது.

"வேறென்ன சிக்கல்..?"

"பக்கவாட்டுல பார்..."

எட்டு பேரும் அவன் சுட்டிக் காட்டிய திசையைப் பார்த்தார்கள். காட்டாறாக வெள்ளம் வந்து கொண்டிருந்தது. இடுப்புயர சிவபெருமான் அந்த வெள்ளத்தில் மிதந்து வந்தது கூட அவர்களை அதிர்ச்சியடைய வைக்கவில்லை. நடராஜரின் சிலையும் உடன் வந்ததுதான் ஒன்பது பேரையும் நிலைகுலைய வைத்தது.

காரணம், வலது காலை உயர்த்தி நடனமாடும் அபூர்வ நடராஜர் அவர். அதுவும் மதுரையில் மட்டுமே தரிசனம் தரும் வெள்ளியம்பல நடராஜர் சிலை அது. அதற்குள்தான் இந்திரன் இருக்கும் இடத்துக்கான குறிப்பு செதுக்கப்பட்டுள்ளது. அந்த இந்திரனிடம்தான் கர்ணனின் கவசமும் பாதுகாப்பாக இருக்கிறது.

"ஆயி, இப்ப சுரங்கத்துக்கு போக வேண்டியது அவசியமா..?" – அதற்கு மேலும் பொறுக்க முடியாமல் தன் மனதில் பொங்கி வந்த கேள்வியை ருத்ரனின் மனைவியான விஜயலட்சுமி கேட்டே விட்டாள்.

"ஆமா..." – விறுவிறுவென நடந்தபடி ஆயி பதில் சொன்னாள்.

"அப்ப குந்தி தேச இளவரசியான பாலாவை தேட வேண்டாமா?"

"வேண்டாம்..."

"ரவிதாசன் அவளை..?"

"ஒண்ணும் செய்ய மாட்டான். பாலா திரிபுர சுந்தரியால சில காரியங்கள் ஆக வேண்டியிருக்கு. அது ரவிதாசன் மூலமா நடக்கட்டுமே..." என்ற ஆயி, தன் வேகத்தைக் குறைத்து, பத்தடி தொலைவில் நிலத்தில் வலுவாக வேர் விட்டிருந்த அந்த பாழடைந்த கோயிலை ஏறிட்டாள். அவள் முகத்தில் திருப்தி நிலவியது.

விஜயலட்சுமியின் நிலைதான் திண்டாட்டமாகி விட்டது. தஞ்சைக்கு ஒதுக்குப்புறமாக இருக்கும் இதே பாழடைந்த கோயிலுக்குத்தான் சில நாட்களுக்கு முன்னால் தன் கணவருடன் வந்தாள். பதினைந்து ஆண்டுகளுக்குப் பிறகு ருத்ரன் வீடு திரும்பிய வேளை அது. குளித்து முடித்ததுமே இருவரும் இங்குதான் வந்தார்கள். இதனுள் இருக்கும் சுரங்கத்தில்தான் இறங்கினார்கள். அங்கிருந்த பரத்வாஜர் மகரிஷி எழுதிய 'விமானிகா சாஸ்த்ரா' நூல் காணாமல் போனதை அறிந்து பதறினார்கள்.

இப்போது அதே கோயிலுக்குத்தான் ஆயியுடன் வந்திருக்கிறாள். இந்தமுறை எந்த அசம்பாவிதமும் ஏற்பட்டுவிடக் கூடாதே என்று அவள் உள்ளம் பதறியது.

"ம்..." என ஆயி தொண்டையைக் கனைத்ததும், மனதில் எழுந்த உணர்ச்சிகளுக்கு அணை கட்டிவிட்டு தன் வேலையில் இறங்கினாள் விஜி. சுற்றிலும் பார்த்தாள். கண்ணுக்கு எட்டிய தொலைவு வரை யாரும் இல்லை.

ஆயியைத் தாண்டி கோயிலுக்குள் நுழைந்தவள், அணைந்திருந்த எண்ணெய் விளக்கை ஏற்றினாள். இடுப்பில் இருந்த கற்பூரத்தை எடுத்து பற்ற வைத்தாள். அங்கிருந்த அம்மனை மனதார வேண்டினாள். பின்னால் திரும்பி, 'வரலாம்' என ஆயிக்கு செய்கை செய்தாள்.

கோயிலுக்குள் நுழைந்த ஆயி, அம்மனை நமஸ்கரித்துவிட்டு அந்த விக்கிரகத்தின் பின்புறம் சென்றாள். இடுப்பில் மறைத்து வைத்திருந்த மகாமேருவை எடுத்தவள், பீடத்தின் அடியில் இருந்த பள்ளத்தில் அதை நுழைத்து, வலப்பக்கமாக மூன்றுமுறை திருகினாள். தரை பிளந்து வழிவிட்டது.

சற்று நேரத்துக்கு முன்பு தான் ஏற்றிய விளக்கை, விஜயலட்சுமி கையில் எடுத்துக் கொண்டாள். இருவரும் சுரங்கப் படிக்கட்டுகளில் இறங்கினார்கள். ஏழாவது படிக்கட்டின் இடது ஓரம் இருந்த துளையினுள் மீண்டும் மகாமேருவை நுழைத்து ஆயி திருக, சுரங்கக் கதவு மூடிக் கொண்டது. வெளிச்சமும் மறைந்தது.

விளக்கு வெளிச்சத்தில் இருவரும் படிகளில் இறங்கினார்கள். ஐம்பதடிக்குப் பிறகு சமதளம். நீளவாக்கில் பாதை. நடந்தார்கள். இரு பக்கங்களிலும் கருங்கற்களாலான சிற்பங்கள். அனைத்துமே கலிங்க நாட்டை அழித்த குலோத்துங்கன் காலத்தில் செதுக்கப்பட்டவை. அரை மணி நேரத்துக்குப் பிறகு பாதையின் முடிவை வந் தடைந்தார்கள். கோயில் வாசலில் இருப்பது போன்றே மரக்கதவு அவர்களை வரவேற்றது. கதவு முழுக்க சின்னச் சின்ன மணிகள். சாவித் துவாரத்தில் மகா மேருவை நுழைத்து இடது பக்கமாக ஐந்து முறை ஆயி திருப்பினாள்.

கதவு திறந்ததும் குப்பென்று மூலிகைத் தைலம் நாசியைத் தாக் கியது. அதை சுவாசித்தபடி இருவரும் அறைக்குள் வந்தார்கள். பாறைகளாலான சற்றே பெரிய அறை நூல்களால் நிரம்பியிருந்தது. கோடக்ஸ், ஓலைச்சுவடிகள், செப்பேடுகள், களிமண் காகிதங்கள்... என அந்தந்த காலகட்டத்தில் எழுதப்பட்டவை அனைத்தும் காலம் கடந்தும் அப்படியே புதிதாகக் காட்சியளித்தன.

ஆயி அவற்றின் பக்கம் தன் கவனத்தை திருப்பவேயில்லை. அறையின் மூலையில் இருந்த பழங்கால இடுப்பு உயர இரும்பு பீரோவின் அருகில் சென்றாள். ஆனால், மகாமேருவைக் கொண்டு அதன் கதவை அவள் திறக்கவில்லை. பதிலாக அந்த பீரோவை தன் இரு கைகளாலும் அணைத்து மர நாற்காலியை முன்னோக்கி இழுப்பது போல் சர்வ சாதாரணமாக இழுத்தாள்.

இதைப் பார்த்த விஜயலட்சுமி விக்கித்து நின்றாள். வயதைக் கொண்டு ஆயியை எடை போடக் கூடாது என்பது அவளுக்குத் தெரியும். அதே போல் ஆயியின் உடல் வலிமையையும் அறிவாள். ஆனால், பழங்கால இரும்பு பீரோவையே நொடியில் நகர்த்தும் வல்லமை உண்டு என்பதை இப்போதுதான் பார்க்கிறாள். இதில், அதிர்ச்சியடைய ஒன்றுமில்லை என மனம் சொன்னாலும் மூளை பிரமிக்கவே செய்தது.

அந்த பிரமிப்பு, மறு நொடியே ஆச்சர்யமானது. காரணம், பீரோ இருந்த இடத்துக்குக் கீழே சென்ற படிகள்தான். அதாவது சுரங்கத்துக்குள் சுரங்கம். இப்படியொரு பாதை இருப்பது இன்று வரை அவளுக்குத் தெரியாது.

"உனக்கும் ருத்ரனுக்கும் மட்டுமில்ல... என்னைத் தவிர வேற யாருக்குமே இப்படியொரு வழி இருக்கறது தெரியாது..." என்றபடி படிகளில் இறங்கினாள் ஆயி.

"உள்ள என்ன இருக்கு?"

"நம்ம சரித்திரம்..."

"கொஞ்சம் விளக்கமா சொல்ல முடியுமா ஆயி..?" என்று விஜய லட்சுமி கேட்டு முடிக்கவும் இருவரும் சமதளத்தை அடையவும் சரியாக இருந்தது. அந்த அறையில் எந்தப் பொருட்களும் இல்லை.

"நீயே பாரு..." என்ற ஆயி, அவள் கையிலிருந்த விளக்கை வாங்கி, அதை சுவர்ப் பக்கம் திருப்பினாள். அங்கே மூலிகைகளைக் கொண்டு பல ஓவியங்கள் தீட்டப்பட்டிருந்தன.

"இதெல்லாம் என்ன..?" – புருவம் உயர கேட்ட விஜயலட்சுமியை அணைத்தபடி ஆயி விளக்க ஆரம்பித்தாள்.

"கி.மு 14 பில்லியன்... பெருவெடிப்புல பிரபஞ்சம் தோன்றிச்சு. கி.மு 6 – 4 பில்லியன்... பூமியோட தோற்றம். கி.மு 2.5 பில்லியன்... பூமில பாறைகள் உருவாச்சு. தென்குமரிக்கு தெற்குல இருந்த நிலப்பரப்புல மனித இனம் பூத்த காலம் இதுதான். தமிழகம், பஞ்சாப் பகுதிகள்ல இந்த பூத்த மனிதன் சுத்தித் திரிஞ்சான். பூந்தோட்டமா வளர ஆரம்பிச்சான். கி.மு ஒரு லட்சத்துல நியாண்டர்தால் மனிதன் ஆப்ரிக்காவுல உருவானான். இப்ப இருக்கிற மனித மூளையோட அமைப்பு உருவான காலகட்டம் இதுதான். இதோ இங்க பாரு..." என்ற ஆயி, இன்னொரு ஓவியத்தின் பக்கம் விளக்கை திருப்பினாள்.

"இது கடைசிப் பனிக்காலமான கி.மு 75 ஆயிரம். அப்புறம் இது, கி.மு ஐம்பதாயிரம் காலப்பகுதி. தமிழ் மொழி தோன்றிய நேரம் ஏறக்குறைய இதுதான். இதுக்குப் பிறகு வந்த வருடங்கள்ல, தமிழ் மொழியிலேந்து சீனம், ஆஸ்திரேலிய, ஆப்ரிக்க, சிந்திய, இந்தோ ஐரோப்பிய மொழிகள் பிரிஞ்சது. இதெல்லாம் நடந்து முடிய கிட்டத்தட்ட 60 ஆயிரம் வருடங்களாச்சு..."

"ஆயி, அப்ப தமிழ்தான் உலகத்துக்கே மூத்த மொழியா?"

"இதுல என்ன சந்தேகம்? தமிழ்தான் ஆதி மொழி. ஆனா, இப்ப இருக்கிற தமிழ் மொழியோட ஆதித் தமிழை குழப்பிக்கக் கூடாது. இதைப் பாரு..." என்ற ஆயி, ஓரிடத்தை சுட்டிக் காட்டினாள். "என்னனு தெரியுதா?"

"இல்ல ஆயி..."

"முதல் தமிழ்ச் சங்கம் உருவான காலம். கி.மு 10527ல பாண்டிய மன்னனான காய்சினவழுதி, இந்த சங்கத்தை தோற்றுவிச்சான். 4449 புலவர்கள் உறுப்பினரா இருந்தாங்க. முதுநாரை, முதுகுருகு, களரியாவிரைனு பல நூல்கள் இந்தக் காலத்துல இயற்றப்பட்டது. இந்த மன்னனுக்குப் பிறகு வந்த வடிவம்பலம்ப நின்ற நெடியோன், முந்நீர் விழவின் நெடியோன், நிலத்தரு திருவிற் பாண்டியன் செங்கோன், கடுங்கோன்னு அடுத்தடுத்து வந்த அரசர்களும் தமிழ்ச் சங்கத்தை சீரும் சிறப்புமா நடத்தினாங்க..."

"இதெல்லாம் குமரிக் கண்டத்துல நடந்ததில்லையா?"

"ஆமா. கி.மு ஆறாயிரம் வருஷத்துல கடல் கொந்தளிப்பு ஏற்பட்டுச்சு. அதுல குமரிக் கண்டம் அழிஞ்சுடுச்சு. இதுலேந்து தப்பிச்ச மக்கள், பாண்டிய மன்னனான வெண்தேர் செழியன் தலைமைல அணி திரண்டாங்க. கபாடபுரத்த தலைநகரா கொண்டு

அந்த மன்னன் ஆட்சி செய்ய ஆரம்பிச்சான். தன்னோட மூதாதையர் போலவே இவனும் தமிழ்ச் சங்கத்தைத் தொடங்கினான். அதுதான் இரண்டாம் தமிழ்ச் சங்கம். இதுல 3700 புலவர்கள் இருந்தாங்க. அகத்தியம், தொல்காப்பியம்னு இலக்கண நூல்கள் இந்தக் காலப் பகுதிகள்லதான் உருவாச்சு. செம்பியன் மந்தாதன், மனுச்சோழன், தூங்கெயில் எறிந்த தொடிதோட் செம்பியன், அதியஞ்சேரல், சோழன் வளிதொழிலாண்ட உரவோன், தென்பாலி நாடன் ராகன், பாண்டியன் வாரணன், ஓடக்கோன், முட்டதுத் திருமாறன்னு பல மன்னர்கள் தொடர்ந்து சீரும் சிறப்புமா ஆட்சி செய்தாங்க. இரண்டாம் தமிழ்ச் சங்கத்தையும் வளர்த்தாங்க...”

“அப்ப சிந்துசமவெளி நாகரிகம் எப்ப தோன்றிச்சு?”

“கி.மு ஐந்தாயிரத்துல. மொகஞ்சதாரோ, ஹரப்பா நகரங்கள் திடீர்னு எப்படி முளைக்கும்? வேற்று கிரகத்துலேந்து அப்படியே இந்த நகரங்கள் பூமில இறங்கிச்சா... இல்ல கடவுள் அதை ஒரே ராத்திரில உருவாக்கினாரா? ரெண்டுமே இல்ல... படிப்படியா வளர்ந்த தமிழ் நாகரிகத்தோட விளைவு அது. தெற்கு இல்லாம வடக்கு இல்ல. பஃறுளி ஆறும், சரஸ்வதி நதியும் ஏறக்குறைய ஒரே காலகட்டத்துல ஏன் மறைஞ்சது? வடக்குல பாண்டவர்களுக்கும், கவுரவர்களுக்கும் நடந்த பங்காளிச் சண்டைல எதுக்காக பாண்டிய மன்னன் கலந்துக்கிட்டான்... குருக்ஷேத்திரப் போர்ல பங்கேற்க ஏன் தன் படைகளை அனுப்பி வைச்சான்..?”

“ஆயி..?”

“எல்லாத்துக்குமே காரணம் இருக்கு...”

“அப்ப பல்லாயிரம் வருஷங்களா நாம பொத்திப் பொத்திப் பாதுகாக்கிற பொக்கிஷம்..?”

“அந்தக் காரணத்தோட விளைவுதான். அதனாலதான் சரஸ்வதி நதியைத் தேடச் சொல்லி ஒரு குழுவை அனுப்பியிருக்கேன். உன் புருஷனை ஆதி எச்ச நல்லூருக்கு அனுப்பியிருக்கேன்...”

“ஆதி எச்ச நல்லூரா?”

“ஆமா. ஆதிச்சநல்லூர்னு இப்ப நாம் சொல்ற இடத்தோட உண்மையான பேரு ஆதி எச்ச நல்லூர்தான்...”

“இதையெல்லாம் இப்ப என்கிட்ட ஏன் சொல்றீங்க ஆயி..?”

“வேற எப்ப சொல்லணும்னு நினைக்கிற..?”

என்ன பதில் சொல்வது என்று தெரியாமல் அமைதியாக நின்றாள் விஜயலட்சுமி. அவளை அணைத்திருந்த ஆயியின் கரங்கள் அப்படியே உயர்ந்து அவள் தலையைக் கோதின.

“அடுத்த ஆயியா ரகசியக் குழுவுக்குத் தலைமையேற்கப் போற உனக்கு இதெல்லாம் தெரிய வேண்டாமா விஜயலட்சுமி..?”

19

ஜைன காஞ்சிக்கு வந்து சேர்ந்த பரமேஸ்வர பெருந்தச்சன், சற்றும் தாமதிக்காமல் த்ரைலோக்கியநாதர் கோயிலுக்கு வந்து சேர்ந்தார். மகாவீரருக்கு முன்னோடியாக இருந்த தீர்த்தங்கரர்களில் ஒருவரது சிலை இங்குதான் இருக்கிறது. இரண்டாம் நரசிம்மவர்ம பல்லவனும், முதலாம் ராஜேந்திர சோழனும், முதலாம் குலோத்துங்க சோழனும், கிருஷ்ணதேவராயரும் இந்தக் கோயிலின் பல பகுதிகளைக் கட்டியிருக்கிறார்கள். எண்ணற்ற கல்வெட்டுகள் இங்கு சிதறிக் கிடக்கின்றன.

ஆனால், அதையெல்லாம் பார்த்து ஆராய அவர் வரவில்லை. பாலாற்றின் கிளைநதியான வேகவதிக்கு மேற்கே த்ரைலோக்கியநாதர் கோயிலும், கிழக்கே கைலாசநாதர் ஆலயமும் இருக்கின்றன. இரண்டுக்கும் இடையில் மூன்று கிலோ மீட்டர் தூரமிருக்கலாம். ஆனால், தரைவழியாக கைலாசநாதர் ஆலயத்துக்குச் செல்ல பரமேஸ்வர பெருந்தச்சனுக்கு விருப்பமில்லை. த்ரைலோக்கியநாதர் கோயிலின் வட கிழக்கு மூலையில் இருக்கும் சுரங்கம் வழியாக அங்கு செல்லவே திட்டமிட்டார்.

காரணம், அந்த சுரங்கத்தின் நடுவழியில்தான் அவர் தேடி வந்த பொருள் இருக்கிறது. அதே பொருளைக் கைப்பற்றத்தான் குந்தி தேசத்து இளவரசியான பாலாவை அழைத்துக் கொண்டு கைலாசநாதர் ஆலயத்தில் இருந்த சுரங்கம் வழியாக ரவிதாசனும் வந்து கொண்டிருந்தான்.

அந்தப் பொருள், நல்லூர் சிவன்கோயில் குளத்தில் ஒரு காலத்தில் இருந்த ஒரிஜினல் மகாபாரத குந்தியின் சிலை.

"இத்தனை வருஷங்களா ஏன் பரமேஸ்வர பெருந்தச்சனால பொக்கிஷத்தை அடைய முடியலைன்னு இப்பத்தான் தெரியுது. எப்பேர்ப்பட்ட முட்டாளா இருக்கான்..." என்று அலுத்துக்

கொண்டான் ஆதித்யா.

'எதை வச்சு அப்படி சொல்ற?' என்பது போல் அவனைப் பார்த்தாள் தாரா.

"தூரக்க பாரு. ஒரு போர் விமானம் நம்மளை நோக்கி ஸ்பீடா வந்து கிட்டிருக்கு. அந்த விமானம், பரத்வாஜ மகரிஷியோட 'விமானிகா சாஸ்த்ரா' நூலை அடிப்படையா வைச்சு தயாரிக்கப்பட்டது. அதைத்தான் ஏவி விட்டிருக்கான். புத்தி கெட்டவன். ஜடாயு முன்னாடி அந்த விமானம், எப்படி செயல்படும்?" என்ற ஆதித்யா, தன் காலை உயரத் தூக்கி ஜடாயுவின் கால்களைப் பற்றினான். பிறகு தன் கையால், அதன் பாதங்களை வருடினான். புரிந்து கொண்டதற்கு அறிகுறியாக அவன் இடுப்பைப் பற்றியிருந்த தன் வலக்கால் நகத்தை ஜடாயு விடுவித்தது. உடனே அதன் முதுகில் ஏறி அமர்ந்தான். அதன் கழுத்தை கட்டிப் பிடித்தபடி, குனிந்து தாராவை நோக்கிக் கத்தினான்.

"நான் வந்த மாதிரியே மேல வா..."

தாரா பயத்துடன் கீழே பார்த்தாள். 'கபாடபுரத்துக்கு இப்படித்தான் போகப் போறோம்...' என ஜடாயுவை அவன் அழைத்ததும், அதுவும் பறந்து வந்து தன் கால் நகத்தால் இருவரையும் கவ்வி மேலே பறந்ததும்... இமைக்கும் பொழுதில் நினைவில் வந்து போயின. இப்போது குனிந்து பார்த்தபோது பல்லாயிரம் அடிக்குக் கீழே தரை தெரிந்தது. காற்றைக் கிழித்தபடி ஜடாயுவுடன் சேர்ந்து பறந்து கொண்டிருந்தாள். இந்த வேகத்துக்கு ஈடுகொடுத்தபடி எப்படி மேலே செல்ல?

அப்போது அவள் காதுகளுக்கு அருகில், "கண்ணை மூடிக்க..." என்ற ஆதித்யாவின் குரல் ஒலித்தது. அவள் சுதாரிப்பதற்குள், ஜடாயு தன் பிடியைத் தளர்த்தியது. கீழே விழப் போகிறோமா..? "ஐயோ..." என அலறினாள். ஆனால், ஆதித்யாவின் கரங்கள் அவள் இடுப்பைச் சுற்றி வளைத்து, அலேக்காக மேலே கொண்டு வந்து ஜடாயுவின் முதுகில் அமர வைத்தது.

"கூல்... இப்ப நீ பாதுகாப்பா இருக்க!" என ஆதித்யா முணுமுணுத்தான். உண்மைதான். ஜடாயுவின் முதுகில் அவள் ஜம்மென்று அமர்ந்திருந்தாள். என்ன... அவளை ஒட்டியபடி பின்னால் ஆதித்யா இருந்தான். அது மட்டும்தான் சங்கடமாக இருந்தது.

"உங்கப்பா உனக்கு சொல்லிக் கொடுத்த ஸ்லோகம் நினைவுல இருக்குல..." அழுத்தத்துடன் கேட்டான்.

"ஸ்லோகமா?"

"அதான்... விமலானந்தர் ஹாஸ்டல் வாசல்ல ஒரு துண்டு காகிதத்தை உன்கிட்ட கொடுத்தாரே... அதுல கூட அந்த ஸ்லோகம் எழுதியிருந்ததே?"

"அதுக்கென்ன இப்ப..?"

“அதைச் சொல்லு...”

“ஏன்?”

“சொன்னதைச் செய் தாரா... ‘கோபி பாக்யா மதுவ்ரதா; சிருங்கிசோ தாதி சந்திகா; கால ஜீவிதா கடவா; கால ஹலா ரசந் தரா...’ வெறும் ஸ்லோகம் இல்ல... அது வட்டத்தோட சுற்றளவு விகிதத்தை விட்டத்து வழியா கண்டுபிடிக்கிற ஃபார்முலா. தயவு செஞ்சு அதை சத்தம் போட்டுச் சொல்லு...”

சொன்னாள். உடன் ஆதித்யாவும் சேர்ந்து கொண்டான். இருவரும் சத்தம் போட்டு அந்த ஸ்லோகத்தைச் சொல்ல... அடுத்த நிமிடம் அந்த அதிசயம் நிகழ்ந்தது.

ஜடாயுவை குறி பார்த்து வந்த போர் விமானம், சட்டென்று ஏழு குதிரைகள் பூட்டப்பட்ட தேராக மாறியது. நடுவில் கம்பீரமாக ஒரு மனிதர் அமர்ந்திருந்தார். குதிரைகளின் கயிற்றைப் பிடித்தபடி அதை லாவகமாக ஓட்டியபடி ஜடாயுவை நோக்கி வந்தார் சாரதி.

“இது... இவங்க...” – மேற்கொண்டு பேச முடியாமல் தாராவின் நாக்கு குழறியது. அவளது முதுகைத் தடவியபடி ஆதித்யா சிரித்தான். உற்சாகத்துடன் அவன் சொன்ன சொற்கள் அவள் செவிகளில் எதிரொலித்தது.

“வர்றது சூரிய பகவான். அந்த சாரதி பேரு அருணன். அவர்தான் ஜடாயுவோட அப்பா...”

அந்தப் பெரிய செம்மண் குன்றை வந்தடைந்த ருத்ரன் குழம்பி நின்றான். தொல்பொருள் துறையின் அறிவிப்போ அல்லது வேறு அடையாளங்களோ அங்கு இல்லை. ‘இங்கு ஏதோ கிடைக்கும் என்றாரே ஆயி... அது என்னவாக இருக்கும்?’ குழப்பத்துடன் சுற்றிலும் பார்த்தான். மாடு மேய்க்கும் முதியவர் ஒருவர், சிறிய கல் மண்டபத்தில் அமர்ந்திருந்தார். அவரிடம் சென்றான்.

“இதுதான் ஆதிச்சநல்லூரா?”

தீக்குச்சியால் பல்லை நோண்டியபடியே ருத்ரனை ஏறிட்ட அந்த முதியவர், பதிலேதும் சொல்லாமல் முகத்தை திருப்பிக் கொண்டார்.

“உங்களைத்தான் பெரியவரே...”

“கேட்டது காதுல விழுந்தது...” – அலட்சியமாக பதில் சொன்ன அந்தப் பெரியவரின் அருகில் வளைந்த அரிவாள் நுனி கொண்ட தொரட்டி இருந்தது. தலையில் தலைப்பாகை. தொடைக்கு மேல் அழுக்கு வேட்டி. காலில் டயர் செருப்பு. சட்டை இல்லாத மார்பு. மெலிதாக இருந்தாலும் உறுதியாக வெயில்பட்டு காய்ந்திருந்தார். பற்களில் கறுமையும் பழுப்பும் படிந்திருந்தன.

“அப்ப பதில் சொல்லுங்க...”

“சொன்னா மட்டும் என்ன செஞ்சுடப் போற? இதுதான் ஆதிச்சநல்லூர். ஆனா, இங்க இப்ப ஒண்ணும் இல்ல... எல்லாத்தையும் சென்னைக்கு கொண்டு போயிட்டாங்க. எங்க வைச்சிருக்காங்கனு தெரியாது...”

ருத்ரனுக்கு ஏமாற்றமாக இருந்தது. திருநெல்வேலியில் இருந்து 24 கி.மீ. தள்ளியிருக்கும் இந்த கிராமத்துக்கு வந்தது இந்த பதிலைக் கேட்கத்தானா? தாமிரபரணி ஓடியபோதும் வளமாக இல்லாத இந்த நிலத்தைப் பார்க்கத்தானா? சோர்வுடன், “சரி, ஆதிச்சநல்லூர்னு குறிப்பிடற பகுதியையாவது காட்டுங்க...” என்றான்.

“பார்த்து என்ன பண்ணப் போற?” – கல் மண்டபத்திலிருந்து அந்த வயதானவர் எழுந்தார்.

“ஒண்ணும் பண்ண முடியாது. ஆனா, ரொம்ப தூரத்துலேந்து நம்பிக்கையோட வந்திருக்கேன்...”

சொன்ன ருத்ரனை உற்றுப் பார்த்த பெரியவர், கடகடவென சிரித்தார். “சரி வா...” தொரட்டியை கையில் ஏந்தியபடி நடந்தவர், நதிக்கரையில் இருந்த மேட்டுக்கு வந்தார்.

“இங்க ஒரு மேடு இருந்துச்சு. உடனே இதுவான்னு கேட்காத. இப்ப அந்த மேடு இல்ல. அதுதான் கிட்டத்தட்ட பன்னிரெண்டாயிரம் வருஷங்களுக்கு முந்தின சுடுகாடு. தமிழகத்தோட முதல் தொல்பொருள் சான்று அதுதான்...”

“அந்த மேடு எப்படி மறைஞ்சது?”

“பேராசைதான்...”

“புரியல..?”

“இதுல புரிய என்ன இருக்கு? ஆதிச்சநல்லூர் கண்டுபிடிக்கப்பட்டதே பேராசைனாலதான். எட்நூறு வருஷங்களுக்கு முந்தி படையெடுப்பு நடந்தப்ப நகைகளையும், தங்கக் காசையும் இங்க புதைச்சு வைச்சாங்க. அப்புறம் ஆங்கிலேயர் ஆட்சிக் காலத்துல புதையல் எடுக்க பலபேர் கிளம்பினாங்க. அப்ப அந்த மேட்டையும் தோண்டினாங்க. தங்கக் காசெல்லாம் கிடைச்சது. இந்த விஷயம் பரவினதும் ஈ மாதிரி மக்கள் மொய்ச்சாங்க...”

“அப்புறம்?”

“விழுப்புரம்தான். நானென்ன கதையா சொல்லிட்டு திரியறேன்? ஆங்கிலேயர் காதுக்கு இந்த விஷயம் போச்சு. சும்மா இருப்பாங்களா? தொல்பொருள் ஆய்வாளர்கள் களத்துல இறங்கினாங்க. மண்பாண்டம், மண்ணுல செஞ்ச வீட்டுப் பொருட்கள், மண் சிலைங்க, வெள்ளி, தங்கம்னு நிறைய கண்டெடுத்தாங்க. ஆனா, அதனோட பழமைய ஆங்கிலேயர் உணரலை. அவங்களப் பொறுத்தவரை ஆரியர் படையெடுப்புக்கு அப்புறம்தான் இந்தியாவுல நாகரிகம் வந்ததுன்னு நம்பினாங்க. இங்க கெடைச்ச ஆதாரங்களோ, சிந்து சமவெளி நாகரிகத்துக்கு முற்பட்டதா இருந்துச்சு. அதனால கமுக்கமா ஊத்தி மூடிட்டாங்க...”

கே.என்.சிவராமன்

"புரியுது..."

"என்ன புரியுது? மேட்ட தோண்டிப் பார்த்தப்ப எத்தன முதுமக்கள் தாழி கெடச்சது தெரியுமா? எல்லாமே ஐந்தாயிரம் வருஷங்களுக்கு முந்தினது. ஒண்ணில்ல, ரெண்டில்ல... 114 ஏக்கர் சுற்றளவுல தாழிகள எடுத்தாங்க. அதெல்லாம் மூணு அடுக்குல இருந்துச்சு. அதாவது ஒண்ணு கீழ ஒண்ணா. யோசிச்சுப் பாரு. பல்லாயிரம் வருஷங்களுக்கு முந்தி இப்படியொரு ஏற்பாட்ட தமிழன் செஞ்சிருக்கான். என்ன பிரயோஜனம்? ஒண்ணும் இல்ல... ஆராய்ச்சியையே ஓரம் கட்டிட்டாங்க. இந்த இடத்துல ஒரு மியூசியத்த வைச்சு, இங்கேந்து எடுத்த பொருள எல்லாம் வைச்சா, மக்கள் வந்து பார்த்துட்டு போவாங்கல்ல? தமிழனோட பெருமைய தெரிஞ்சுப்பாங்கல்ல? அதையெல்லாம் யாருமே செய்யல..."

திறந்த வாயை மூடாமல் ருத்ரன் அனைத்தையும் கேட்டுக் கொண்டிருந்தான். பெரியவர் தொடர்ந்தார்.

"இன்னும் தோண்டிப் பார்க்க வேண்டியது நிறைய இருக்கு. மண்பாண்டத்துல இருந்தது என்ன வகையான எழுந்து, அது என்ன சொல்லுதுனு... எதையும் ஆராயல. அவ்வளவு ஏன், தாழிக்குள்ள நெல்லு இருந்திருக்கு. அது என்ன வகையான நெல்லுன்னு கூட தெரிஞ்சுக்க எவனும் ஆர்வம் காட்டல. சொன்னா வெட்கக்கேடு... செம்பையும், தங்கத்தையும் கலந்து நகைங்கள செஞ்சிருக்காங்க... இதெல்லாம் பத்தாயிரம் வருஷங்களுக்கு முந்தி எப்படி சாத்தியமாச்சுன்னு எவனும் ஆராய்ச்சியே பண்ணல. ஏன்னா, தமிழன்னா ஒரு இளக்காரம். ஹரப்பா, மொகஞ்சதாரோதான் பழசுனு காண்பிக்க ஆதிச்சநல்லூர மறைச்சுட்டாங்க. ஆனா, இங்கேந்து போனவங்கதான் சிந்து சமவெளி நாகரிகத்தையே உருவாக்கினாங்க. சிந்தனை, தத்துவம், இலக்கணம்... எல்லாமே தமிழன்கிட்டேந்து வடக்க போனதுதான்..."

மாடு மேய்க்கும் பெரியவர் எப்படி இவ்வளவு தெளிவாகப் பேசுகிறார்? ருத்ரனுக்கு சந்தேகம் வந்தது. அதற்கு வலுசேர்ப்பது போலவே அடுத்தடுத்து அவர் பேசினார்.

"ஒரு ஆயிரம் வருஷ காலம் ஒரு பகுதியையே சுடுகாடா தமிழன் வச்சிருந்தான். தேடி வந்து சடலத்த இங்க புதைச்சிருக்கான். இதெல்லாம் ஏன் எதுக்குன்னு எப்பவாவது எவனாவது யோசிச்சானா?" என்ற பெரியவர், உடைந்த ஓட்டுக்குவியலைக் காட்டினார். "இதெல்லாம் மண்பாண்டக் குவியல்ல உடைஞ்சது. சிவப்பும், கறுப்புமா இருக்கு பாரு. மெல்லிசா இருந்தாலும் உறுதி ஜாஸ்தி. இலுப்ப எண்ணெயை செம்மண்ல பிசைஞ்சு மண்பாண்டம் தயாரிச்சிருக்காங்க. அந்த இலுப்பெண்ணெய்தான் கறுப்பா மாறியிருக்கு. எப்பேர்ப்பட்ட தொழில்நுட்பத்த ரொம்ப சர்வசாதாரணமா பயன்படுத்தியிருக்காங்க. இதெல்லாம் உலகுக்

கர்ணனின் கவசம்

குத் தெரியுமா? என்னவோ போ..." என்றபடி அந்த வயதானவர் தன் போக்கில் நடக்க ஆரம்பித்தார்.

"பெரியவரே..."

"என்ன?" – ருத்ரனின் அழைப்புக்கு கட்டுப்பட்டு நின்று திரும்பினார் அந்த வயதானவர்.

"நீங்க யாரு?"

"தெரியல... மாடு மேய்க்கிறவன்..."

"அதில்ல பெரியவரே..."

"அதான் மாடு மேய்க்கிறவன்னு சொல்றேனே... இன்னுமா புரியலை..." என்று சிரித்த பெரியவர், அப்படியே காற்றில் கரைந்தார். புல்லாங்குழலின் இசை அந்த இடத்தை நிரப்பியது. திக்பிரமை பிடித்து நின்றான் ருத்ரன். மாடு மேய்ப்பவர் என்றால்... பகவான் கிருஷ்ணரா? அதிர்ந்து போனவனின் காலடியில் உடைந்த ஓடு ஒன்று தட்டுப்பட்டது. குனிந்து எடுத்தான். அதன் பின்புறம் ஒரு ஸ்லோகம் தெளிவாக எழுதப்பட்டிருந்தது.

'கோபி பாக்யா மதுவ்ரதா; சிருங்கிசோ தாதி சந்திகா; கால ஜீவிதா கடவா; கால ஹலா ரசந்தரா...'

இது கூட அவனை அதிர்ச்சியடைய வைக்கவில்லை. அதன் கீழே பொறிக்கப்பட்டிருந்த வார்த்தைகள்தான் அவனை நிலை குலைய வைத்தன.

'கர்ணனின் கவசம்...'

20

சரஸ்வதி நதியைத் தேடி வந்த ஒன்பது பேரும் அப்படியே அதிர்ந்து நின்றார்கள். கண்கொட்டாமல் அவர்கள் பார்த்த திசையில் ஆஜானுபாகுவான மணல் மனிதன் நின்று கொண் டிருந்தான். ஒன்பது பேரும் தன்னைப் பார்க்கிறார்கள் என்று தெரிந்ததும் அந்த மணல் மனிதனின் முகத்தில் புன்னகை அரும்பியது.

நிதானமாக அவர்களை நோக்கி அடியெடுத்து வைத்தான்.

“யாரும் பயப்பட வேண்டாம். அசோக சக்கரவர்த்தியால உருவாக்கப்பட்ட ரகசியக் குழுவைச் சேர்ந்த ஒன்பது பேரோட வம்சத்துல வந்த நமக்கு இவனை சமாளிக்கிற சக்தி இருக்கு...” என்றான் குள்ள மனிதன்.

“இப்ப பிரச்னை இவனை சமாளிக்கறது இல்ல...” இடையில் புகுந்த உயரமான மனிதனின் குரலில் கவலை வெளிப்பட்டது.

“வேறென்ன சிக்கல்..?”

“பக்கவாட்டுல பார்...”

எட்டு பேரும் அவன் சுட்டிக் காட்டிய திசையைப் பார்த் தார்கள். காட்டாறாக வெள்ளம் வந்து கொண்டிருந்தது. இடுப் புயர சிவபெருமான் அந்த வெள்ளத்தில் மிதந்து வந்தது கூட அவர்களை அதிர்ச்சியடைய வைக்கவில்லை. நடராஜரின் சிலையும் உடன் வந்ததுதான் ஒன்பது பேரையும் நிலைகுலைய வைத்தது.

காரணம், வலது காலை உயர்த்தி நடனமாடும் அபூர்வ நட ராஜர் அவர். அதுவும் மதுரையில் மட்டுமே தரிசனம் தரும் வெள்ளியம்பல நடராஜர் சிலை அது.

துரிதமாக இயங்கியவன் குள்ள மனிதன்தான். “எல்லாரும் அந்த மணல் மனிதன் மேல ஏறுங்க. அவனோட வலது காது பக்கத்துல ஒரு சக்கரம் இருக்கு. அதை இடது பக்கமா மூணு முறை திருகுங்க...” என்றபடியே ஓட ஆரம்பித்தான். மற்றவர்

களும் அவனைப் பின்தொடர்ந்தார்கள். வெள்ளம் அவர்களை நோக்கி பாய்ந்து வந்து கொண்டிருந்தது.

தன்னை நோக்கி ஓடி வரும் ஒன்பது பேரையும் பார்த்து மணல் மனிதன் நகைத்தான். அது இடியாக எதிரொலித்தது. முன்னால் வந்து கொண்டிருந்த குள்ள மனிதனை நசுக்குவதற்காக தன் வலது காலை மணல் மனிதன் உயர்த்தினான். இதை முன்பே எதிர்பார்த்தது போல் குள்ள மனிதன், தன் கால் கட்டை விரலை ஊன்றி எம்பினான். கைகளை உயர்த்தி, மணல் மனிதனின் வலது கால் கட்டை விரலைப் பற்றினான்.

அதன் பிறகு குள்ள மனிதன் மைக்ரோ நொடியும் தாமதிக்க வில்லை. மடமடவென்று ஏணியில் ஏறுவது போல் ஏறினான். உயர்த்திய பாதத்தை மணல் மனிதன் பூமியில் பதித்தான். அந்த வாய்ப்பை பயன்படுத்திக் கொண்டு, மற்றவர்கள் அவன் மீது ஏறி னார்கள். இதனால் வெகுண்ட மணல் மனிதன், தன் கால்களை உதறினான். உடலைக் குலுக்கினான்.

ஒன்பது பேரும் வீசி எறியப்பட இருந்தார்கள். ஆனால், அப்படி எதுவும் நடக்கவில்லை. பதிலாக அவன் உடலிலிருந்த மணலையே கெட்டியாகப் பற்றினார்கள். பற்றிய இடங்களில் இருந்த மணல் கள், துகள்களாகி உதிர ஆரம்பித்தன. எனவே தொட்ட இடம் உதிருவதற்குள் அடுத்த இடத்தை பற்றினார்கள்.

இப்படி அவர்கள் ஏற ஆரம்பிக்க, சீறி வந்த வெள்ளமும் நெருங்க ஆரம்பித்தது. குள்ள மனிதன் ரப்பர் பந்தைப் போல் மணல் மனிதனின் உடலில் தாவினான். வலது காதை நெருங் கினான்.

அங்கே சக்கரம் எதுவும் இல்லை. அதிர்ந்தான். அதற்குள் வெள் ளமும் கிட்டத்தட்ட அவர்களை நெருங்கி விட்டது. இன்னும் ஒரே யொரு நிமிடம்தான் கைவசம் இருக்கிறது. அதற்குள் சக்கரத்தைக் கண்டுபிடித்துத் திருகியாக வேண்டும். இல்லாவிட்டால் மணல் மனிதனுடன் சேர்ந்து வெள்ளத்தில் கரைய வேண்டியதுதான்.

என்ன செய்வது என்று திகைத்து நின்றபோது, உயரமான மனி தன் கத்தினான். "இடது காதுல சக்கரம் இருக்கு..."

"அப்ப அதை வலது பக்கமா மூணு முறை திருப்பு..."

அதன்படியே உயரமான மனிதன் உள்ளங்கை அளவுள்ள சக் கரத்தை திருப்ப முயன்றான். ஆனால், முடியவில்லை. இரும்பா லான அந்தச் சக்கரம் துருப் பிடித்திருந்தது. பற்களைக் கடித்து தம் கட்டினான். அப்படியும் சக்கரம் அசையவில்லை. இன்னும் முப்பது நொடிகள்தான் பாக்கி... வெள்ளம் நெருங்கிக் கொண்டி ருந்தது.

உடனே மத்திம உயரம் கொண்ட மனிதன் தன் பாதத்தால் ஓங்கி அந்த சக்கரத்தை மிதித்தான். லேசாக அசைந்தது. இதைப்

பயன்படுத்திக் கொண்டு உயரமான மனிதன் வலது பக்கமாக சக்கரத்தைத் திருப்பினான். ஒரு சுற்று. இன்னும் பதினைந்து நொடிகள்தான் பாக்கி. இரண்டாவது சுற்று. ஐந்து விநாடிகள்தான் பாக்கி. மூன்றாவது சுற்று. காட்டாறாக சீறி வந்த வெள்ளம் மணல் மனிதனின் பாத நுனியைத் தொட்டது.

ஆனால் –

அவனைக் கரைக்கவில்லை. அவனைத் தாண்டியும் செல்லவில்லை. அப்படியே நின்றது. அதன் பிறகு நடந்ததுதான் ஆச்சர்யம்.

மணல் மனிதனுக்கு பக்கத்தில், அந்தப் பாலைவனத்தில் திடீரென்று கிணறு ஒன்று உருவானது. சீறி வந்த வெள்ளம் அதற்குள் அருவியைப் போல் விழ ஆரம்பித்தது. மணல் மனிதன் அசையாமல் கற்சிலை போல் நிற்க, அவன் மீது ஆங்காங்கே அமர்ந்திருந்த ஒன்பது பேரும் இமை கொட்டாமல் இந்த அதிசயத்தையே பார்த்துக் கொண்டிருந்தார்கள்.

ஒன்று, இரண்டு, மூன்று, நான்கு, ஐந்து... நிமிடங்கள் முடிவதற்குள் சீறி வந்த வெள்ளத்தின் சுவடே தென்படவில்லை. மிதந்து வந்த சிவனும், நடராஜரும் கூட அந்தக் கிணற்றுக்குள் ஐக்கியமாகிவிட்டார்கள். நீரும் அதலபாதாளத்துக்குச் சென்றுவிட்டது.

மணல் மனிதனின் வலது காதுக்கருகில் நின்று கொண்டிருந்த குள்ள மனிதன், தரையில் குதித்தான். கிணற்றுக்குள் எட்டிப் பார்த்தான். சுழல் வட்டப் பாதையில் படிக்கட்டு ஒன்று கீழ்நோக்கிச் சென்றது. ஆனால், பாதாளத்துக்குச் செல்லவில்லை. நடுக்கிணற்றில் இருந்த ஒரு மரக் கதவின் வாசலைத் தொட்டு அந்த படிக்கட்டு நின்றது.

“வாங்க...” என்று அழைத்த குள்ள மனிதன் படிக்கட்டில் இறங்க ஆரம்பித்தான். மற்றவர்களும் அவனைத் தொடர்ந்தார்கள். மரக் கதவை அடைந்த குள்ள மனிதன், அப்படியே நின்றான்.

“கதவைத் திறக்க வேண்டியதுதானே...” முந்தின படிக்கட்டில் நின்று கொண்டிருந்த உயரமான மனிதன் கிசுகிசுத்தான்.

குள்ள மனிதன் திரும்பிப் பார்த்தான். ஒவ்வொரு படிக்கட்டிலும் ஒருவர் வீதம் எட்டு பேரும் நின்று கொண்டிருந்தார்கள். மரக் கதவை திரும்பவும் ஏறிட்ட குள்ள மனிதன், அதைத் திறக்க முயற்சி செய்தான். பூட்டோ, தாழ்ப்பாளோ இருப்பதற்கான அறிகுறி தெரியவில்லை. எனவே தன் கால்களை உயர்த்தி அதை இடிக்க முற்பட்டான்.

அதற்குள் மரக்கதவே திறந்தது. ஃபாஸ்ட்டும், சூ யென்னும் சொட்டச் சொட்ட நனைந்தபடி வெளியே வந்தார்கள்.

அதே நேரம் கிணற்றின் அடி ஆழத்திலிருந்து நீரும் குபுகுபுவென மேல் நோக்கி வர ஆரம்பித்தது.

உடைந்த ஓட்டில் இருந்த ஸ்லோகத்தை மீண்டும் ருத்ரன் படித்தான். 'கோபி பாக்யா மதுவ்ரதா; சிருங்கிசோ தாதி சந்திகா; கால ஜீவிதா கடவா; கால ஹலா ரசந்தரா...'

அதே வாக்கியம். சில நாட்களுக்கு முன் நள்ளிரவில் சூ யென்னும், ரவிதாசனும் பேசியதை ஒட்டுக் கேட்டபோது காலில் இடறிய நாணயத்தில் இருந்த அதே ஸ்லோகம். அதைப் பார்த்துவிட்டுத்தான், சூ யென் உருவத்தில் அங்கிருப்பது பகவான் கிருஷ்ணர் என்று புரிந்து கொண்டான். இப்போது ஆதிச்சநல்லூரில் தன்னுடன் பேசிவிட்டு காற்றில் மறைந்த பெரியவரும் கிருஷ்ணர்தான் என்பதை உணர்ந்து கொள்ள அதே மந்திரம் பயன்பட்டிருக்கிறது.

கிருஷ்ணர் இருக்கும் இடமெல்லாம் இந்த ஸ்லோகம் இருக்கும் போல... கண்கள் கசிய அதன் கீழே பொறிக்கப்பட்டிருந்த வார்த்தைகளைப் படித்தான். 'கர்ணனின் கவசம்...'

நிமிர்ந்தான். பரந்து விரிந்த ஆதிச்சநல்லூரின் இந்தப் பக்கத்துக்கு குறிப்பாக எதற்காக பெரியவர் உருவில் வந்த பகவான் கிருஷ்ணர் தன்னை அழைத்து வர வேண்டும்? ஏதோ காரணமிருக்கிறது. அது என்ன?

சுற்றிலும் பார்த்தான். அகழ்வாராய்ச்சிகள் நடந்ததற்கான அறிகுறியாக ஆங்காங்கே பள்ளங்கள் தோண்டப்பட்டிருந்தன. ஐந்தாயிரம் வருடங்களுக்கு முந்தைய நகரத்தின் ஒரு பகுதி.

கவனத்துடன் பார்வையால் அலசியவன், தன் தலையில் குட்டிக் கொண்டான். உடைந்த ஓடு கிடைத்த இடத்தில்தான் ஏதோ இருக்க வேண்டும். தன் கால்களுக்குக் கீழே பார்த்தான்.

செம்மண் நிலம். அதைத் தாண்டி வேறு எதுவும் இல்லை. வட்டமாகச் சுற்றி வந்தான். கால்களால் மிதித்துப் பார்த்தான். பள்ளம் இருப்பதற்கான அறிகுறி தென்பட்டது. தோண்டுவதற்கு ஏதேனும் கிடைக்குமா? மரக்கிளை ஒன்று சற்றுத் தள்ளி அவனுக்காகக் காத்திருந்தது.

அதை எடுத்துத் தோண்ட ஆரம்பித்தான். குவிந்த மணலைக் கைகளால் அள்ளி அருகில் போட்டான். ஓரடி, இரண்டடி... என மெல்ல மெல்ல ஆறடி வரை தோண்டினான். ஏழடி நீள மண் பெட்டி ஒன்று தட்டுப்பட்டது. கவனத்துடன் அதன் மீது மரக்கிளை படாமல் சுற்றிலும் நோண்டினான். தாழ்ப்பாளுடன் கூடிய கதவு தட்டுப்பட்டது. திறக்க முயற்சி செய்தான்.

முடியவில்லை. எத்தனை ஆண்டுகளுக்கு முற்பட்டதோ? இறுகியிருந்தது. தன் சக்தி அனைத்தையும் செலுத்தினான். அப்படியும் அது அசையவில்லை. நெற்றியில் பூத்த வியர்வையைத் துடைத்து மணலில் போட்டான். சட்டையைக் கழற்றி சுருட்டினான். அதைத் தாழ்ப்பாளின் மீது அழுத்தி கையால் நெம்பினான்.

'க்ளக்.'

திறந்தது. இரு கைகளாலும் தாழ்ப்பாளை அழுத்தி மேல் நோக்கித் தூக்கினான்.

கரகரவென ஓசையுடன் கதவு திறந்தது. உடனே குப்பென்று ஒருவிதமான நறுமணம் அவன் நாசியைச் சூழ்ந்தது. உள்ளே பார்த்தான்.

சடலம் ஒன்று பதப்படுத்தப்பட்டு கிடந்தது.

அப்படியானால் இது முதுமக்கள் தாழியா? இமைகள் விரிய அந்த உடலைப் பார்வையால் அலசினான். மூலிகைத் தைலத்தால் அடக்கம் செய்யப்பட்டிருந்த அந்த சடலத்தின் சதைகள் கால ஓட்டத்தில் கரைந்திருந்தன. தசைநார்கள் சிதைந்திருந்தன. நடுங்கும் கைகளால் தடவினான். எலும்புகள் உறுதியாக இருந்தன.

உள்ளங்காலில் இருந்து தொட்டுப் பார்த்துக் கொண்டே வந்த ருத்ரனின் கரங்கள், சடலத்தின் இதயப் பகுதியை அடைந்ததும் அப்படியே ஸ்தம்பித்து நின்றுவிட்டன. அவனால் நம்பவும் முடியவில்லை, நம்பாமல் இருக்கவும் முடியவில்லை.

காரணம், எத்தனை ஆயிரம் வருடங்களுக்கு முன்னர் புதைக்கப்பட்டானோ... இன்னமும் அந்த மனிதன் உயிர் வாழ்ந்து கொண்டிருப்பதற்கு அறிகுறியாக அந்த உடலின் இதயம் துடித்துக் கொண்டிருந்தது.

"ருத்ரன் கண்டுபிடிச்சுட்டான்..." என்று புன்னகைத்தாள் ஆயி.

'எதை' என்பது போல் பார்த்தாள் விஜயலட்சுமி.

"யாரை சந்திக்கிறதுக்காக அவனை ஆதிச்சநல்லூர் அனுப்பினேனோ, அவரைப் பார்த்துப் பேசிட்டான். அவர் மூலமாவே பொருள் இருக்கிற இடத்தையும் தெரிஞ்சுகிட்டான்..."

விஜயலட்சுமி அமைதியாக இருந்தாள்.

"என்ன பொருள்னு கேட்க மாட்டியா?"

"நீங்களே சொல்வீங்கனு நினைச்சேன் ஆயி..."

விஜயலட்சுமியின் தலையை பரிவுடன் கோதியபடி, ருத்ரன் கண்டெடுத்த பொருள் எதுவென்று ஆயி சொன்னாள்.

கேட்ட விஜயலட்சுமி அதிர்ச்சியின் எல்லைக்கு சென்றாள்.

தியானத்தில் இருந்த வியாசர், சட்டென்று கண்களைத் திறந்தார். அவர் உதடுகளில் புன்னகை அரும்பியது.

டுடுமா அருவியின் நடுவில் இருந்த குகையில் சங்கருக்கு சிகிச்சை அளித்துக் கொண்டிருந்த குந்தவை நாச்சியார் நிமிர்ந்தாள்.

"என்ன குருவே..?"

"ஒரு நல்ல விஷயம் நடந்திருக்கு குந்தவை..."

"அது என்னன்னு நான் தெரிஞ்சுக்கலாமா?"

"தாராளமா... உங்க சோழ வம்சத்தைச் சேர்ந்த ருத்ரனுக்கு எதிர்பார்க்காத பாக்கியம் கிடைச்சிருக்கு..."

"அப்படியா?"

"ஆமா. பகவான் கிருஷ்ணர் அவனுக்குக் காட்சி அளிச்சி ருக்கார்... அது மட்டுமில்ல! பல்லாயிரம் வருஷங்களா உயிர் வாழ்ந்துக்கிட்டிருக்கிற மனிதரையும் அவன் பார்த்துட்டான்..."

"அது யார் குருவே..."

வியாசர் சொன்னார். அதை குந்தவை மட்டுமல்ல, மயக்கம் தெளிந்திருந்த சங்கரும் கேட்டான். திகைத்தான்.

"எந்த உயர்ந்த மனிதரோட கவசத்தைத் தேடி பல்லாயிரம் வருஷங்களா உலகமே அலையுதோ, அந்த மனிதர் உயிரோட இருக்கறதை ருத்ரன் பார்த்துட்டான்..."

"குருவே..."

"ஆம் குந்தவை! கர்ணன் புதைக்கப்பட்ட இடத்தை ருத்ரன் தோண்டி எடுத்துட்டான்..."

21

“வெளிநாட்டுக்காரங்க மாதிரி இருக்கீங்க... இங்க என்ன பண்றீங்க? உள்ள எப்படி போனீங்க..?” – ஃபாஸ்ட்டையும், சூ யென்னையும் பார்த்து ஆங்கிலத்தில் அதட்டினான் குள்ள மனிதன்.

“எதுவா இருந்தாலும் உள்ள போய் பேசிக்கலாம். கிணத்து நீர் மேல வந்துக்கிட்டு இருக்கு பார்...” – கடைசி படிக்கட்டில் நின்றுகொண்டிருந்த மத்திம உயரம் கொண்ட மனிதன் கத்தினான்.

அதன்பிறகு குள்ள மனிதன் தாமதிக்கவில்லை. தன் இரு கைகளாலும் ஃபாஸ்ட்டையும், சூ யென்னையும் உள்ளே தள்ளிவிட்டு தானும் நுழைந்தான். தொடர்ந்து மீதியிருந்த எட்டு பேரும் அந்த மரக் கதவினுள் பாய்ந்தார்கள். கடைசியாக மத்திம மனிதன் உள்ளே நுழையவும், கீழிருந்து மேலே ஏறிய கிணற்று நீர், அந்தக் கதவைத் தொடவும் சரியாக இருந்தது. சற்றும் தாமதிக்காமல் மரக் கதவை மூடினான்.

உள்ளே கும்மிருட்டு. தொலைவில் அகல் விளக்கு எரிந்து கொண்டிருந்தது புள்ளியாகத் தெரிந்தது. சில நிமிடங்கள்தான். அதன் பின்னர், இருட்டு பழகியது. சுற்றுப்புறங்களையும் ஆராய முடிந்தது. கோவணம் போல் நீளமான பாதை. பாறையைக் குடைந்து யாரோ இதை உருவாக்கியிருக்க வேண்டும். கரடுமுரடாக இருந்தபோதும், நடைபாதை வழுவழு என்றே இருந்தது.

ஃபாஸ்ட்டும், சூ யென்னும் செய்வதறியாமல் கல் சுவரில் சாய்ந்தபடி நின்று கொண்டிருந்தார்கள். இருவரது சட்டையையும் தன் இரு கைகளாலும் குள்ள மனிதன் கொத்தாகப் பிடித்திருந்தான். எஞ்சிய எட்டு பேரும் அவர்களைச் சூழ்ந்திருந்தார்கள்.

ஆரம்பத்தில் கேட்ட அதே கேள்வியை மீண்டும் தெளிவான ஆங்கிலத்தில் குள்ள மனிதன் கேட்டான். “இங்க எப்படி வந்தீங்க..?”

“தெரியலை...” தமிழிலேயே பதில் அளித்தான் ஃபாஸ்ட்.

“உனக்கு தமிழ் தெரியுமா?” உயரமான மனிதன் கேட்டான்.

“தெரியும்...”

“அப்ப பதிலை சொல்லு...” – தன் முஷ்டியை உயர்த்தினான்.

“நிஜமாவே எங்களுக்குத் தெரியாது...” – அதுவரை மவுனமாக இருந்த சூ யென் பதில் சொன்னான்.

“இவனுக்கும் தமிழ் தெரிஞ்சிருக்கு...” என்றபடி தன் பிடியைத் தளர்த்தினான் குள்ள மனிதன். ஃபாஸ்ட்டும், சூ யென்னும் கசங்கிய சட்டையை சரிசெய்தபடியே வாய் வழியாக மூச்சுவிட்டார்கள்.

அது அதிக நேரம் நீடிக்கவில்லை. மத்திம உயரம் கொண்ட மனிதன், ஃபாஸ்ட்டின் வலது கை மணிக்கட்டைப் பிடித்துத் திருகினான். அடுத்த நொடி ஃபாஸ்ட் தரையில் விழுந்தான். அவன் உதடுகள் கோணின. கை, கால்கள் இழுத்துக் கொண்டன. பேச்சு வரவில்லை. எச்சில் தன் போக்கில் ஒழுக ஆரம்பித்தது.

“தெரியாமயா இங்க வந்தீங்க? உண்மையை சொல்லிடு. இல்லைனா இதே நிலைதான் உனக்கும்...” – சூ யென்னை ஏறிட்டபடி, பற்களை நறநறத்துக் கொண்டு சொற்களை உதிர்த்தான் குள்ள மனிதன்.

மெல்ல மெல்ல ஃபாஸ்ட் டின் கண்கள் சொருக ஆரம்பித்தன. ஓரக் கண்ணால் இதைப் பார்த்த சூ யென் நிலை குலைந்தான். “சத்தியமா எங்க ரெண்டு பேருக்கும் எதுவும் தெரியாது. நாங்க கப்பல்ல பயணம் செஞ்சுட்டு இருந்தோம்...”

“எந்தப் பக்கமா?” – உயரமான மனிதன் அதட்டினான்.

அரை விநாடி மௌனமாக இருந்த சூ யென், வேறு வழியின்றி உண்மையைச் சொன்னான். “துவாரகை பக்கமா...”

ஒன்பது பேரும் ஒருவரையொருவர் பார்த்துக் கொண்டார்கள். “பொக்கிஷத்தை தேடி வந்த நீங்க தஞ்சாவூர்ல சண்டை போட்டுட்டு இருந்தீங்க. அப்படியிருக்கிறப்ப ஏன் துவாரகை பக்கமா போனீங்க?” – கேட்டபடியே மத்திம உயரம் கொண்ட மனிதன், சூ யென்னை நெருங்கினான்.

சீனனுக்கு வியர்த்தது. எல்லாம் தெரிந்தவர்களாக இருக்கிறார்கள். கடந்த சில நாட்களாக நடைபெற்று வரும் சம்பவங்கள் வேறு கற்பனைக்கு அப்பாற்பட்டவையாக இருக்கின்றன. இவர்கள் உதவியில்லாமல் இங்கிருந்து நகர முடியாது. எனவே நடந்ததை மறைக்காமல் சொல்லிவிட வேண்டியதுதான்.

“சத்தியமா தெரியாது. என்னை நம்புங்க. மயக்கம் தெளிஞ்சு கண்விழிச்சப்ப கப்பல்ல நானும் இவனும் படுத்துட்டு இருந்தோம். கடற்கொள்ளையர்கள் எங்க கப்பலை தாக்கினாங்க. அப்ப அஞ்சு தலை நாகத்தோட வால் எங்க கப்பலை சுத்திச்சு...”

“காளிங்கனை சொல்றான்...” – குள்ள மனிதன் இடைமறித் ததை மற்றவர்கள் ஆமோதித்தார்கள்.

“மேல சொல்லு...” உயரமான மனிதன் கட்டளையிட, சூ யென் தொடர்ந்தான்.

“நாங்க கப்பலோட மூழ்கினோம். எங்க ரெண்டு பேருக்கும் நினைவு தப்பிடுச்சு. கண்விழிச்சு பார்த்தப்ப இங்க இருந்தோம்...” என மரக்கதவை ஒட்டிய பகுதியை சுட்டிக் காட்டினான்.

“அப்புறம் வெளில வர்றதுக்காக கதவைத் திறந்தீங்களாக்கும்...” அலட்சியத்துடன் கேட்டான் குள்ள மனிதன்.

“ஆமா...”

“நீ சொல்றது உண்மைனு நாங்க எப்படி நம்பறது?” – சூ யென்னின் வலது கை மணிக்கட்டை பிடித்தபடியே மத்திம உயரம் கொண்ட மனிதன் கேட்டான். சூ யென்னின் முகத்தில் அச்சம் படர ஆரம்பித்தது.

“அவன ஒண்ணும் பண்ணாத. இப்போதைக்கு அவன் சொல்றது உண்மைன்னே நம்புவோம். இவனையும் எழுப்பிடு. முதல்ல இங்கேர்ந்து தப்பிக்கிற வழியைப் பார்ப்போம்...” என்றான் குள்ள மனிதன்.

“அதுவும் சரிதான். நம்ம ஒன்பது பேரை மீறி, இவங்க ரெண்டு பேரால என்ன செஞ்சுட முடியும்?” என்றான் உயர மான மனிதன்.

இதன் பிறகு சூ யென்னின் மணிக்கட்டிலிருந்து தன் கைகளை எடுத்த மத்திம உயரம் கொண்ட மனிதன், கீழே குனிந்தான். ஃபாஸ்ட்டின் இடது கை மணிக்கட்டைப் பிடித்துத் திருகினான். உறக்கத்திலிருந்து விழித்ததுபோல் ஃபாஸ்ட் கண் திறந்தான்.

“எழுந்திரு. மரக்கதவை திறந்து நம்மால வெளில போக முடியாது. அதனால விளக்கு பக்கமா போய்ப் பார்ப்போம். நீங்க ரெண்டு பேரும் முன்னாடி போங்க...” – குள்ள மனிதன் கட்டளையிட்டான்.

மறுபேச்சு பேசாமல் ஃபாஸ்ட்டும், சூ யென்னும் விளக்கை குறி வைத்து முன்னால் நடந்தார்கள். ஒன்பது பேரும் அவர்க ளைப் பின்தொடர்ந்தார்கள். ஆனால், நிமிடங்கள்தான் கரைந் ததே தவிர, விளக்கு இருக்கும் இடத்தை அவர்களால் நெருங்க முடியவில்லை. மரக்கதவுக்கு அருகிலிருந்து பார்த்தபோது சற் றுத் தொலைவில் விளக்கு எரிந்து கொண்டிருந்தது. ஆனால், அதை நோக்கி அவர்கள் நகர நகர, அந்த விளக்கும் நகர்ந்து கொண்டிருந்தது.

“இது என்ன மாயம்?” – ஃபாஸ்ட் வியப்புடன் திரும்பினான்.

“எதுவா இருந்தா உனக்கென்ன? முன்னாடி பார்த்து நட...” என்றான் உயரமான மனிதன்.

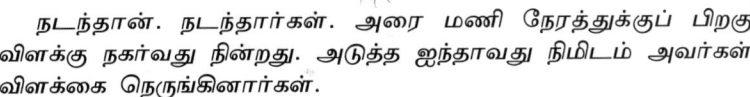

நடந்தான். நடந்தார்கள். அரை மணி நேரத்துக்குப் பிறகு விளக்கு நகர்வது நின்றது. அடுத்த ஐந்தாவது நிமிடம் அவர்கள் விளக்கை நெருங்கினார்கள்.

ஆனால் –

தொட முடியவில்லை. விளக்கு அப்படியே மேல் நோக்கி உயர்ந்து கூரையைத் தொட்டு நின்றது. சட்டென்று முன்னோக்கி வந்த குள்ள மனிதன், தன் இரு கைகளையும் விரித்தான். "மேற் கொண்டு யாரும் நகராதீங்க..." என கத்தினான்.

ஃபாஸ்ட்டுக்கும்,சூயென்னுக்கும் குள்ள மனிதன் ஏன் இப்படிச் சொல்கிறான் என்று புரியவில்லை. ஆனால், மற்ற எட்டு பேருக்கும் அந்தக் கூற்றுக்குப் பின்னால் இருந்த பொருள் நன்றாக விளங்கியது.

எட்டு பேரின் பார்வையும், குள்ள மனிதன் ஏறிட்ட திசை யையே நோக்கியது. கூரையைத் தொட்டு நின்ற விளக்கைச் சுற் றிலும் ஏழு இரும்புச் சங்கிலிகள் குறிப்பிட்ட இடைவெளியில் தொங்கிக் கொண்டிருந்தன. ஆம், அவையனைத்தும் ஆலமர விழுதைப் போல் கீழ் நோக்கி இறங்கி தரையைத் தொட்டுக் கொண்டிருந்தன. கூர்மையான பற்களைக் கொண்ட ஏழு சின்ன சக்கரங்கள், அந்த ஏழு சங்கிலிகளிலும் குறிப்பிட்ட இடைவெளி யில் பிணைக்கப்பட்டிருந்தன. ஒன்று மேலே என்றால், அடுத்தது கொஞ்சம் தள்ளி கீழே. மூன்றாவது சக்கரம், மூன்றாவது சங்கி லியின் நடுப்பாகத்திலும், நான்காவது சக்கரம் சற்றுத் தள்ளியுமாக அமைந்திருந்தது. இதனடிப்படையில் ஏழாவது சக்கரம், ஏழாவது சங்கிலியின் நுனியில் இருந்தது.

"புரிஞ்சுதா?" குள்ளமான மனிதன் கேட்டான். எட்டு பேரும் தலையசைத்தார்கள். ஃபாஸ்ட்டும், சூ யென்னும் மட்டும் திரு திருவென விழித்தார்கள். அவர்கள் இருவரையும் மற்றவர்கள் பொருட்படுத்தவில்லை.

குள்ள மனிதன் சுற்றிலும் பார்த்தான். பாறைகளாலான வட் டமான கூடம். அந்த ஏழு சங்கிலிகளுக்கும், தாங்கள் நிற்கும் இடத்துக்கும் எவ்வளவு தூரமிருக்கும்?

'கோபி பாக்யா மதுவ்ரதா; சிருங்கிசோ தாதி சந்திகா; கால ஜீவிதா கடவா; கால ஹலா ரசந்தரா...' என்ற ஸ்லோகத்தைச் சொல்லி, விட்டத்தை அளந்தான். அவன் கண்கள் பளிச்சிட்டன.

"ஆரம்பிக்கலாம்..." என்றபடி மத்திம உயரம் கொண்ட மனித னிடம் செய்கை செய்தான். தலையசைத்தவன், மெல்ல அடியெ டுத்து வைத்து குள்ள மனிதனின் அருகில் வந்தான். தன் தலை யிலிருந்து ஒரு உரோமத்தை மிக கவனமாக வேருடன் பிடுங்கி, தனக்கு முன்னால் அந்தக் கூடத்தில் எறிந்தான். அந்த உரோமம், சட்டென்று ஒரு மனிதனின் வடிவத்தை எடுத்தது.

இடுப்பைக் குனிந்து மத்திம உயரம் கொண்ட மனிதனை வணங்கிய அந்த உரோம மனிதன், முன்னோக்கி ஓரடி எடுத்து வைத்தான். அடுத்த மைக்ரோ நொடியே அந்த விபரீதம் நடந்தது. விழுதைப் போல் தொங்கிக் கொண்டிருந்த அந்த ஏழு இரும்புச் சங்கிலிகளும் கரகரவென சுற்ற ஆரம்பித்தன. வேகம் அதிகரிக்க அதிகரிக்க... தரையில் உராய்ந்து கொண்டிருந்த இரும்புச் சங்கிலி கள் மெல்ல மெல்ல உயரத் தொடங்கின. ஒரு கட்டத்துக்குப் பிறகு தரையில் சுற்றும் சங்கு சக்கரம் போல் அந்த ஏழு சங்கிலிகளும் அந்தக் கூடத்தைச் சுற்றிச் சுற்றி வந்தன. ஒவ்வொரு சங்கிலியிலும் பிணைக்கப்பட்டிருந்த கூர்மையான பற்கள் கொண்ட சின்னச் சின்ன சக்கரங்கள், உரோம மனிதனின் உடலை உராய்ந்து அவ னைக் கூறுகூறாக வெட்டிப் போட்டன.

இதைப் பார்த்த ஃபாஸ்ட்டும், சூ யென்னும் நிலை குலைந் தார்கள். ஏன் யாரையும் நகர வேண்டாம் என குள்ள மனிதன் எச்சரித்தான் என்பது தெளிவாகப் புரிந்தது. தரையுடன் இணைக் கப்பட்ட எந்திரப் பொறி. அதனால்தான் விளக்கும் ஒவ்வொரு அடியெடுத்து வைக்கும் போதும் முன்னோக்கி நகர்ந்திருக்கிறது. இப்போது இந்த இடத்தில் சங்கிலிகள் சுற்றுவதும் அந்தப் பொறி அமைப்பால்தான்.

இனி என்ன செய்வது என அச்சத்துடன் குள்ள மனிதனை ஏறிட்டார்கள். அவன் இவர்கள் பக்கம் திரும்பிக் கூடப் பார்க்க வில்லை. சங்கிலிகளின் சுழற்சியையும், சக்கரங்களின் இடைவெ ளியையும் மனதுக்குள் கணக்கிட்டான். உரோம மனிதன் துண்டு துண்டாக வெட்டுப்பட்டு கீழே விழுந்த நேரத்தில் முற்றிலுமாக சங்கிலிகளின் வேகத்தையும், பற்சக்கரத்தின் தூரத்தையும் வேகத் தையும் அறிந்துவிட்டான். அதன் பிறகு இமைப்பொழுதும் தாம திக்கவில்லை.

அம்பைப் போல் சங்கிலிகளின் இடைவெளியில் பாய்ந்த குள்ள மனிதன், விளக்கை அடைந்து அதை அறுத்தான். செங் குத்தாகக் கீழ் நோக்கிச் சென்ற விளக்கு நேராக முரசு ஒன்றின் மீது விழுந்தது. இதனால் அதிர்ந்த முரசின் ஒலி, கூடமெங்கும் எதிரொலித்தது. இதனையடுத்து அந்த அதிசயம் நிகழ்ந்தது.

சங்கு சக்கரம் போல் சுற்றிய சங்கிலிகளின் வேகம் குறைந்து, பழையபடி அவை ஆலமர விழுதைப் போல் கொத்தாக அந்த முரசைச் சுற்றி அணைத்து நின்றன. அதே நேரம் கூடத்தின் நாற் புறமும் விளக்குகள் சுடர் விட்டு எரிந்தன.

“வாங்க...” என்று அழைத்தான் குள்ள மனிதன். பயத்துடன் ஃபாஸ்ட்டும், சூ யென்னும் குள்ள மனிதனை நோக்கிச் சென் றார்கள். ஆனால், அவர்களைப் பின்தொடர்ந்த எட்டு பேரும் அச்சமில்லாமல் நடந்தார்கள்.

முரசைச் சுற்றிலும் சுருள் வட்டப் பாதையில் கீழ் நோக்கிச் சென்ற படிக்கட்டில் முதலில் குள்ள மனிதன் இறங்கினான். அவனைத் தொடர்ந்து ஃபாஸ்ட், பிறகு சூ யென், அடுத்து உயரமான மனிதன் என மற்றவர்களும் ஒவ்வொருவராக இறங்கினார்கள். இருநூற்றியொரு படிக்கட்டுகளுக்குப் பிறகு செவ்வக வடிவிலான அறையொன்றை அடைந்தார்கள்.

அந்த அறையின் மறு மூலையில் ஒரு மனிதர் பத்மாசனமிட்டு தியானத்தில் அமர்ந்திருந்தார்.

அவரைக் கண்டதும் குள்ள மனிதன் நெகிழ்ந்தான். கண்கள் பனிக்க மண்டியிட்டபடியே, "இந்திரன் முன்னாடி நாம நின்னுக் கிட்டிருக்கோம்..." என்றான்.

ஃபாஸ்ட்டும், சூ யென்னும் கண்கள் விரிய ஒருவரையொருவர் பார்த்துக் கொண்டார்கள்.

"இந்திரனா?" – உயரமான மனிதன் ஆச்சர்யத்துடன் கேட்டான்.

"ஆமா. தேவர்களின் தலைவர். கர்ணன்கிட்டேர்ந்து கவசத்தை வாங்கியவர் இவர்தான்!"

22

"என்ன சொல்ற?" – நம்ப முடியாத ஆச்சர்யத்துடன் உயர மான மனிதன் மீண்டும் கேட்டான்.

"உண்மையைச் சொல்றேன். இவர்தான் தேவர்களின் தலைவர். சர்வ சக்தி படைச்ச இந்திரன்..." – கண்கள் பனிக்க நெகிழ்ச்சி யுடன் கூறிய குள்ள மனிதன், அப்படியே மண்டியிட்டு வணங் கினான். அவனைச் சேர்ந்த மற்ற எட்டு பேரும் அப்படியே இந் திரனை வணங்கினார்கள்.

ஃபாஸ்ட்டும், சூ யென்னும் மட்டும் அசையாமல் நின்றார்கள். அவர்களது கண்கள் சந்தித்துக் கொண்டன. உரையாடின. கனவு கள் விரிந்தன. தேடி வந்த பொருளை அடையப் போகிறோமா..?

சட்டென்று ஃபாஸ்ட்டின் கரத்தை சூ யென் அழுத்தினான். புரிந்து கொண்டதற்கு அறிகுறியாக ஃபாஸ்ட் தலையசைத்தான். பிறகு குள்ள மனிதனைப் போலவே இருவரும் மண்டியிட்டார் கள். வணங்கினார்கள்.

"வாங்க..." என்று சொல்லியபடியே எழுந்து நின்றான் குள்ள மனிதன்.

"இருங்க... இருங்க..." என்று கத்திய மத்திம உயர மனிதன், உயரமான தன் தோழனை ஏறிட்டான். "இது செவ்வக அறை. நாம ஒரு பக்கத்துல இருக்கோம். மறுபக்கத்துல இந்திரன் அமர்ந் திருக்கார்..." என்றவனை இடைமறித்தான் குள்ள மனிதன்.

"என்ன சொல்ல வர்றேன்னு புரியலை..."

"இந்திரனைச் சுத்தி என்ன இருக்குனு பாருங்க..." – யாரையும் பார்க்காமல் சொன்னான் மத்திம உயரம் கொண்ட மனிதன்.

பார்த்தார்கள். சுற்றிலும் சிற்பங்கள். அதுவும் பழங்கால கோயில்களில் இருக்கும் கற்சிற்பங்களின் மாதிரிகள்.

"இந்திரன் காலத்துல கற்களால சிற்பம் வடிக்கிற முறை புழக் கத்துல இல்லை..." என்று இழுத்தான் மத்திம உயரம் கொண்ட மனிதன்.

"மேல சொல்லு..." குள்ளமான மனிதன் இடைமறித்தான்.

"இந்த ஏற்பாடு இடைக்காலத்துலதான் வந்திருக்கணும்..."

"ம்..."

"ஏற்கனவே எந்திரப் பொறியோட ஆபத்தைத் தாண்டித்தான் இங்க வந்திருக்கோம். ஒருவேளை அதே மாதிரியான பொறியை இங்கயும் பொருத்தியிருக்கலாம் இல்லையா?"

"வாய்ப்பிருக்கு..." என்ற குள்ள மனிதன், உயரமான மனிதனைப் பார்த்து செய்கை செய்தான். புரிந்து கொண்டதற்கு அறிகுறியாக இமைகளை மூடித் திறந்த உயரமான மனிதன், முன்பு போலவே தன் தலைமுடியை வேருடன் பிடுங்குவதற்காக கைகளை உயர்த்தினான். ஆனால், பிடுங்கவில்லை. பதிலாக கைகளை இறக்கிவிட்டு ஃபாஸ்ட்டையும், சூ யென்னையும் பார்த்தான். அவன் இதழ்களில் புன்னகை பூத்தது.

இதைக் கண்ட ஃபாஸ்ட், சூ யென்னின் கண்களில் அச்சம் படர ஆரம்பித்தது. இருவரது அடி வயிற்றிலும் பயம் ஊற்றெடுத்தது. நடக்கவிருக்கும் விபரீதத்தை மைக்ரோ நொடியில் உணர்ந்தார்கள். இந்த முறை எந்த உரோம மனிதனையும் அனுப்பப் போவதில்லை. பதிலாக உயிருடன் இருக்கும் தங்களைத்தான் பலியிடப் போகிறார்கள்...

"இல்ல... இல்ல... எங்களை விட்டுடுங்க..." – கோரசாக அலறினார்கள்.

"அப்படியெல்லாம் உங்களை விட்டுட முடியாது. கழட்டுங்க..." என்றான் உயரமான மனிதன்.

"வாட்?" ஃபாஸ்ட்டின் குரல் குழறியது.

"நேரம் போய்க்கிட்டே இருக்கு. சீக்கிரம் சொன்னதை செய்ங்க..." – அழுத்தத்துடன் கட்டளையிட்டான் குள்ள மனிதன்.

"புரியலை..." – சூ யென் வார்த்தைகளை மென்று விழுங்கினான்.

"முட்டாள்களா... நீங்க போட்டுட்டிருக்கிற சட்டை, பேன்ட்டை அவிழ்த்துக் கொடுங்க..." – கர்ஜித்தான் உயரமான மனிதன்.

ஒருவரையொருவர் பார்த்தபடி அணிந்திருந்த உடைகளை கழற்றிக் கொடுத்தார்கள். கையில் வாங்கிய உயரமான மனிதன், கண்களை மூடி எதையோ முணுமுணுத்தான். பிறகு அவ்விருவரின் உடைகளையும் தன் முன்னால் வீசினான்.

அடுத்த விநாடி அந்த உடைகள் உயிர்பெற்று எழுந்தன. நடப்பதை கண்கள் விரிய ஃபாஸ்ட்டும், சூ யென்னும் பார்த்தார்கள். அச்சு அசலாக அவர்களைப் போலவே இருவர் அவர்களுக்கு முன்னால் நின்றார்கள். இந்திரனை நோக்கி அடியெடுத்து வைத்தார்கள்.

அப்போதுதான் அந்த விபரீதம் நடந்தது.

இந்திரனைச் சுற்றியிருந்த சிற்பங்களில் இருந்து அம்புகள் பாய்ந்து வந்தன. நிழல் உருவங்களான ஃபாஸ்ட், சூ யென்னின் உடல்களை சல்லடையாக சலித்தன. நீலம் பாய்ந்த நிலையில் இருவரும் அந்த இடத்திலேயே வெட்டப்பட்ட மரம் போல் விழுந்தார்கள். இறந்தார்கள்.

"நீங்க ரெண்டு பேரும் இப்ப செத்துட்டீங்க..." என்றபடி இடி இடி என குள்ள மனிதன் சிரித்தான்.

இந்த நகைச்சுவையை ரசிக்கும் நிலையில் ஃபாஸ்ட்டும், சூ யென்னும் இல்லை. தங்களைப் போலவே உயிர்பெற்ற இரு உரு வங்கள், ஒரு முழு நிமிடம் கூட வாழவில்லை என்ற உண்மை அவர்கள் முகத்தில் அறைந்தது. உடல் நடுங்க, வியர்த்து வடிய அப்படியே பிரமை பிடித்து நின்றார்கள்.

"அம்புல கொடிய விஷம் தடவப்பட்டிருக்கு..." புருவங் கள் முடிச்சிட, மத்திம உயரம் கொண்ட மனிதன் வாயைத் திறந்தான்.

"ஆமா. வாசுகி பாம்போட விஷம்..." – சட்டென்று பதில ளித்தான் குள்ள மனிதன்.

"பாற்கடலை கடைய தேவர்களும், அசுரர்களும் கயிறா பயன் படுத்தினாங்களே... அந்த வாசுகியா?"

"ஆமா..."

"இதைத் தாண்டி எப்படி இந்திரன்கிட்ட போக?"

"ஏதாவது வழியிருக்கும்..." என்ற குள்ள மனிதன் தாங்கள் இருக்கும் பகுதியை கண்களால் அலசினான். எதுவும் தட்டுப்ப டவில்லை. திருகுவதற்கான சக்கரங்களோ, அல்லது சாவிக்கான துவாரங்களோ எதுவுமே அகப்படவில்லை. ஆனால், தரையோடு தரையாக ஒரேயொரு பலிபீடம் மட்டும் தட்டுப்பட்டது.

குனிந்து அதை பரிசோதித்தான். தரைக்கும், பலிபீடத்துக்கு மான இடைவெளி நூலளவுக்கு இருந்தது. ஆனால், பலிபீடத்தின் மேல்பாகம் தட்டையாகவே இருந்தது.

"இந்த பலிபீடம்தான் அம்புகளை நிறுத்த வழியா?" – மத்திம உயரம் கொண்ட மனிதன் கேட்டான்.

"அப்படித்தான் இருக்கணும். ஏன்னா இந்த பலிபீடம் வழக் கத்துக்கு மாறா ரொம்ப சின்னதா இருக்கு..." என்று சொன்ன குள்ள மனிதன், அந்த பலிபீடத்தைத் தடவினான். சட்டென்று அவன் கண்கள் ஒளிர்ந்தன. உடனே தன் வலது கை கட்டை விரலின் நகத்தை தன் இடது கையால் தடவினான். கொஞ்சம் கொஞ்சமாக நகம் வளர ஆரம்பித்தது. அதை அந்த நூலளவு பிளவில் நுழைத்தான். நிமிண்டினான்.

புதைந்திருந்த பலிபீடம் மெல்ல மெல்ல அசைந்தது. மேல் நோக்கி வந்தது. பார்த்தார்கள். அதிர்ந்தார்கள். காரணம், அவர்கள்

நினைத்தது போல் அது பலிபீடமல்ல. பதிலாக, பஞ்சலோகத்தில் செதுக்கப்பட்ட மகா மேரு. அதுதான் தலைகீழாக உள்நோக்கி புதைந்திருந்தது.

ஒன்பது பேரும் ஒருவரையொருவர் பார்த்துக் கொண் டார்கள்.

“மகா மேரு மலைலதான இந்திரன் வாழறாரு?” உயரமான மனிதன் கேட்டான். யாரும் பதில் சொல்லவில்லை. விடையை அவனும் எதிர்பார்க்கவில்லை. அந்த மகா மேருவை தன் கைக ளில் ஏந்தினான் குள்ளமான மனிதன்.

“ஆரம்பத்துலேந்து மகா மேருவ ஏதோவொரு வடிவத்துல நாம சந்திச்சுகிட்டே இருக்கோம்...” சூ யென்னின் செவியில் ஃபாஸ்ட் முணுமுணுத்தான். அதற்கு பதில் சொல்லக் கூட சூ யென்னுக்கு அச்சமாக இருந்தது. உத்தேசமாகத் தலைய சைத்துவிட்டு குள்ள மனிதனின் நடவடிக்கைகளில் கவனம் செலுத்தினான்.

மகா மேருவை கைகளில் ஏந்திக்கொண்டு, குனிந்தபடியே மீண்டும் தரையை அலசினான் குள்ள மனிதன். பலிபீடம் இருந்த இடத்திலிருந்து நேராக, ஆள்காட்டி விரல் நுழை யும் அளவுக்கு ஒரு பள்ளம் தரையில் தென்பட்டது. என்ன பிரச்னை என்றால், அந்தப் பள்ளம் அறையின் நடுவில் இருந்தது. அதனுள்தான் மகா மேருவின் உச்சியை நுழைக்க வேண்டும் என்பதை குள்ள மனிதன் உணர்ந்தான்.

ஆனால் –

அங்கு செல்ல வேண்டுமென்றால் அறையில் நடக்க வேண் டும். நடந்தால், சிற்பங்களிலிருந்து அம்பு பாயும். அதிலிருந்து தப்பிக்கவும் முடியாது. அதைத் தவிர்த்து வேறு எதுவும் செய் யவும் முடியாது.

“வேண்டாம் போகாத...” – தடுத்தான் உயரமான மனிதன்.

“வேற வழியில்ல. யாராவது ஒருத்தர் பலியாகித்தான் ஆகணும். அது நானா இருந்துட்டு போறேன். சீறி வர்ற அம்புகளோட வேகத்தை கணக்கிட்டுட்டேன். அதுக்குத் தகுந்தா மாதிரி நடந்துப்பேன். ஒருவேளை என் கணக்கு தப்பினாலும் இந்த மேருவை அதுல நுழைச்சுடுவேன். எப்ப டியும் அம்புகள் அறையோட இந்த மூலைக்கு வர்றதில்லை. அறைக்குள்ளயேதான் சுழலுது. அதனால நீங்க எல்லாரும் பாதுகாப்பா இங்கயே இருங்க...” என்ற குள்ள மனிதனை இறுக்கமாகக் கட்டித் தழுவினான் மத்திம உயரம் கொண்ட மனிதன்.

“போயிட்டு வா...” – சொல்லும்போதே அவன் உதடுகள் நடுங்கின.

தலையசைத்துவிட்டு குள்ள மனிதன் அந்த துவாரத்தைப் பார்த்தான். பதினான்கு அடி தொலைவில் அது இருந்தது. நடந்து செல்வது ஆபத்து. ஓடுவது தற்கொலைக்கு சமானம். எனவே பூமியில் பாதம் படாதபடிதான் செல்ல வேண்டும். அதற்கு ஒரே வழி, காற்றில் பறப்பது.

பறந்தான். சரியாக அந்தத் துளை இருக்கும் இடத்தில் செங்குத் தாகக் குனிந்தான். மகா மேருவை அதனுள் நுழைத்தான். அப்படிச் செய்யும்போது தவறுதலாக அவன் கை தரையைத் தொட்டு விட்டது. உடனே சிற்பங்களிலிருந்து அம்புகள் சீறிப் பாய்ந்தன.

“கடவுளே...” என எட்டு பேரும் அலறினார்கள். ஆனால், அம்புகள் தன் உடலைத் துளைப்பதற்குள் மகா மேருவை அந்தப் பள்ளத்தில் நுழைத்து, வலது பக்கமாக மடமடவென்று குள்ள மனிதன் திருக ஆரம்பித்துவிட்டான்.

இதனையடுத்து அந்த அதிசயம் நிகழ்ந்தது. எவ்வளவு வேக மாக அம்புகள் சீறி வந்தனவோ, அவ்வளவு வேகத்தில் அதன் சீற்றம் குறைந்தது. சரியாக குள்ள மனிதனின் உடலுக்கு அருகில் வந்த அம்புகள், அவனைத் துளைக்காமல் அப்படியே தரையில் விழுந்தன. அதற்குள் முழுமையாக அவன் மேருவை திருகி முடித் திருந்தான்.

நெற்றியில் வடிந்த வியர்வையைத் துடைத்துவிட்டு தரையில் நன்றாகக் காலூன்றினான். சுற்றிச் சுற்றி நடந்தான். சிற்பங் களிலிருந்து அம்புகள் சீறவேயில்லை.

“இப்ப வாங்க...” நிம்மதியுடன் குள்ள மனிதன் செய்கை செய் தான். கால்கள் நடுங்க ஒருவர் பின் ஒருவராக அனைவரும் அவன் இருக்கும் இடத்தை அடைந்து, அப்படியே இந்திரனை நோக்கிச் சென்றார்கள்.

இந்திரன் தியானத்திலேயே இருந்தார். அவரை வணங்கி விட்டு அப்படியே தரையில் அமர்ந்தார்கள்.

“இவர் கண் திறக்கிற வரைக்கும் அமைதியா இருப்போம்...” என்றான் குள்ள மனிதன்.

“எனக்கென்னவோ கண் திறப்பார்னு தோணலை...” எச்சிலை விழுங்கினான் சூ யென்.

“உளறாத...” உயரமான மனிதன் சீறினான்.

“நான் சொல்றதை நம்புங்க. இவர் ஒரிஜினல் இந்திரனா இருக்க வாய்ப்பில்ல...”

“அப்படீன்னா?”

“ Back Up...”

“என்னது...” – குள்ளமான மனிதன் சட்டென்று எழுந்தான்.

“சிற்பங்கள்ல Back Up உண்டு. மயிலாடில நான் கவனிச் சிருக்கேன்...” சூ யென் அடித்துச் சொன்னான்.

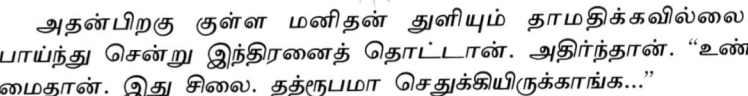

அதன்பிறகு குள்ள மனிதன் துளியும் தாமதிக்கவில்லை. பாய்ந்து சென்று இந்திரனைத் தொட்டான். அதிர்ந்தான். "உண்மைதான். இது சிலை. தத்ரூபமா செதுக்கியிருக்காங்க..."

"அப்படீன்னா உண்மையான இந்திரன் எங்க இருக்காரு?" கவலையுடன் கேட்டான் உயரமான மனிதன்.

"அப்படி யாருமே கிடை யாது..." என்று புன்ன கைத்தாள் ஆயி. என்ன பதில் சொல்வதென்று தெரியாமல் அவளையே பார்த்துக் கொண்டிருந்தாள் விஜயலட்சுமி.

"ஆமாம் விஜி... 'இந்திரன்'னு யாருமே இந்த உலகத்துல கிடையாது..."

"ஆயி..?" கண்கள் விரிய கேட்டாள் விஜயலட்சுமி.

"இதுல ஆச்சர்யப்பட ஒண்ணுமில்லை. அது பதவியோட பேரு. பிரதமர், அதிபர், ஜனாதிபதின்னு சொல்றோம் இல்லையா... அதுமாதிரி 'இந்திரன்'ங்கிறது தேவர்களோட தலைவரை குறிக்கிற ஒரு அடைமொழி. அவ்வளவுதான். இதுவரைக்கும் பதினான்கு பேர் அந்தப் பதவில அமர்ந்திருக்காங்க. அதாவது பதினான்கு இந்திரன்!"

"..."

"யஜ்னா, விபஷித், சுஷாந்தி, ஷிபி, விபூ, மனோஜவ், புரந்தர், பாலி, அட்புட், சாந்தி, விஷ், ரிதுதம்மா, தேவஸ்பதி, சுச்சி... இவங்க பதினான்கு பேரும் இந்திர பதவில அமர்ந்திருக்காங்க..."

"ஆயி... அப்படீன்னா கர்ணன்கிட்டேந்து கவசத்தை வாங்கின இந்திரன் இப்ப எங்க இருக்காரு?"

"கபாடபுரத்துல!"

23

ஜைன காஞ்சிக்கு வந்து சேர்ந்த பரமேஸ்வர பெருந்தச்சன், அங்கிருந்த த்ரைலோக்கியநாதர் கோயிலை அடைந்தார். கோயில் திறந்திருந்தது. வயதான அக்காவும், தம்பியும் அந்தக் கோயிலை இப்போது பராமரித்து வருகிறார்கள். உள்ளுக்குள் ஏற்பட்ட பரபரப்பை அடக்கியபடி மகாவீரருக்கு முந்தைய தீர்த்தங்கரரை வணங்கினார்.

இரண்டாம் நரசிம்ம வர்ம பல்லவனும், முதலாம் ராஜேந்திர சோழனும், முதலாம் குலோத்துங்க சோழனும், கிருஷ்ணதேவராயரும் இந்தக் கோயிலின் பல பகுதிகளை கட்டியிருப்பதும், எண்ணற்ற கல்வெட்டுகள் அங்கு சிதறிக் கிடப்பதும் அவருக்கு நன்றாகவே தெரியும். அதையெல்லாம் நிதானமாகப் பார்வையிடவோ அல்லது ஆராயவோ அவருக்கு நேரமில்லை. அதற்காக இந்தக் கோயிலுக்கு அவர் வரவும் இல்லை.

சிற்ப ரகசியத்தை அறியத்தான் வருகை தந்திருக்கிறார். அதுவும் இந்த ஜைன கோயிலில் இருந்து மூன்று கி.மீ. தொலைவில் இருக்கும் கைலாசநாதர் ஆலயத்தை பிரித்து மேயத்தான் அவசரமாக வந்திருக்கிறார். ஆனால், தரைவழியாக அங்கு செல்ல அவருக்கு விருப்பமில்லை. காரணம், அவர் தேடி வந்த பொருள் பூமிக்கடியில் இருக்கிறது. அதை அடைய சுரங்கப் பாதையில்தான் செல்ல வேண்டும்.

எனவேதான் பாலாற்றின் கிளை நதியான வேகவதிக்கு கிழக்கே இருக்கும் கைலாசநாதர் ஆலயத்தை அடைய, நதிக்கு மேற்கே இருக்கும் இந்த த்ரைலோக்கியநாதர் கோயிலுக்கு வருகை தந்திருக்கிறார்.

கோயிலை வலம் வந்தவர், வட மூலையில் இருக்கும் சுரங்கத்தை அடைந்தார். கனமான இரும்புப் பூட்டால் அது பூட்டப்பட்டிருந்தது.

கர்ணனின் கவசம்

பார்த்த பரமேஸ்வர பெருந்தச்சனின் கண்களில் புன்னகை வழிந்தது. பூட்டை அவர் தொடவும் இல்லை. திறக்க முயல வுமில்லை. பதிலாக மூன்றடி தொலைவிலிருந்த கல்தூணை அடைந்தார். தரையோடு தரையாக அந்தத் தூணைத் தடவினார். எதுவும் தட்டுப்படவில்லை. நெற்றியில் பூத்த வியர்வையை ஆள் காட்டி விரலால் சுண்டி தரையில் வீசினார். புருவங்கள் முடிச்சிட சற்று நேரம் யோசித்தார். சட்டென்று அவர் மனதில் பரபரப்பு தொற்றிக் கொண்டது.

'பெருந்தச்சன் பரம்பரையில் வந்த தனக்கு, இது கூடவா தெரியவில்லை' என்று தன்னைத் தானே கடிந்து கொண்டவர், அந்த கல்தூணின் மத்தியில் செதுக்கப்பட்டிருந்த யாளி சிற்பத்தை ஆசை தீர ஆராய்ந்தார். யாளியின் கண்கள் வழக்கத்துக்கு மாறாக புடைத்திருந்தன. விரல் ரேகை பதியும் அளவுக்கு அதன் கண்க ளைத் தடவியவர், கருவிழிகள் இருக்கும் இடத்தை அடைந்ததும் நிதானித்தார். ஆள்காட்டி விரலின் நகத்தால், அதைச் சுற்றி வட்டமிட்டார். பிறகு நகத்தால் அந்தக் கருவிழியை நோண்டத் தொடங்கினார்.

கெட்டிப்பட்டிருந்த மெழுகு, உதிர ஆரம்பித்தது. இதனையடுத்து உருவான சின்ன துளையில், விரலை விட்டு துடைத்தார். வாயால் ஊதினார். பின்னர் சுற்றிலும் மீண்டும் தன் பார்வையை சுழல விட்டார். யாருமில்லை. திருப்தியுடன் தன் மடியிலிருந்து ஐம் பொன்னாலான மகாமேருவை எடுத்தார். கைக்கு அடக்கமாக இருந்த அந்த மேருவின் நுனியை, அந்தத் துளையில் பொருத்தி, வலது பக்கமாக ஏழு முறை திருப்பினார்.

பூட்டப்பட்டிருந்த சுரங்கக் கதவு அப்படியே பின்னோக்கி நகர, படிக்கட்டுகள் தென்பட்டன. அதனுள் இறங்கிய பரமேஸ்வர பெருந்தச்சன், சரியாக பதினைந்தாவது படிக்கட்டில் தன் காலை வைத்தார். மிதித்தார். அடுத்த விநாடி அவருக்கு மேலே பின் னோக்கிச் சென்றிருந்த கதவு, பழையபடி முன்னோக்கி நகர்ந்து, சுரங்கத்தை மூடியது.

கும்மிருட்டு. கண்களுக்கு இருள் பழகியதும் மடமடவென இறங்க ஆரம்பித்தார்.

எல்லா சுரங்கங்களையும் போலவே படிக்கட்டுகள் முடிந்ததும் தரை. அது நீளவாக்கில் கிழக்கு நோக்கிச் சென்றது. இரு பக்கமும் இரு கைகளையும் தடவியபடியே அந்தப் பாதையில் நடந்தார். அவர் மனம் ஒவ்வொரு அடியையும் கணக்கிட்டுக் கொண்டே வந்தது. அரை மணி நேரத்துக்குப் பின்னர் ஓரிடத்தில் சின்னதான தாழ்வாரம் தட்டுப்பட்டது.

அதனுள் நுழைந்த பரமேஸ்வர பெருந்தச்சன் நிம்மதிப் பெருமூச்சு விட்டார். சரியாக தலைக்கு மேலே வேகவதி நதியின்

மத்தியப் பகுதி ஓடுகிறது. சந்தேகமேயில்லை... இந்த இடம்தான்; இங்குதான் நல்லூர் சிவன் கோயில் குளத்தில் ஒரு காலத்தில் இருந்த மகாபாரத குந்தியின் சிலையை மறைத்து வைத்திருக்கிறார்கள்.

பரபரப்புடன் அந்தத் தாழ்வாரத்தை அலசினார், ஆராய்ந்தார். எங்குமே அப்படியொரு சிலை இருப்பதற்கான அறிகுறியே தெரியவில்லை. கணக்கு பிசகி விட்டதா?

தவிப்புடன் கண்களை நான்கு புறமும் சுழற்றியவர், சட்டென்று அசையாமல் நின்றார். அவர் வந்த திசைக்கு எதிர்த் திசையிலிருந்து, அவர் இருந்த இடத்தை நோக்கி ஓர் அகல் விளக்கு வந்து கொண்டிருந்தது. ஓசை எழுப்பாமல் அப்படியே பின்னோக்கி நகர்ந்தவர், அகலமான தூணுக்கு அந்தப் பக்கம் சென்றார். மறைந்திருந்தபடி, வருவது யாரென்று கவனித்தார்.

அகல் விளக்கு மெல்ல மெல்ல தாழ்வாரத்தை நோக்கி வந்தது.

ஆனால் –

தாழ்வாரத்தை அடைந்ததும், அதை ஏந்தி வந்த உருவம் செய்த காரியம் பரமேஸ்வர பெருந்தச்சனை அதிர்ச்சியடைய வைத்தது. அதுவரை வெளிச்சம் கொடுத்து வந்த விளக்கை அந்த உருவம் ஊதி அணைத்தது. பின்னர், தாழ்வாரத்தின் மத்திய பகுதிக்கு வந்து நின்றது.

கண்களைக் குறுக்கி, வந்திருப்பது யாரென்று பார்த்தார். மத்திம உயரம். நல்ல உடல்வாகு. புடைத்த தோள்கள். கூர்மையான நாசி. நடையும், உடல் அசைவும் யாரோ பழக்கப்பட்ட நபரை நினைவுபடுத்தின. ஒருவேளை 'அவனாக' இருக்குமோ..?

இந்த எண்ணம் தோன்றியதுமே பரமேஸ்வர பெருந்தச்சனின் இதயம் வேகமாக துடிக்க ஆரம்பித்தது. தொடர்ந்து 'அவனது' நடவடிக்கைகளை கவனிக்க ஆரம்பித்தார்.

அந்த உருவம் அவசரப்படவே இல்லை. தாழ்வாரத்தின் மத்திய பகுதியில் நின்று சற்று நேரம் இளைப்பாறியது. பின்னர், இரு கைகளையும் கூப்பி சில மந்திரங்களை உச்சரித்தது. அதன் பிறகு நிதானமாக தன் இடுப்பிலிருந்து ஒரு பொருளை எடுத்தது.

அடுத்த நொடி அந்த இந்திரஜாலம் நிகழ ஆரம்பித்தது.

அந்தப் பொருளிலிருந்து வெளிப்பட்ட சிவப்பு ஒளி, அந்த இடத்தையே கருஞ்சிவப்பாக மாற்றியது. அத்துடன் அந்த உருவத்தின் முகமும் துல்லியமாகத் தெரிந்தது.

அது வேறு யாருமல்ல, ருத்ரன்தான். ஓரளவு பரமேஸ்வர பெருந்தச்சன் இதை முன்பே ஊகித்து விட்டார். ஆனால், அவரை அதிர்ச்சியடைய வைத்தது, ருத்ரனின் கையில் இருந்த பொருள்தான்.

எந்தப் பொருளிலிருந்து வெளிப்பட்ட ஒளி அந்த இடத்தையே சிவப்பாக மாற்றியதோ, அந்தப் பொருள் உண்மையில் ஒரு மனிதனின் இதயம் என்பதை அறிந்ததும் அவரது உடல் நடுங்க ஆரம்பித்தது. காரணம், அது சாமான்ய மனிதனின் இதயமல்ல. மகாபாரத கர்ணனின் இதயம். இந்த அதிர்ச்சியிலிருந்து அவர் மீள்வதற்குள் அடுத்த தாக்குதலை ருத்ரன் நிகழ்த்த ஆரம்பித்தான்.

தன் கையில் இருந்த இதயத்தைக் கொண்டு அப்படியே வெற்றுவெளியில் ஸ்ரீசக்கரத்தை வரைந்தான். இதன் பிறகு யாரும் கனவிலும் எதிர்பார்க்காத அந்த சம்பவம் நிகழ்ந்தது.

தரை பிளந்து ஒரு சிலை மேல் நோக்கி வந்தது.

எந்த சிலையைத் தேடி பரமேஸ்வர பெருந்தச்சன் சுரங்கத்துக்கு வந்தாரோ, எந்தச் சிலையை தாழ்வாரத்தில் காணவில்லை என்றதும் தவித்தாரோ, எந்தச் சிலை கபாடபுரம் செல்ல வழிகாட்டப் போகிறதோ –

அந்த சிலைதான் அது.

நல்லூர் சிவன் கோயில் குளத்தில் இருந்த மகாபாரத குந்தியின் ஒரிஜினல் சிலை அது. ஆனால், அது கிராபீனில் செய்யப்பட்டிருந்தது.

கண்விழித்த தாராவுக்கு ஒரு கணம் எதுவும் புரியவில்லை. எங்கிருக்கிறோம்..? சுற்றிலும் பார்த்தாள். மாட மாளிகைகளும், கோபுரங்களுமாக அந்த இடமே ஜொலித்தது. ஆம், இருட்டிலும் அந்த இடம் ஜொலித்தது. காரணம், அங்கிருந்த கட்டிடங்கள் அனைத்துமே பொன்னாலானவை.

இங்கு எப்படி வந்தோம்..?

"ஜடாயு மூலமா..."

குரல் கேட்டு திரும்பினாள். ஆதித்யா கண்களைத் திறந்து நட்சத்திரங்களைப் பார்த்தபடி சற்றுத் தொலைவில் படுத்திருந்தான். மெல்ல மெல்ல தாராவுக்கு சுயநினைவு வந்தது. ஜடாயுவின் முதுகில் பயணப்பட்டதும், சூரிய பகவானை தரிசித்ததும், வட்டத்தின் விட்டத்தை அளவிடும் ஃபார்முலாவை மந்திரமாக உச்சரித்ததும்... எல்லாமே நிழற்படம் போல் வந்து போயின.

"இது எந்த இடம்?" எழுந்து அமர்ந்தபடியே கேட்டாள்.

"திரிசங்கு சொர்க்கம்..." அலட்சியத்துடன் ஆதித்யா பதிலளித்தான்.

"என்னது... திரிசங்கு சொர்க்கமா..?" அதிர்ந்தாள் தாரா.

"ஆமா. திரிசங்கு மகாராஜாவுக்காக விஸ்வாமித்திர மகரிஷி அந்தரத்துல ஒரு சொர்க்கத்தை உண்டாக்கினதா உங்கப்பா சொல்லியிருப்பாரே... அங்கதான் நாம இருக்கோம்..." என்றபடி எழுந்த ஆதித்யா, "வா போகலாம்..." என நடக்க ஆரம்பித்தான்.

தாரா அசையவில்லை. நின்ற ஆதித்யா, திரும்பிப் பார்க்காமல் சொன்னான். "தெரிஞ்சோ, தெரியாமலோ நாம ரெண்டு பேரும் இந்தப் பயணத்துல மாட்டியிருக்கோம். வேற ஆப்ஷன் இல்ல... நாம கபாடபுரம் போய்த்தான் ஆகணும்... பொக்கிஷம் இருக்கிற இடத்தை கண்டுபிடிச்சுத்தான் ஆகணும்..."

"அதுக்கு ஏன் திரிசங்கு சொர்க்கம் வரணும்?"

"காமதேனுவைப் பார்க்க..." என்றபடி ஆதித்யா திரும்பினான். அசையாமல் இருந்த தாராவை ஏறிட்டான். "வசிஷ்டருக்கும், விஸ்வாமித்திரருக்கும் எந்த காமதேனு தொடர்பா சண்டை வந்ததோ, அந்த காமதேனுவோட பால் நமக்கு வேணும். அப்பதான் கபாடபுரம் போக முடியும். அதனாலதான் சூரிய பகவான் சொல்லி, ஜடாயு நம்மை இங்க இறக்கிவிட்டிருக்கார். விடியறதுக்குள்ள நம்ம வேலையை முடிச்சாகணும்..."

"நான் வர மறுத்தேன்னா?"

கேட்ட தாராவை நெருங்கி, அவள் என்ன ஏது என்று சுதாரிப்பதற்குள் அலேக்காகத் தூக்கினான் ஆதித்யா. "இப்படியே உன்னைக் கூட்டிட்டுப் போக வேண்டியதுதான்..."

திமிறிய தாரா, பற்களைக் கடித்தபடி வார்த்தைகளை உச்சரித்தாள்... "இறக்கி விடு. நான் வர்றேன்..."

சிரித்தபடியே தாராவை இறக்கினான். டி ஷர்ட்டை நீவி சரி செய்து கொண்ட தாரா, "என் பையைக் கொடு" என்றாள்.

"பரவாயில்ல... நானே தூக்கிட்டு வர்றேன். நட..." என்றான்.

நடந்தாள். நடந்தான். நடந்தார்கள். ஆனால், சற்று தூரம் சென்றதுமே ஆதித்யா நின்றான். "கொஞ்சம் இரு..."

"எதுக்கு?" எரிச்சலுடன் கேட்டாள் தாரா.

"சத்தம் கேட்குதா?"

கேட்டது. யாரோ அலறும் ஒலி. புருவத்தை உயர்த்தியபடியே அவனைப் பார்த்தாள்.

"வா..." என அந்த அலறல் வந்த மாளிகையை நோக்கி நடந்தான். அப்போதுதான் அந்த விபரீதம் நிகழ்ந்தது.

தங்க மாளிகையின் மேல் கூரை வெடித்துச் சிதற, ஆஜானுபாகுவான தோற்றம் கொண்ட ஒரு மனிதன் வானத்தைத் தொடுவது போல் நிமிர்ந்து நின்றான்.

"மை காட்..." என்று வாயைப் பிளந்தான் ஆதித்யா.

"என்ன..?"

"அவன் யாரு தெரியுதா?"

"யாரு?"

"கிராபீன் மேன்..."

"யூ மீன்... அழுத்தப்பட்ட கரி மனிதன்?"

"ஆமா. ரத்தமோ, சதையோ, எலும்போ அவன் உடம்புல கிடையாது. முழுக்க முழுக்க கிராபீனால ஆனவன்... 2010ல இந்த கனிமத்த கண்டுபிடிச்ச துக்குத்தான் நோபல் பரிசு வாங்கினாங்க" என்று ஆதித்யா சொல்லி முடிக்கவும், அந்த கிராபீன் மேன் முன் னோக்கி நகரவும் சரியாக இருந்தது.

ஆனால், அவன் முன்னோக்கி நகர நகர அந்த மாளிகை இன்ச் பை இன்ச் ஆக தவிடு பொடியானதுதான் இருவரையும் அதிர வைத்தது.

வானத்தை நோக்கிய அந்த கிராபீன் மனிதன், தன் இரு கை களாலும் தன் மார்பை படபடவென அடித்துக் கொண்டான். ஒவ்வொரு அடி முடிந்த பிறகும் அவன் மார்பிலிருந்து மின்னல் பிறந்தது.

அந்த ஒளியில், அவனுக்குப் பின்புறம் இருந்த காமதேனு தெளி வாகத் தெரிந்தது

24

“கிராபீன் மனிதனுக்கு பின்னாடிதான் காமதேனு இருக்கு...” ஆதித்யாவின் செவிகளில் தாரா கிசுகிசுத்தாள்.

“மின்னல் ஒளில நானும் பார்த்தேன். காமதேனுவை பாதுகாத்துட்டு இருக்கறது இவன்தான். இவனை அழிச்சாத்தான் நம்மால காமதேனுவை அடைய முடியும்...” புருவங்கள் முடிச்சிட பதிலளித்தான் ஆதித்யா.

“எப்படி வீழ்த்தப் போற?”

“ஒரு வழி இருக்கு... ஆனா, விடியறதுக்குள்ள அதை செய்தாகணும்...”

“ஓ... இரவுல மட்டும்தான் நடமாடுவானா?”

“ஆமா... பொழுது விடிஞ்சதும் காமதேனுவோட மறைஞ்சுடுவான்...”

“கிராபீன் கனிமத்தை எப்படி நொறுக்க முடியும்?”

“கஷ்டம்தான். சீரான அறுகோணத்துல கிராபீன் மூலக்கூறுகள் இருக்கறதா விஞ்ஞானிங்க சொல்றாங்க. ரொம்ப பவர்ஃபுல் ஆன கனிமம் இது. அநேகமா அடுத்த வருஷம் அறிமுகமாகிற ஐபோன்ல அலுமினியம் குறைவாவும் கிராபீன் அதிகமாவும் இருக்கும். ஐரோப்பிய ஒன்றியத்தைச் சேர்ந்தவங்க இப்பவே அதுக்கான தயாரிப்புல இறங்கிட்டாங்க...” என்றபடியே ஆதித்யா, தான் அணிந்திருந்த வெள்ளை நிற டி- ஷர்ட்டைக் கழற்றினான். பெல்ட்டின் கொக்கியை நீக்கிவிட்டு ஜீன்ஸின் ஜிப்பை தளர்த்தினான்.

“இடியட்... என்ன பண்ற?” தாரா சீறினாள்.

“பேசாம இரு...” என்றபடி ஜீன்ஸை கால்வழியாக வெளியே எடுத்தான். சட்டென்று முகத்தைத் திருப்பிக் கொண்டாள் தாரா. அவள் பக்கம் திரும்பாமல், “அப்படியே பின்னாடி போ...” என கர்ஜித்தான்.

“எதுக்கு?” என்று கேட்டபடி திரும்பிய தாரா, திக்பிரமை பிடித்து நின்றாள். காரணம், கழுத்திலிருந்து கால் வரை உடலோடு ஒட்டியபடி கருமை நிற கவசத்தை அவன் அணிந்திருந்தான். எதன் காரணமாக டி–ஷர்ட்டையும், ஜீன்ஸையும் கழற்றினான் என்பது அவளுக்கு புரிந்தது.

‘‘சொல்றேன்ல... பின்னாடி போ...’’ என்று கத்தினான் ஆதித்யா.

அவன் பார்வை சென்ற திசையைப் பார்த்தாள். கிராபீன் மனிதன் இப்போது நேருக்கு நேராக அவர்களைப் பார்த்துக் கொண்டிருந்தான்.

“மை காட்...” என முணுமுணுத்தாள் தாரா. கிராபீன் மனிதனின் கண்களில் இருந்து பாய்ந்த ஒளி, ப்ளோரசன்ட் டார்ச் லைட் போல் அவர்கள் இருவரின் மீதும் விழுந்தது. மலைக்கு முன்னால் இரு எறும்புகள் நிற்பது போல் அவர்கள் இருவரும் நின்றார்கள்.

அனிச்சையாக தாரா பின்னால் நகர்ந்தாள். ஆனால், ஆதித்யா அதே இடத்தில் அசையாமல் நின்றான். கிராபீன் மனிதனைப் பார்த்தபடியே தன் வலது உள்ளங்கையை அழுத்தமாக மூடினான். கவசத்தை மீறி அவனது நரம்புகள் புடைத்து தோள் பட்டை வரை சென்றதை தாரா பார்த்தாள்.

மூடிய வலது கையை கிராபீன் மனிதனை நோக்கி ஆதித்யா உயர்த்தினான். அவனது கைகளில் இருந்து சரமாரியாக குண்டுகள் சீறி, கிராபீன் மனிதனை சல்லடையாகத் துளைத்தன.

ஆனால் –

கிராபீன் மனிதனின் உடலில் சிறு சிராய்ப்புக் கூட ஏற்படவில்லை. தன் இரு கைகளையும் உயர்த்தி அந்த மனிதன் கடகடவெனச் சிரித்தான். ஒவ்வொரு சிரிப்புக்கும் பெரும் ஓசையுடன் இடி இடித்தன. நிதானமாக ஆதித்யாவை நோக்கி அடியெடுத்து வைத்தான்.

அதன் பிறகு ஆதித்யா இமைப் பொழுதும் தாமதிக்கவில்லை. தன் உள்ளங்காலை அழுத்தமாக தரையில் ஊன்றி எம்பினான். அடுத்த நொடி ராக்கெட்டைப் போல் காற்றைக் கிழித்தபடி வானத்தில் நேர்கோட்டில் பறந்தான். கிராபீன் மனிதனை வட்டமிட்டபடியே தன் இரு உள்ளங்கைகளையும் மடக்கி முன்னோக்கி நீட்டினான். இரு கரங்களில் இருந்தும் ஏகே 47 போல் விநாடிக்கு 50 குண்டுகள் வீதம் சீறின.

என்றாலும் மலைப் பாறைகளில் பட்டு மணல்துகள்கள் தெறித்து விழுவதைப் போலவே அவைகள் தரையில் சிதறின. உடனே தன் தாக்குதல் உத்தியை ஆதித்யா மாற்றினான். இப்போது கைகளுக்கு பதில் கால்களை நீட்டி முன்னோக்கிக் கொண்டு வந்தான். அவனது பூட்ஸிலிருந்து இரு பீரங்கிகள் முளைத்தன. அளவில்

சிறியதாக இருந்தாலும் அதிலிருந்து பாய்ந்த குண்டுகள், இரு கைகளாலும் தூக்க முடியாத அளவுக்கு கனமாக இருந்தன.

எப்பேர்ப்பட்ட பாறைகளையும் சிதறடிக்கும் வல்லமை படைத்த அந்த வகையான நான்கு குண்டுகளை அடுத்தடுத்து கிராபீன் மனிதன் மீது பாய்ச்சினான். குறி தவறாமல் அவையும் அந்த மனிதனின் மார்பைத் தாக்கின. கிராபீன் மனிதன் தள்ளாடினான். குண்டுகள் பாய்ந்த மார்பில் பள்ளங்கள் விழுந்தன.

இதுதான் சரியான தருணம் என்பதை உணர்ந்த ஆதித்யா, கிராபீன் மனிதனின் மார்பை தன் இரு கால்களாலும் பிணைத்து நெருக்கினான். கைகளால் அந்த மனிதனின் கழுத்தைப் பிடித்துத் திருகினான்.

அலறிய அந்த மனிதன் தன் இரு கைகளையும் உயர்த்தி பின்னோக்கிக் கொண்டு சென்றான். ஆதித்யாவை கொத்தாகப் பிடித்து அப்படியே முன்னோக்கிக் கொண்டு வந்தான். உள்ளங்கையில் ஏந்தியபடியே உற்றுப் பார்த்தான். கண்களில் இருந்து பாய்ந்த ஒளியில் சுண்டெலியைப் போல் ஆதித்யா தெரிந்தான். பள்ளம் விழுந்த அந்த மனிதனின் மார்புப் பகுதிகள் மெல்ல மெல்ல பழைய அளவை அடைந்தன.

கத்திரிக்கோலைப் போல் தன் ஆள்காட்டி விரலையும், நடு விரலையும் விரித்த கிராபீன் மனிதன், அந்த இடைவெளியில் ஆதித்யாவின் இரு கைகளையும் வைத்து மூட்டுப் பகுதிக்குக் கீழாக ஒரே வெட்டாக வெட்டினான்.

துண்டாக இரு கைகளும் அறுபட்டு கீழே விழுந்தன. அலறியபடியே ஆதித்யா மயக்கமானான். பொழுதும் விடிய ஆரம்பித்தது. அதனையடுத்து அந்த கிராபீன் மனிதனும் காம தேனுவுடன் மறைந்தான்.

அறுபட்ட கைகளுடன் துடித்துக் கொண்டிருந்த ஆதித்யாவை செய்வதறியாமல் பார்த்துக் கொண்டிருந்தாள் தாரா.

"**எ**ன்ன திரிசங்கு சொர்க்கமா..?" கண்களைச் சுருக்கியபடி ரவிதாசன் கேட்டான். அவன் தோள் மீது குந்தி தேசத்து இளவரசியான பாலா உறங்கிக் கொண்டிருந்தாள்.

"ஆமா..." என்று பதிலளித்த பரமேஸ்வர பெருந்தச்சனின் முகத்தில் சிந்தனை அப்பிக் கிடந்தது. இருவரும் த்ரைலோக்கியநாதர் கோயிலின் பிராகாரத்தில் நின்று கொண்டிருந்தார்கள்.

"அப்ப கர்ணனோட இதயம்..?"

"இப்போதைக்கு ருத்ரன்கிட்டயே இருக்கட்டும்..." என்று முடித்தார் பரமேஸ்வரன்.

"எனக்கென்னவோ அது தப்புன்னு தோணுது..."

"இல்ல... அதுதான் சரி..." என்ற பரமேஸ்வரன் தீர்க்கத்துடன் ரவிதாசனை ஏறிட்டார். "நமக்குத் தேவை கபாடபுரம் போக வழி. அதை மகாபாரத குந்தியோட சிலை அடையாளம் காட்டிடுச்சு. அது போதும்..." என்றபடி குறுக்கும் நெடுக்குமாக நடந்தவர் சட்டென்று நின்றார்.

"நீயும், நானும் சுரங்கத்துல இருந்தது தெரியாமயே ருத்ரன் அந்த சிலையை வரவழைச்சான். சிலை வழிகாட்டின திசையை அவனைப் போலவே நாமும் குறிச்சுக்கிட்டோம். அது போதும். சூரியன் போல கர்ணனோட இதயம் எரிஞ்சுக்கிட்டு இருக்கு. அதை ஏந்தற சக்தி நமக்கு இல்ல. கிட்டத்தட்ட 40 வருஷங்கள் ருத்ரனை ஊர் ஊரா அலைய வச்சு ஆயி பயிற்சி கொடுத்திருக்கா. அதனாலதான் அந்த இதயம் அவன் கைக்கு கிடைச்சிருக்கு. பார்த்த இல்ல... எவ்வளவு சர்வசாதாரணமா அதை அவன் பயன் படுத்தினான்னு... தலைகீழா நின்னாலும் நம்ம ரெண்டு பேராலயும் அதைத் தொட்டுக் கூட பார்க்க முடியாது..."

"புரியுது. ஆனா, கபாடபுரத்துக்கு போகாம எதுக்கு திரிசங்கு சொர்க்கத்துக்கு போகணும்னு சொல்ற?" பரமேஸ்வரனை கேள்வியுடன் நோக்கினான் ரவிதாசன்.

"ஒரேயொரு திருத்தம். திரிசங்கு சொர்க்கத்துக்கு நாம போகப் போறதில்ல... நீதான் போகப் போற..."

"நானா..?"

"ம்... ஏன்னா அங்கதான் இப்ப ருத்ரன் போகப் போறான்..."

"எதுக்கு?"

"தாராவை சந்திக்க..."

"தாரான்னா..." என்று இழுத்த ரவிதாசனின் உதடுகளை தன் கரங்களால் பொத்தினார் பரமேஸ்வரன்.

"ஷ்... சத்தம் போட்டு சொல்லாத. உன் மனசுல யாரை நினைச்சியோ அவளேதான்..."

"ம்... இவளை என்ன பண்ண?" தன் தோள் மீது உறங்கிக் கொண்டிருந்த சிறுமியைக் காட்டினான்.

"கூட கூட்டிட்டு போ... பயன்படுவா..."

"சரி..." என்று நிறுத்திய ரவிதாசன், அருகில் வந்தான். "நீ எங்க போகப் போற?"

பரமேஸ்வரன் பதில் சொன்னார்.

கேட்ட ரவிதாசன், அதிர்ந்தான்.

"**ம**ன்னிக்கணும் ஆயி... இன்னும் நாங்க சரஸ்வதி நதியை கண்டுபிடிக்கலை..." உயரமான மனிதன் தலைகுனிந்தபடி பதிலளித்தான். அவனைச் சேர்ந்த மற்ற எட்டு பேரும் அமைதியாக இருந்தார்கள். கொடுத்த வேலையை முடிக்க முடியவில்லையே

என்ற வருத்தம் அந்த ஒன்பது பேரின் முகத்திலும் அப்பட்டமாக பிரதிபலித்தன.

சங்கிலியால் கட்டப்பட்டிருந்த ஃபாஸ்ட்டும், சூ யென்னும் எதுவும் புரியாமல் திருதிருவென விழித்துக் கொண்டிருந்தார்கள். தங்கள் முன்னால் கம்பீரமாக நின்று கொண்டிருந்த இருவரையும், அவர்கள் ஆயி – விஜயலட்சுமி என்று அறியாமலேயே மலங்க மலங்க பார்த்தார்கள்.

“இன்னும் ஒரு நாள் டைம் கொடுங்க... உங்க ஆசீர்வாதத் தோட நிச்சயம் மறைஞ்ச அந்த நதியை கண்டுபிடிச்சிடுவோம்...” என்றான் குள்ள மனிதன்.

“அதுக்கு அவசியமில்ல...” என்றபடி ஆயி புன்னகைத்தாள். “பத்மாசனத்துல இருந்த இந்திரனை குறிப்பிட்ட நாளுக்குள்ள நீங்க பார்த்ததே போதும். உங்க திறமையை நிரூபிச்சிட்டீங்க. அதனாலதான் உடனடியா உங்களை திரும்பி வரச் சொன்னேன்...”

ஒன்பது பேரும் ஒருவரையொருவர் பார்த்துக் கொண்டார்கள்.

“அடுத்து நாங்க எங்க போகணும்... என்ன செய்யணும்..?” மத்திம உயரம் கொண்ட மனிதன் கேட்டான்.

“அதுக்கு முன்னாடி இவங்கள என்ன பண்ணணும்னு சொல்லுங்க...” என்றபடி பார்வையால் ஃபாஸ்ட்டையும், சூ யென்னையும் அளந்தான் உயரமான மனிதன்.

“எண்ணெய் கொப்பரைல வறுக்கலாமா...”

“இல்ல அடுப்புல விறகைப் போல எரிக்கலாமா...”

“அதுவும் இல்லைன்னா மிக்ஸில போட்டு அரைக்கலாமா...”

என ஒன்பது பேரும் மாறி மாறி யோசனைகள் சொல்லச் சொல்ல ஃபாஸ்ட், சூ யென்னின் முகங்கள் வெளுத்தன. ஒவ்வொருவரும் ஒவ்வொரு தண்டனையை சொல்லச் சொல்ல அதை கற்பனையில் இருவரும் கண்டார்கள். துடிதுடித்தார்கள்.

“வேண்டாம்... வேண்டாம்... எங்களை விட்டுடுங்க... தெரியாம பொக்கிஷத்தைத் தேடி வந்துட்டோம்... எங்களை மன்னிச்சிடுங்க...” என்று அலறினார்கள்.

அவர்கள் இருவரையும் தன் பார்வையால் எடை போட்ட ஆயி, “இப்போதைக்கு இவங்களுக்கு எந்தத் தண்டனையும் வேண்டாம்...” என்றாள்.

“ம்...” என முனகினான் குள்ள மனிதன்.

“இவங்க ரெண்டு பேரையும் உங்க கூடவே கூட்டிட்டு போங்க...”

“ஓணானை மடிலயே வைச்சுக்க சொல்றீங்களே...” என்று இழுத்தான் உயரமான மனிதன்.

“தேவைப்படும்போது தாராளமா பலி கொடுக்கலாம். அதுக்கு என் அனுமதியைக் கேட்க வேண்டிய அவசியமில்ல...” என்றாள் ஆயி.

“அப்ப சரி...” என்று ஒன்பது பேரும் தங்கள் கைகளைத் தட்டியபடியே இருவரது கழுத்தையும் ஆசையுடன் பார்த்தார்கள். விட்டால் இப்பொழுதே கழுத்தை நெரித்து விடுவார்கள் என்பதை ஃபாஸ்ட்டும், சூ யென்னும் உணர்ந்தார்கள். பயத்தில் அவர்கள் இருவரது இதயமும் வேகமாக துடித்தன.

“சொல்லுங்க ஆயி... அடுத்து நாங்க எங்க போகணும்... என்ன செய்யணும்..?” குள்ளமான மனிதன் ஆயியை நோக்கி வினவினான்.

“என்ன செய்யணும்னு அங்க போனதும் டெலிபதில சொல்றேன்...” என்று நிறுத்திய ஆயி, விஜயலட்சுமியைப் பார்த்து கண்சிமிட்டிவிட்டு, “நீங்க போக வேண்டியது கபாடபுரத்துக்கு... ஆனா, அதுக்கு முன்னாடி வேறொரு இடத்துக்கு போகணும்...” என்று இடைவெளிவிட்டாள்.

அனைவரும் ஆயியையே உன்னிப்பாக பார்த்தார்கள். அனைவரது பார்வைகளையும் சந்தித்த ஆயி, அவர்கள் செல்ல வேண்டிய இடத்தைச் சொன்னாள்.

அந்த இடம், எங்கு பரமேஸ்வர பெருந்தச்சன் செல்லப் போவதாக ரவிதாசனிடம் சொன்னாரோ... அதே இடம்.

“வைகுண்டம்..!”

25

ருத்ரன் வீட்டு பின்புறம் வந்த அந்த உருவம் தன் நடையை நிறுத்திவிட்டு சுற்றிலும் பார்த்தது. யாருமில்லை. என்றாலும் மேற்கொண்டு ஓரடியைக் கூட எடுத்து வைக்கவில்லை. வேப்பமரத்தின் பின்னால் சென்று மறைந்து கொண்டது. மூச்சை தேக்கி கட்டுப்படுத்தியதன் மூலம் தன் மனதை சமநிலைக்குக் கொண்டு வந்த அந்த உருவம், தலையை மட்டும் நீட்டி வீட்டை உற்றுப் பார்த்தது.

ஜன்னல்கள் திறந்திருந்தன. ஆனால், பின்புறக் கதவு தாழிடப் பட்டிருந்தது. ஒரு முடிவுடன் வீட்டை நோக்கி அந்த உருவம் அடியெடுத்து வைத்தது.

ஆயியும், ருத்ரனின் மனைவியான விஜயலட்சுமியும் இப்போதைக்கு வர மாட்டார்கள். அசோக சக்கரவர்த்தியால் உருவாக்கப்பட்ட ஒன்பது பேர் கொண்ட ரகசியக் குழுவின் வாரிசுகளுடன் அவர்கள் பேசிக் கொண்டிருக்கிறார்கள். அந்த உரையாடல் முடிந்து அவர்கள் வீடு திரும்ப குறைந்தது கால் மணி நேரமாவது ஆகும். அதற்குள் வேலையை முடித்துவிட வேண்டும்.

நிதானத்துடன் வீட்டை நெருங்கிய உருவம், வாசல்புறம் சென்றது. பூட்டையும், கதவையும் கண்களால் அளவிட்டது. புன்னகையுடன் தன் இடுப்பிலிருந்து ஒரு சுருக்குப் பையை எடுத்தது. அதனுள் இருந்த க்ளவுசை தன் கைகளில் அணிந்து கொண்டது. அதே சுருக்குப் பையிலிருந்து கொத்து சாவியை எடுத்து, பார்வையால் அலசியது. பின்னர் ஒரேயொரு சாவியை மட்டும் எடுத்து பூட்டினுள் நுழைத்து திருகியது.

க்ளக்.

பூட்டு திறந்தது. சத்தம் எழுப்பாமல் தாழ்ப்பாளை நீக்கி விட்டு, மீண்டும் ஒருமுறை யாரும் தன்னை கவனிக்கவில்லை என்பதை உறுதிப்படுத்திக் கொண்டு வீட்டினுள் நுழைந்தது.

கர்ணனின் கவசம்

நேராக பூஜையறையை அடைந்த அந்த உருவம், அங்கிருந்த மரப் பெட்டியை திறந்தது. உள்ளே மினுமினுத்த விஜயாலயச் சோழனின் வாளை கைகள் நடுங்க எடுத்தது.

அந்த உருவத்தின் கண்கள் அனலைக் கக்கின. மனக் கண்ணில் திருப்புறம்பியம் போர் உயிர்பெற்று எழுந்தது. பாண்டியர்களின் உட்பகையை பயன்படுத்தி, முத்தரையர்களின் கீழிருந்த தஞ்சாவூரை அப்போது உறையூரைத் தலைநகராகக் கொண்டு ஆண்டு வந்த சிற்றரசனான விஜயாலயன் தாக்கினான். பல்லவர்கள் சார்பாகப் போரிட்டு தஞ்சையைக் கைப்பற்றினான். தன் அரசை விரிவுபடுத்தினான்.

இந்தக் காட்சிகள் அனைத்தும் சட் சட் என்று நொடியில் தோன்றி மறைந்தன. தென்னிந்திய வரலாற்றையே மாற்றி அமைத்த திருப்புறம்பியம் போரில் எந்த வாளை விஜயாலயன் பயன்படுத்தினானோ... எதிரிகளைப் பந்தாடினானோ... அந்த வாள்தான் அது. இந்தப் போர்தான் பிற்கால சோழர்கள் மாபெரும் பேரரசை நிறுவ வித்திட்டது.

மாபெரும் பேரரசு... இதனைத் தொடர்ந்துதான் அந்த மாபெரும் படுகொலையும் நிகழ்ந்தது. ஆதித்ய கரிகாலனின் படுகொலை...

கண்களில் வழிந்த குரோதத்துடன் அதன் கூர்மையை சரி பார்த்துவிட்டு அந்த உருவம் பழையபடி பெட்டியை மூடியது. கைகளில் ஏந்திய வாளுடன் வந்த வழியே திரும்பியது.

அந்த உருவம், வேறு யாருமல்ல... ரவிதாசனின் மனைவி யான ராஜிதான் அது.

அறுபட்ட கைகளுடன் துடிதுடித்த ஆதித்யாவை பார்த்து செய்வதறியாமல் தாரா திகைத்து நின்றது சில நொடிகள்தான். அதற்குள் ஐந்து மனிதர்கள் ஓடி வந்தார்கள்.

அவர்கள் அனைவருமே ஆறடி உயரமிருப்பார்கள். அதற் கேற்ற உடல்வாகு. உடலுடன் ஒட்டிய பழுப்பு நிற உடை. ஒருவேளை அது கவசமாகவும் இருக்கலாம். நாற்பதுக்கு மேல் வயதை மதிப்பிட முடியாது. மாநிறம். கூர்மையான நாசி. காது மடல்கள் அளவாக இருந்தன.

தாடியில்லாமல் மீசையுடன் காட்சியளித்தவர்கள் துரித மாக இயங்கினார்கள். ஒருவர், ஆதித்யாவின் வெட்டுப்பட்ட கரங்களை வாழை மட்டையில் எடுத்து வைத்தார். இன்னொ ருவர், அவனைத் தூக்கி தன் தோளில் போட்டுக் கொண்டார். மூன்றாவது நபர், தாராவின் கைகளைப் பிடித்தார். நான் காவது நபர் வழிகாட்ட, அவர்கள் அனைவரும் வேகமாக நடந்தார்கள்.

இவர்கள் எல்லாம் யார்... எங்கு அழைத்துச் செல்கிறார்கள்... எதுவுமே தாராவுக்கு புரியவில்லை. தெரியவில்லை. ஆனால், சில நாட்களாக நடைபெற்று வரும் எதிர்பாராத சம்பவங்களின் தொடர்ச்சி இது என்பது மட்டும் அவள் சிற்றறிவுக்கு எட்டியிருந்தது. எனவே முரண்டு பிடிக்காமல் அவர்களுடன் சென்றாள்.

பொழுது விடிந்திருந்ததால் திரிசங்கு சொர்க்கத்தை அவளால் இப்போது தெளிவாகப் பார்க்க முடிந்தது. அகலமான சாலைகள். வானுயர்ந்து நிற்கும் பொன்வேய்ந்த மாட மாளிகைகள். எட்டு திசையிலிருந்தும் இசை கானங்கள் ஒலித்துக் கொண்டிருந்தன. புரவிகள் பூட்டப்பட்ட சாரட்டில் மனிதர்கள் சிலர் பறந்து கொண்டிருந்தார்கள். சிவப்பு நிற பட்டில் அவர்கள் ஆடைகள் அணிந்திருந்தார்கள். தங்க, வைர நகைகள் அனைவரது மார்பையும் அலங்கரித்தன.

இனம் புரியாத நிறைவுடன் இதையெல்லாம் பார்த்தபடி வந்து கொண்டிருந்த தாராவின் இதயம் சட்டென்று துடிப்பதை நிறுத்தியது. கண்கள் விரிய தங்களை அழைத்துச் செல்லும் மனிதர்களையும், தரையையும் மாறி மாறிப் பார்த்தாள். அச்ச உணர்வு அவளைத் தொற்றிக் கொண்டது.

காரணம், பாதரச சாலையில் அவளது நிழலும், எவர் தோளிலோ சுயநினைவற்று படுத்திருந்த ஆதித்யாவின் நிழலும் விழுந்தன.

ஆனால் –

மற்றவர்கள் யாருடைய நிழலும் சூரிய ஒளிபட்டு தரையில் சின்னப் புள்ளியாகக் கூட விழவேயில்லை.

அதிர்ந்து போனாள். அவளது நடையின் வேகம் குறைந்தது.

"கண்டுபிடிச்சுட்டீங்களா?" – அவள் கையைப் பிடித்திருந்த மனிதன் சிரித்தான். "நீங்க புத்திசாலின்னு தலைவர் சொன்னது சரியாத்தான் இருக்கு. எதுவா இருந்தாலும் நம்ம இடத்துக்கு போனதும் பேசிக்கலாம். இப்ப அமைதியா எங்க கூட வாங்க..."

முன்னால் சென்றுகொண்டிருந்த மனிதன் கத்தினான். "நம்ம நேரம் முடியறதுக்குள்ள நம்ம இடத்துக்கு போயாகணும். ம்... வாங்க!"

நடந்தார்கள். ஆனால், ஓடுவது போலவே தாராவுக்குத் தெரிந்தது. அகலமான சாலையை தவிர்த்துவிட்டு பசுமையான ஒரு தோட்டத்துக்குள் புகுந்தார்கள். புதர் போல் வளர்ந்திருந்த புற்கள், இவர்கள் வருவதையறிந்து பிரிந்தன. வழி விட்டன.

உருவான ஒற்றையடிப் பாதையில் வேகத்தைக் குறைக்காமல் நடந்தார்கள். வழிகாட்டும் மனிதர் முன்னால் சென்றார். தாரா இறுதியாக வந்தாள். ஒவ்வொரு அடியை அவள் எடுத்து வைத்த பின்னும் ஒற்றையடிப் பாதை மறைந்தது. போலவே ஒவ்வொரு

அடியை அந்த வழிகாட்டும் மனிதர் எடுத்து வைக்கும்போதுதான் பாதையே உருவானது.

அதிசயத்துடன் இந்த மாயாஜாலத்தைப் பார்த்த தாரா, இன்னொரு ஆச்சர்யத்தையும் அனுபவித்தாள். நாகலிங்கப் பூவின் மணமும், ரோஜாவின் வாசனையும் தாராவின் நாசியை நிரப்பின. ஆனால், அந்தப் பூக்கள் அவள் கண்களுக்கு தெரியவேயில்லை. சுற்றிலும் புற்கள்தான் அடர்ந்திருந்தன.

கிட்டத்தட்ட முந்நூறு அடிகள் அவர்கள் இப்படி நடந்ததும் நதியொன்றை அடைந்தார்கள். பால் போல் வெண்மை பொங்க நீர் ஓடிக் கொண்டிருந்தது.

"நாம அக்கரைக்கு போகணும்..." – தாராவின் கைகளைப் பற்றியிருந்த மனிதர் கிசுகிசுத்தார்.

புரிந்து கொண்டதற்கு அறிகுறியாகத் தலையசைத்த தாரா, அந்த மனிதரின் பிடியைத் தளர்த்திவிட்டு தன் ஜீன்ஸை மடித்து விட குனிய முற்பட்டாள்.

"என்ன செய்யறீங்க?" பிடியை இறுக்கியபடி அந்த மனிதர் கேட்டார்.

"தண்ணில இறங்கணுமே..."

"முட்டாள்தனமா எதுவும் செய்யாதீங்க. நம்ம இடத்துக்கு போய்ச் சேர்ற வரைக்கும் என் பிடியை நீங்க விடக் கூடாது..."

"ஜீன்ஸ் நனைஞ்சுடுமே..?"

"அதெல்லாம் ஒண்ணும் ஆகாது..." – அவளைப் பிடித்தபடி அந்த மனிதர் நதியில் இறங்கினார்.

உண்மைதான். பாதத்தைத் தாண்டி தண்ணீர் அவள் காலை நனைக்கவேயில்லை. திகைத்தாள். நீரில் நடக்கிறோமா?

"ஆமா..." அவள் மனதைப் படித்ததுபோல் பதிலளித்த அந்த மனிதர் தொடர்ந்தார். "இமயமலையை விட இந்த நதியோட ஆழம் அதிகம்..."

கேட்டவளுக்கு தலை சுற்றியது. கால்கள் நடுங்கின. தடுமாறினாள். "பயப்படாம எங்க நான் கால் வைக்கிறேனோ அங்க உங்க பாதத்தை வைங்க..." – சொன்ன அந்த மனிதரின் பேச்சுக்குக் கட்டுப்பட்டு ஆற்றில் நடந்தாள். சில நிமிடங்கள்தான். ஆனால், பல யுகங்கள் போல் அவளுக்குத் தெரிந்தது.

ஒருவழியாக ஆற்றைக் கடந்தார்கள். தொலைவில் கோட்டை ஒன்று அவர்களை வரவேற்றது. அதைப் பார்த்ததுமே தாரா மிரண்டாள். உயரமானதுதான். வலுவானதுதான். ஆனால், இது வரை திரிசங்கு சொர்க்கத்தில் அவள் பார்த்த எந்தக் கட்டிடமும் போல் அந்தக் கோட்டை இல்லை. குறிப்பாக பொன்னால் அது கட்டப்படவில்லை. பதிலாக பூமியில் எப்படியொரு கோட்டை கட்டப்படுமோ, அப்படி அது கற்களால் எழுப்பப்பட்டிருந்தது.

"இது மட்டும் மனுஷனால உருவாக்கப்பட்டது போலி ருக்கே..?" – வார்த்தைகளை விழுங்கியபடி கேட்டாள்.

"ஆமா... ராஜராஜ சோழனால கட்டப்பட்ட கோட்டை யோட Back Up இது. அந்தக் கோட்டைய யார் கட்டினாங்களோ, அவங்கதான் அதே போல இங்கயும் எழுப்பியிருக்காங்க..." என்ற அந்த மனிதர், "அதுதான் நம்ம இடம்... நெருங்கிட்டோம்..." என்றார்.

சின்னதாகத் தெரிந்த அந்தக் கோட்டை அருகில் செல்லச் செல்ல தன் பிரமாண்டத்தை உணர்த்த ஆரம்பித்தது. கோட் டையை நெருங்கியதும் முன்னால் சென்ற மனிதர் அண்ணாந்து பார்த்தார். கோட்டையின் மேற்புறம் மனித நடமாட்டமே இல்லை. ஆனாலும் அடிவயிற்றிலிருந்து குரல் கொடுத்தார். "ஐம் க்லீம் சௌ..."

உடனே இரும்புகள் உருளும் சத்தம் இடி போல் ஒலித்தது. அதனையடுத்து கரகரவென ஒலியுடன் கோட்டைக் கதவுகள் திறந்தன.

ஆனால், முன்னால் இருந்த மனிதர் அதனுள் நுழையவில்லை. பதிலாகத் திரும்பி, "இளவரசிய இங்க கூட்டிட்டு வா..." என்று தாராவின் கையை பிடித்திருந்த மனிதரிடம் கட்டளையிட்டார்.

அந்த மனிதரும் தாராவை அழைத்து வந்து முதல் மனிதரிடம் ஒப்படைத்தார். அவளது கைகளைக் கெட்டியாகப் பிடித்துக் கொண்ட முதல் மனிதர், "எல்லாரும் பின்னாடி போங்க..." என்று கட்டளையிட்டார். சீராக அடியெடுத்து வைத்தபடி மற் றவர்கள் பின்வாங்கினார்கள். ஆறடி நகர்ந்ததும் அரைவட்ட வடிவில் நின்றார்கள்.

தாரா மலங்க மலங்க விழித்தாள். ஆதித்யாவின் மயக்கம் இன்னும் தெளியவில்லை. துண்டான அவன் கைகள் வாழை மட்டையில் துடித்துக் கொண்டிருந்தன. திறந்திருந்த கோட்டைக் கதவிலிருந்து யாரும் வெளிவரவுமில்லை. இவர்களும் உள்ளே நுழையவில்லை.

ஏன் இப்படி நிற்கிறார்கள்... தன்னை என்ன செய்யப் போகி றார்கள்... விடைதெரியாத கேள்வியுடன் அந்த முதல் மனிதரை ஏறிட்டாள்.

"நீங்கதான் இளவரசின்னு எங்களுக்குத் தெரியும். ஆனா, இந் தக் கோட்டைக்கும் அது தெரியணும் இல்லையா? அதனால..."

"அதனால?"

"உங்க அடையாளத்தைக் காட்டுங்க..." என்றார் அவர்.

"அடையாளமா?" தாராவின் குரலில் குழப்பம் சூழ்ந்தது.

"ஆமா..."

"வாட் டூ யூ மீன்?"

கர்ணனின் கவசம்

"ஐ மீன் வாட் ஐ ஸே..." என்ற அந்த முதல் மனிதர், மைக்ரோ செகண்ட் கூட தாமதிக்காமல் தாராவின் இரு கைகளையும் ஒன்று சேர்த்தார். அவளது கட்டை விரல் நகங்களை ஒன்றுடன் ஒன்று உரசினார்.

இதனை அடுத்து மற்றவர்கள் எதிர்பார்த்த, ஆனால், தாரா எதிர்பார்க்காத அந்த அதிசயம் நிகழ்ந்தது.

அவள் கைகள் விறகைப் போல் தீப்பிடித்து எரிய ஆரம்பித்தன. ஜ்வாலாமாலினியாக ஜொலித்தாள். ஆனால் அந்த வெப்பம், அவளது கைகளையோ, காலையோ தாக்கவேயில்லை. பதிலாக ஐஸ்கட்டியில் இருப்பது போல் குளிர்ந்தாள்.

பிரமை பிடித்து நின்ற தாராவை யாரோ, "வாம்மா, வா..." என அழைத்தார்கள்.

யார் என்று பார்த்தாள்.

பூரண கும்ப மரியாதையுடன் கோட்டைக்குள்ளிருந்து ஒருவர் வாய் நிறைய புன்னகையுடன் பரிவாரங்கள் சூழ வந்துக் கொண்டிருந்தார். அவரைக் கண்டதும் தாரா அதிர்ந்தாள்.

காரணம், யார் இறந்துவிட்டதாக அவளுக்குச் செய்தி வந்ததோ, யார் முகத்தைப் பார்க்கவே கூடாது என்று இறுதிச் சடங்கிற்குக் கூடச் செல்லாமல் சென்னையிலிருந்து மும்பைக்கு வந்தாளோ... அவர்தான் வந்து கொண்டிருந்தார்.

அவர், தாராவின் அப்பா.

26

“ம்... போகலாம்...” – குந்தி தேசத்து இளவரசியான பாலாவுடன் தோணியில் ஏறிய ரவிதாசன், கட்டளையிட்டான். பால் போன்ற நுரையுடன் பொங்கி வழிந்த அந்த நதியில் தோணி செல்ல ஆரம்பித்தது.

ரவிதாசன் கண்களை மூடிக் கொண்டான். மயக்கமான நிலையில் பாலா அவன் மடியில் படுத்திருந்தாள். பரமேஸ்வர பெருந்தச்சன் கட்டளையிட்டபடி திரிசங்கு சொர்க்கம் வந்தாயிற்று. சந்திக்க வேண்டியவர்களை பார்த்து அடுத்தகட்ட நடவடிக்கையில் இறங்க வேண்டியதுதான்.

ராஜி மரப்பெட்டியை திறந்து வாளை எடுத்திருப்பாளா? காணாமல் போன தன் மகன் சங்கர் எங்கிருக்கிறான்? ஃபாஸ்ட்டால் ஸோம்பியாக மாற்றப்பட்டவன் இயல்புக்கு திரும்பியிருப்பானா? சொன்னபடி பரமேஸ்வர பெருந்தச்சன் வைகுண்டம் சென்றிருப்பாரா?

எதுவும் தெரியவில்லை. தெரிந்து கொள்வதற்காக மெனக்கெடவும் முடியாது. சொந்த உணர்ச்சிகளுக்காக ஆயிரக்கணக்கான வருடங்களாக மனதில் எரிந்து வரும் பழிவாங்கும் உணர்ச்சியை எப்படி பலியிட முடியும்? கூடாது.

கண்களைத் திறந்தவன், மூலிகை குப்பியை எடுத்தான். ஒரு சொட்டு திரவத்தை வெற்றிலையில் விட்டான். பாலாவின் நாசிக்கு அருகில் அதைக் கொண்டு சென்று மீண்டும் அவளை சுவாசிக்க வைத்தான். இன்னும் சிறிது நேரம் மயக்கத்திலேயே இருப்பாள். அதுவும் நல்லதுக்குத்தான்.

“சாமி இடம் வந்துடுச்சு...” தோணியை நிறுத்திய படகோட்டி பவ்யமாக சொன்னான்.

பாலாவை தூக்கிக் கொண்டு இறங்கிய ரவிதாசன், தன் கண் முன்னால் நதிக்கரையில் அமைந்திருந்த அந்த பாழடைந்த மாளி

கையை நோக்கி நடந்தான். பார்க்கத்தான் அது மாளிகை. உண்மையில் அது கோட்டை என்பதை அவன் அறிவான்.

அவனது வரவுக்காகவே காத்திருந்தது போல் மாளிகையின் கதவு திறந்தது. “உள்ளே நுழைந்து வலப்பக்கமாக திரும்பு...” என அசரீரி ஒலித்தது. அதன்படியே வலப்பக்கம் சென்றான். பரந்து விரிந்த கூடம் அவனை வரவேற்றது. நின்றான்.

க்ளக். க்ளக். க்ளக்.

தாயம் ஒன்று உருண்டு வந்தது. “வா ரவிதாசா... வா...” என்று கேட்டபடியே ஒரு உருவமாக மாறியது.

அவரைப் பார்த்ததும் தன் தலையைச் சாய்த்து ரவிதாசன் வணங்கினான். “கௌரவர்களோட சூத்திரதாரியான சகுனி மாமாவுக்கு வணக்கம்...”

அவனை அப்படியே அணைத்த சகுனியின் கண்கள் கலங்கின. “எப்படி இருக்க?”

“ரொம்ப நல்லா இருக்கேன்...”

“அதுதான் வேணும்...” என்ற சகுனி, அவன் தோளில் படுத்திருந்த சிறுமியைப் பார்த்தார். “இது யாரு?”

“குந்தி தேசத்தோட இப்போதைய இளவரசி. பாலா...”

“சபாஷ். வைரத்தால வைரத்தை அறுக்கப் போறியா?” – அவன் முதுகில் தட்டிக் கொடுத்தவர், “வா...” என அழைத்துச் சென்றார்.

இருவரும் பல கூடங்களைக் கடந்து அறை ஒன்றுக்கு வந்து சேர்ந்தார்கள். அந்த அறையின் மறுமுனையில் அகலமாக ஜன்னல் விரிந்திருந்தது. அந்த ஜன்னலில் இருந்து திரிசங்கு சொர்க்கத்தை முழுமையாகப் பார்க்க முடியும்.

அப்படித்தான் பூரண போர்க் கவசம் அணிந்த நால்வர் பார்த்துக் கொண்டிருந்தார்கள்.

சகுனி கனைத்ததும் நால்வரும் திரும்பினார்கள். அவர்களைக் கண்டதும் ரவிதாசனின் கண்கள் மலர்ந்தன.

ஃபாஸ்ட், சூ யென், ரவிதாசனின் மகனான சங்கர், ‘பசுமை மன்ற’த்தைச் சேர்ந்தவனும் ஃபாஸ்ட்டுக்கு துணையாக ஊர் சுற்றியவனுமான ஆனந்த் ஆகியோர் கைகூப்பி இருவரையும் வணங்கினார்கள்.

“முதல்ல டாக்டரைக் கூப்பிடுங்க. ஆதித்யாவுக்கு சிகிச்சையை ஆரம்பிக்கணும்... ஏற்கனவே ரொம்ப நேரம் ஆகிடுச்சு...” – அந்த பாழடைந்த கோட்டைக்குள் நுழைந்ததுமே தாரா பரபரத்தாள். உடன் நுழைந்த மற்றவர்கள் அமைதியாக நின்றார்கள்.

“சொன்னது காதுல விழலையா? உங்ககிட்டதானே பேசிக்கிட்டு இருக்கேன்...”

தாராவின் குரல் உயர்ந்தபோதும், அது சுவரில் எதிரொலித்தபோதும், யாரும் இருந்த இடத்தை விட்டு அசையவில்லை.

பதிலாக அவர்களது பார்வை தாராவின் அப்பா முகத்திலேயே பதிந்திருந்தது. அதை கவனித்தவள், தன் தந்தையை ஏறிட்டாள். "நீங்க சொன்னாதான் கேட்பாங்க போலிருக்கு. தயவுசெஞ்சு டாக்டரை கூட்டிட்டு வரச் சொல்லுங்க..." – சொல்லும்போதே அவள் குரல் தழுதழுத்தது.

"ஷ்... என்ன தாரா இது?" என்றபடி அவளை ஆதரவாக அணைத்த அவள் தந்தை, மற்றவர்களைப் பார்த்து கட்டளையிட்டார். "எல்லாரும் போய் அவங்கவங்க வேலையைப் பாருங்க..."

அடுத்த நொடியே அனைவரும் கலைந்தார்கள். அதே நேரம் மறக்காமல் ஆதித்யாவையும் தூக்கிச் சென்றார்கள். "கொஞ்சம் நில்லுங்க... ஹலோ... ஹலோ... உங்களைத்தான்... அவருக்கு ட்ரீட்மென்ட் கொடுக்கணும்..." என்ற தாராவின் கதறல், காற்றில் கரைந்தது. சீற்றத்துடன் தன் தந்தையைப் பார்த்தாள். தோளைக் குலுக்கி அவரது அணைப்பிலிருந்து தன்னை விடுவித்துக் கொண்டாள்.

"உங்கள விட்டு பிரிஞ்சதுக்காக பழி வாங்கறீங்களா?" அழுத்தத்துடன் கேட்டாள்.

"எந்தத் தகப்பனும் தன் பிள்ளைகளை பழி வாங்க மாட்டான்மா..." – பாசம் வழிய சொன்ன தன் தந்தையை பார்க்கப் பார்க்க அவளுக்கு பற்றிக் கொண்டு வந்தது.

"அப்புறம் ஏன் டாக்டரைக் கூப்பிடல?"

"எப்படிக் கூப்பிட முடியும்? அந்த டாக்டரே நீதானே?"

"என்னது..?" தாரா அதிர்ந்தாள். "நான் ஆர்க்கிடெக்ட். மருத்துவர் இல்ல..."

"தெரியும். நீ படிச்சது வேணா அதுவா இருக்கலாம். ஆனா, ஆதித்யாவை குணப்படுத்தற சக்தி உன்கிட்டதான் இருக்கு..." – நிதானமாகச் சொன்ன தன் தந்தையைக் குழப்பத்துடன் பார்த்தாள்.

"நீங்க சொல்றது எனக்குப் புரியலை. முதல்ல இதுக்கு பதில் சொல்லுங்க. நீங்க இறந்துட்டதா எனக்கு தகவல் வந்தது. அப்படியிருக்கிறப்ப இங்க எப்படி வந்தீங்க...?"

"உன்னோட எல்லா கேள்விகளுக்கும் ஒரே பதில்தான் தாரா. இது திரிசங்கு சொர்க்கம்..." அழுத்தம்திருத்தமாகச் சொன்ன அவள் தந்தை குறுக்கும் நெடுக்குமாக நடந்தபடியே பேச ஆரம்பித்தார்.

"பூமியோட இயல்புப்படி நான் செத்தது உண்மை. ஆனா, எனக்கு இறப்பு கிடையாது. எனக்கு மட்டுமில்ல, பொக்கிஷத்தைப் பாதுகாக்கிற கூட்டத்தைச் சேர்ந்த யாருக்குமே சாவு கிடையாது. குறிப்பிட்ட காலம் வரைக்கும் அவங்க பூமில வாழ்வாங்க. அப்புறம், திரிசங்கு சொர்க்கத்துல இருக்கிற இந்தக் கோட்டைக்கு வந்

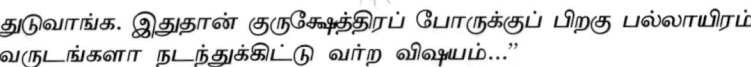

துடுவாங்க. இதுதான் குருக்ஷேத்திரப் போருக்குப் பிறகு பல்லாயிரம் வருடங்களா நடந்துக்கிட்டு வர்ற விஷயம்...”

“அப்ப என்னையும், ஆதித்யாவையும் இங்க கூட்டிட்டு வந்த வங்க கூட உங்களை மாதிரிதானா?” – தாரா இடைமறித்தாள்.

“ஆமா. அதனாலதான் அவங்க நிழல் தரைல விழலை...”

“அதை நான் கவனிச்சேன்...” – நிறுத்திய தாரா சட்டென்று அந்தக் கேள்வியைக் கேட்டாள். “பொக்கிஷத்தை பாதுகாக்கிற வங்களுக்கு இறப்பு கிடையாதுன்னா... பொக்கிஷத்தை கைப்பற்ற நினைக்கிறவங்களுக்கு?”

“அவங்கள்ல சிலருக்கு சாவு உண்டு. சிலருக்கு இறப்பு இல்ல...”

“ரொம்ப தெளிவா குழப்பிட்டீங்க...”

“அப்படியில்லம்மா...” சிரித்த அவள் தந்தை தொடர்ந்தார். “மகாபாரதம் நிகழ்ந்த காலத்துலேந்தே கர்ணனோட கவசத்தை கைப்பற்ற ஒரு கூட்டம் முயற்சி பண்ணிக்கிட்டேதான் இருக்கு. அது எங்களுக்குத்தான் சொந்தம்னு உரிமை கொண்டாடறாங்க. அவங்களும் ஒரே வேரோட இன்னொரு கிளைதான். ராஜ வம் சத்தைச் சேர்ந்தவங்கதான். அவங்க பரம்பரைல வந்தவங்களுக்கும் இறப்பு கிடையாது. ஆனா, நடுவுல பொக்கிஷம் பத்தி தெரிய வந்து அதைத் தேட ஆரம்பிக்கிறாங்க பார்த்தியா... அவங்களுக்கு சாவு உண்டு!”

“பொக்கிஷத்தை பாதுகாக்கிறவங்க இறந்த பிறகும் இங்க வாழ றாங்கனு சொல்றீங்க. ஓகே. அதே புதையலை எடுக்க பல்லாயிரம் வருஷங்களா முயற்சி பண்ணிட்டு இருக்காங்களே ராஜ வம் சத்தைச் சேர்ந்தவங்க... அவங்க செத்த பிறகு எங்க வாழ்வாங்க?”

“இதே திரிசங்கு சொர்க்கத்துலதான்...”

“வாட்..?” – நம்ப முடியாத அதிர்ச்சியுடன் தாரா கேட்டாள்.

“ஆமாம்மா... இந்த திரிசங்கு சொர்க்கம் விசுவாமித்திரமக ரிஷியால உருவாக்கப்பட்டதுன்னு உனக்கே தெரியும்.அவரும் ராஜாவா இருந்தவர்தானே? அதனால இரண்டு தரப்பிலும் அரச வம்சத்தைச் சேர்ந்தவங்களா இருந்தா, அவங்க இறந்த பிறகும் இங்க உயிர் வாழலாம்...”

“அப்ப இங்க வந்தும் ஒருத்தருக்கு ஒருத்தர் அடிச்சிப்பீங்களா?”

“இல்ல. எழுதப்படாத அக்ரிமென்ட் ஒண்ணு இருக்கு. பூமில தான் சண்டை, சச்சரவு எல்லாமே. இங்க வந்த பிறகு அமைதியா வாழணும். ஆனா...”

“ஆனா..?”

“பூமிலேந்து பொக்கிஷத்தோட விபரம் தெரிஞ்சு அதைக் கைப் பற்றவோ, பாதுகாக்கவோ யாராவது உயிரோட இங்க வந்தா... அவங்களை கொல்ல எதிர்த் தரப்பு முயலலாம். அதுக்காக சண்டை போடலாம். அதே சமயம் இந்த அடிதடி இந்த இரண்டு

தரப்புக்குள்ளதான் நிகழணும். திரிசங்கு சொர்க்கத்துல வாழற மத்தவங்களுக்கு எந்த ஆபத்தும் நேரக் கூடாது...”

“அப்படீன்னா நானும் ஆதித்யாவும் இங்க வந்திருக்கிற விஷயம் இந்நேரம் எதிர்த் தரப்புக்கு தெரிஞ்சிருக்கும், இல்லையா?”

“கண்டிப்பா...”

“அதனாலதான் எங்களை பாதுகாப்பா இங்க கூட்டிட்டு வந்தீங்களா?”

“ஆமா...”

“சரி. என்னால எப்படி ஆதித்யாவை குணப்படுத்த முடியும்னு சொல்றீங்க?”

“ஏன்னா நீதான் ஜ்வாலாமாலினி...” – பட்டென்று சொல்லி முடித்த தன் தந்தையை புருவம் உயர ஏறிட்டாள் தாரா. “புரியலை?”

“கோட்டைக்கு வெளிய உன்னோட ரெண்டு கைகளும் எப்படி தீப்பிடிச்சு எரிஞ்சுது?”

மவுனமாக நின்றாள் தாரா. காரணம், இதே கேள்விதான் அந்தக் கணம் முதல் அவளுக்குள் சுற்றிச் சுற்றி வருகிறது. உதட்டைக் கடித்தபடி நின்ற தன் மகளை நெருங்கியவர், அவளது தலையை வருடியபடியே பேச ஆரம்பித்தார். “உனக்குள்ள ஏராளமான சக்தி இருக்கு தாரா. அதுல ஒரு பகுதிதான் நீயே நெருப்பா இருக்கறது. ஆனா, எல்லா சக்திகளும் எல்லா இடங்கள்லயும் வேலை செய்யாது. அது அதுக்குன்னு ஒரு சூழல் அமையணும். அந்த விதத்துல திரிசங்கு சொர்க்கத்துல நீ நெருப்பு மகள். கபாடபுரத்துல நீ வேற ஆள். பூமில இன்னொரு நபர்...”

“இதுக்கும் ஆதித்யாவோட வெட்டுப்பட்ட கைகளை இணைக்கறதுக்கும் என்னசம்பந்தம்?”

“அதை ஆயிதான் சொல்லணும்...”

“ஆயியா?”

“ஆமா. பொக்கிஷத்தை பாதுகாக்கிற கூட்டத்தோட தலைவி. ஆனா, அவங்களோட ஒரிஜினல் பேரு வேற. புரியலையா? அரசர், அதிபர், பிரதமர், ஜனாதிபதின்னு சொல்றோம் இல்லையா? அப்படித்தான் ஒவ்வொரு காலகட்டத்துக்கும் ஒவ்வொரு ஆயி. வா அவங்களை சந்திக்கப் போகலாம்...”

“ஒரு நிமிஷம். நீங்க சொல்றபடி பார்த்தா பல ஆயிகள் இருக்கணுமே... அதுல எந்த ஆயியை இப்ப நாம பார்க்கப் போறோம்?”

“ஆதி ஆயிய... எந்தக்கூட்டம் முதன்முதல்ல பொக்கிஷத்தைப் பாதுகாக்க முன் வந்ததோ, அந்தக் கூட்டத்தோட தலைவிய...”

“அதாவது..?”

“எந்த கர்ணனோட கவச குண்டலத்தை காலம் காலமா ஒரு தரப்பு தேடிக்கிட்டு இருக்கோ... அந்த கர்ணன் பூமிக்கு வர கார

ணமா இருந்தவங்களை சந்திக்கப் போறோம்..." – தன் தந்தை சொல்லச் சொல்ல அப்படியே சிலையானாள்.

"ஆமாம்மா... மகாபாரத குந்தி தேவியைத்தான் இப்ப நாம சந்திக்கப் போறோம். அவங்கதான் ஆதி ஆயி..." என்றபடி தாராவை அழைத்துக் கொண்டு சென்றார்.

இருவரும் மறைந்ததும், அதுவரை அவர்கள் பேசிய அனைத்தையும் கேட்ட ஒரு உருவம் தூணுக்குப் பின்னால் இருந்து வெளியே வந்தது. நகத்தைக் கடித்தபடி சில விநாடிகள் யோசித்தது. பின்னர் ஒரு முடிவுடன் கண்கள் பளிச்சிட யாரையோ சந்திக்க நகர்ந்தது.

அந்த உருவத்துக்கு உரியவர், வேறு யாருமல்ல. பாண்டவர்களை வேருடன் அழிக்க சபதமிட்ட கௌரவர்களின் தலைவரான துரியோதனன்தான் அவர்.

27

“கிட்ட போகாத...” – சங்கரை நோக்கிப் பாய்ந்த ரவிதாசனை தடுத்து நிறுத்தினார் சகுனி.

“ஏன்? என் பையன் இப்பவும் ஸோம்பியாதான் இருக்கானா?” குரலில் எந்தவித உணர்ச்சியும் வெளிப்படாதபடி கவனமாகக் கேட்டான் ரவிதாசன்.

“இயல்புக்குத் திரும்பிட்டான்...”

“சிகிச்சை அளிச்சது யாரு?” – கேட்டபடியே தோளில் மயங்கியிருந்த பாலாவை அங்கிருந்த ஆசனத்தில் படுக்க வைத்தான். அது இரண்டு பேர் அமரக் கூடிய ஆசனம். கைப்பிடியில் ஆரம்பித்து சகலமும் தங்கத்தால் இழைக்கப்பட்டிருந்தது. ஆங்காங்கே வைரக் கற்கள் பதிக்கப்பட்டிருந்ததால், வெளிச்சம் பட்டு அவை ஜொலித்தன. காற்றில் பறந்த பாலாவின் தலைமுடியைக் கோதிவிட்டான். கலைந்த உடையை நீவிவிட்டு சீர் செய்தான்.

“வேத வியாசர்...”

“என்னது?” பதறினான். “விளையாடாதீங்க சகுனி மாமா. ‘வியாசர்’ங்கிறது ஒரு பீடத்தோட பேரு. அதுல யார் உட்கார்ந்தாலும் அவங்க வியாசர்தான். தயவுசெஞ்சு தெளிவா சொல்லுங்க. என் பையனை காப்பாத்தினது எந்த வியாசர்?” கேட்கும்போதே ரவிதாசனின் குரல் நடுங்கியது.

“அதான் சொன்னேனே வேத வியாசர்னு...”

“அதாவது ‘கிருஷ்ண த்வைபாயன’ரா?”

“ஆமா. நெருப்புலேந்து கறுப்பு நிறத்தோட யார் தோன்றினாரோ அவரேதான்... உங்க பரம்பரையோட ஜன்ம விரோதியேதான்...” – அழுத்தமாகச் சொல்லி முடித்த சகுனி, பதற்றத்துடன் தன் முன்னால் நின்றுகொண்டிருந்தவனை ஏறிட்டார்.

“உன்னோட உணர்ச்சியை என்னால புரிஞ்சுக்க முடியுது ரவிதாசா. நியாயமா பார்த்தா உன்னோட மூதாதையர்தான்

கர்ணனின் கவசம்

'வியாசர்' பீடத்துல அமர்ந்திருக்கணும். ஆனா, கடைசி நேரத்துல 'கிருஷ்ண த்வைபாயனரு'க்கு அந்த வாய்ப்பு கிடைச்சிடுச்சு. அதேபோல மகாபாரத காவியத்தையும், பதி னெண் புராணங்களையும் கூட உன்னோட மூதாதையர்தான் எழுதியிருக்கணும். இதையும் 'கிருஷ்ண த்வைபாயனர்' தட்டிப் பறிச்சுட்டார். அந்தக் கோபத்துலதான் தனியா ஒரு பல்கலைக் கழகத்தையே உங்க வம்சத்தைச் சேர்ந்தவங்க ஆரம்பிச்சீங்க...''

ரவிதாசன் அமைதியாக இருக்க முயற்சித்தான். ஆனால், அவனுக்குள் எரிமலை பொங்கிக் கொண்டிருந்தது. இதை சகுனி உணர்ந்திருக்க வேண்டும். எனவே அவனை நெருங்கி அணைத்துக் கொண்டார்.

''இந்தப் பழைய பகையெல்லாம் எனக்கும் தெரியும் ரவி தாசா! ஆனா, வேற வழியில்ல. ஸோம்பியா மாற்றப்பட்ட உன் மகனை வேத வியாசராலதான் குணப்படுத்த முடியும்னு...''

''ஓஹோ... இதெல்லாம் உங்க வேலைதானா? நீங்கதான் அந்தாள்கிட்ட சங்கரை ஒப்படைச்சீங்களா?'' வெடித்தான்.

''அப்படி நான் செய்வேன்னு நீ நினைக்கறியா?''

''வேற யார் இந்தக் காரியத்தை செஞ்சது?''

''சொன்னா தாங்குவியா?''

''இதைவிட பலமான வெடிகுண்டையா வீசப் போறீங்க? பரவால்ல சொல்லுங்க...''

''குந்தவை...''

''வாட்... குந்தவையா..? சோழ இளவரசியா?''

''ஆமா... எந்த ஆதித்த கரிகாலனை உன்னோட முன் னோர்கள் கொன்னாங்களோ, அதே ஆதித்த கரிகாலனோட சகோதரிதான்...'' - சகுனி இதைப் பிசிறில்லாமல் சொல்லி முடித்ததும் நிற்க வலுவின்றி அப்படியே அருகிலிருந்த ஆச னத்தில் ரவிதாசன் விழுந்தான்.

உடலில் இருந்த சக்தியெல்லாம் வற்றிப் போனது போல் தென்பட்டவனை பார்க்கப் பார்க்க சகுனியின் கல்மனமும் கரைந்தது. அவனது தலையை கோதி விட்டார்.

''எல்லாமே ஒரு முனைல சேர ஆரம்பிச்சுடுச்சு ரவிதாசா... இப்பத்தான் நாம கவனமா இருக்கணும். அப்பத்தான் பொக் கிஷத்தையும் அடைய முடியும். பல்லாயிரம் வருஷங்களா உனக்குள்ள கொழுந்து விட்டு எரியற பழி வாங்கற உணர்ச்சி யையும் தீர்க்க முடியும்...''

ரவிதாசன் எதுவும் பேசவில்லை. வெறித்தபடி சங்கரையும், மற்ற மூவரையும் பார்த்தான். விதவிதமான வண்ணங்களில் கவசம் அணிந்திருந்த அவர்கள் நால்வரும் சிலை போல் நின்று கொண்டிருந்தார்கள்.

“இவங்க நாலு பேரும் இங்க எப்படி வந்தாங்க? எதுக்காக இப்படி கவசம் அணிஞ்சிருக்காங்க?” பழைய ரவிதாசனாக அலட்சியத்துடன் கேள்விகளை அடுக்கினான்.

அவனைப் பெருமை பொங்கப் பார்த்தார் சகுனி. நிமிடத்துக்குள் தன்னைக் கட்டுப்படுத்திக் கொண்டானே... தட்டிக் கொடுத்தபடி, “விதுரர் அனுப்பி வச்சாரு...”

ரவிதாசனின் புருவங்கள் உயர்ந்தன. “இப்பவும் அவர் நம்ம பக்கம்தானா?”

“எப்பவும் போல நியாயத்து பக்கம்... ஆனா, பொக்கிஷம் யாருக்குன்னு உறுதியா தெரியற வரைக்கும் குருக்ஷேத்திரப் போர் தொடர்ந்துக்கிட்டுத்தானே இருக்கு? அதனால தன் கடமையை இப்பவும் செய்துட்டு இருக்காரு...”

“அதாவது..?”

“திருதராஷ்டிர மாமாவுக்கு தினப்படி நிகழ்வுகள காட்சி வாரியா விளக்கிட்டு இருக்காரு...”

“அதனோட ஒரு பகுதியாதான் இவங்க நாலு பேரையும் திரிசங்கு சொர்க்கத்துக்கு அனுப்பியிருக்காரா?” – எழுந்து நின்றபடி கேட்டான் ரவிதாசன்.

“எனக்குத் தெரியாது. நிஜமாதான் சொல்றேன் ரவி தாசா... நேத்து ராத்திரி விதுரர் அனுப்பினதா சொல்லி இவங்கள துரியோதனன் கூட்டிட்டு வந்தான். அந்த ஜன்னல் பக்கம் நிக்க வைச்சான். உன் பையன பத்தின தகவலை நீ வந்ததும் சொல்லச் சொன்னான். அதோட ‘இவங்க பக்கத்துல யாரும் போகாதீங்க... சாப்பிடவும் குடிக்கவும் எதுவும் தராதீங்க’ன்னு சொல்லிட்டு வெளில போயிட்டான். அவன் திரும்பி வந்தாதான் மத்த விஷயங்கள் தெரியும்...” என்று சகுனி முடிக்கவும், அந்த அறையின் மூலையில் இருந்த நடராஜர் சிலை முன்னோக்கி நகர்ந்து வரவும் சரியாக இருந்தது.

கண்கள் சுருங்க அதைக் கூர்மையாகப் பார்த்த ரவிதாசன் அதிர்ந்தான்.

காரணம், மதுரை மீனாட்சியம்மன் கோயிலில் மட்டுமே இருக்கக் கூடிய, வலது காலை உயர்த்தியபடி நடனமாடும் வெள்ளியம்பல நடராஜர் சிலை அது.

இதன் பிறகு நடந்த சம்பவங்கள் அனைத்தும் அவன் மட்டுமல்ல, சகுனியும் எதிர்பாராதது.

ஏனெனில், நடராஜரின் சிலை நகர்ந்ததுமே மயக்கத்திலிருந்த பாலா கண் விழித்துவிட்டாள். இப்படி நடக்க வாய்ப்பே இல்லை. காரணம், இங்கு வருவதற்கு முன்புதான் மயக்கத் துளியை அவள் சுவாசிக்கும்படி செய்திருந்தான். எனவே பல மணிநேரங்களுக்குப் பிறகுதான் அவள் கண்

திறக்க வேண்டும். அப்படியிருக்க எப்படி அவளுக்கு இப்போது உணர்வு வந்தது?

தெரியவில்லை. அதுமட்டுமல்ல, பாலாவின் உடலில் மெல்ல மெல்ல எப்படி கவசம் படர ஆரம்பித்தது என்பதையும் அவனால் புரிந்து கொள்ள முடியவில்லை.

ஆனால், அப்படித்தான் நிகழ்ந்து கொண்டிருந்தது.

உச்சி முதல் உள்ளங்கால் வரை பாலாவின் உடலை கவசம் ஒன்று உடலோடு ஒட்டியபடி மூட ஆரம்பித்தது. கண்கள் பார்க்கவும், சுவா சம் வெளிப்படவும் மட்டுமே அந்த கவசத்தில் துளைகள் இருந்தன.

பூரணமாக கவசம் அவளை மூடியதும் துள்ளி எழுந்தாள். கை, கால்களை அசைத்தாள். தன் தலை உயரத்துக்கு தன் காலை உயர்த் தினாள்.

'இதெல்லாம் என்ன...' என்பது போல் கேள்வியுடன் சகுனியை ரவிதாசன் பார்த்தான். பதில் சொல்லும் நிலையில் அவர் இல்லை. கைகள் நடுங்க அவர் சுட்டிக்காட்டிய திசையைப் பார்த்தான். திகைத்தான்.

அங்கு பாலாவும், சங்கரும் கட்டிப் புரண்டபடி ஆக்ரோஷமாக சண்டையிட்டுக் கொண்டிருந்தார்கள். சங்கரின் முகத்தில் பாலா ஓங்கி ஒரு குத்துவிட, பதிலுக்கு அவள் முகத்தில் அவன் குத்து விட்டான்.

இப்படி கவசமும், கவசமும் மோதிக் கொண்டதில் உண்டான தீப்பொறி, அருகிலிருந்த ரவிதாசனின் உடலிலும் பட்டது. பட்ட இடமும் பொத்தலாகப் பொசுங்கியது.

'இன்னும் ரொம்ப தூரம் நடக்க வேண்டி இருக்குமோ..?' தாராவின் மனதில் எழுந்த கேள்வியை அவள் தந்தை படித் திருக்க வேண்டும். "நெருங்கிட்டோம். அந்த முனையை திரும்பினா போதும்..." என்றார்.

தாரா ஒன்றும் சொல்லவில்லை. பாழடைந்த அந்தக் கோட் டையின் உட்புறம் இவ்வளவு பெரியதாக இருக்கும் என்று அவள் எதிர்பார்க்கவில்லை. கால் மணி நேரமாக நடந்து கொண்டிருக் கிறார்கள். பல அடுக்குகளைக் கடந்து விட்டார்கள். ஆனால், திரும்பத் திரும்ப ஒரே இடத்தைச் சுற்றி வருவது போல் தாரா வுக்குத் தோன்றியது. கோட்டையின் அமைப்பு ஒருவேளை அப் படியிருக்கலாம்.

முனையைத் திரும்பியதும் கதவு ஒன்று தட்டுப்பட்டது. கை கூப்பி அதை வணங்கிய அவள் தந்தை, சத்தம் எழுப்பாதபடி அதைத் திறந்தார்.

"வலது காலை எடுத்து வச்சு உள்ள வாம்மா..." என்றபடி நுழைந்தவரைப் பின்தொடர்ந்தாள். அறைக்குரிய எந்த லட்ச

ணமும் அங்கு இல்லை. சொல்லப் போனால் அறையாகவே அது தெரியவில்லை. பதிலாக கோயிலின் கர்ப்பக்கிரகம் போல் இருந்தது. சாம்பிராணி, ஊதுவத்தியின் மணம் அவள் நாசியைத் துளைத்தது. பொன்னாலான தூண்கள் மின்னின. அதில் நுணுக்கமாக பல சிலைகள் சின்னதும், பெரியதுமாக செதுக்கப்பட்டிருந்தன. யாளியின் கண்கள், ரத்தச் சிவப்பில் ஜொலித்தன.

அதைக் கடந்தாள். அப்போது அதிலிருந்து பாய்ந்த ஒளி, தாராவை ஊடுருவியது. உச்சி முதல் உள்ளங்கால் வரை குளிப்பாட்டியது. அவளுக்குப் புரிந்தது. இது வெறும் ஒளி அல்ல. பவர்ஃபுல் லேசர் கதிர்கள். மரபணுவையே அலசக் கூடியவை. எதற்கு இது?

புருவம் முடிச்சிட அறையின் மையத்தைப் பார்த்தாள். ஸ்படிக மேருவுக்கு ஒரு பெண் கற்பூர ஆரத்தி காட்டிக் கொண்டிருந்தாள். அந்த ஸ்படிக மேருவைக் கண்டதுமே தாராவின் கண்கள் விரிந்து தாழ்ந்தன. காரணம், அவளுக்கு வந்த பார்சலில் இருந்த மேரு போலவே அதுவும் இருந்தது. என்ன... அறையில் இருந்த மேருவின் உயரம் மட்டும் கொஞ்சம் கூடுதல். மற்றபடி அச்சு அசல் அதே மாதிரிதான் இதுவும் இருந்தது.

அதை அருகிலிருந்து ஆராய்வதற்காக ஒரு எட்டு எடுத்து வைத் தவளை தடுத்து நிறுத்திய அவள் தந்தை, "ஆயி பூஜை முடிக்கிற வரைக்கும் நாம அங்க போகக் கூடாது..." என்று கிசுகிசுத்தார்.

"இவங்களா ஆதி ஆயி..?"

"ஆமா. மகாபாரத குந்தி தேவி இவங்கதான்..." சொல்லும் போதே தன் தந்தையின் குரலில் அளவுக்கு மீறி பக்தியும், மரியாதையும் ஒலித்ததை தாரா உணர்ந்தாள். பதிலேதும் சொல்லாமல் தோளைக் குலுக்கியபடி அவருடன் ஓரமாக ஒதுங்கி நின்றாள்.

கற்பூர ஆரத்தி முடிந்ததும் குந்தி தேவி திரும்பினாள். வயது இருபதுக்குள்தான் இருக்கும். வெண்மை நிறம். களையான முகம். புருவங்கள் வில் போலவும், கண்கள் மீனைப் போலவும் வளைந்திருந்தன. கூர்மையான நாசி. நெற்றியில் சின்னதாக ஒரு பொட்டு. கருநீல வண்ணத்தில் பட்டுப்புடவை கட்டியிருந்தாள். ஆனால், கழுத்திலும், காதிலும் பெயருக்குக் கூட நகைகள் இல்லை.

இதையெல்லாம் அலசிய தாராவின் கண்கள், குந்தியின் கால்களை அடைந்ததும் அப்படியே நிலைகுத்தி நின்றன. ஏனெனில், கார்ஃபீன் மனிதனால் வெட்டுப்பட்ட ஆதித்யாவின் கரங்கள் அங்குதான் இருந்தன.

தாராவின் பார்வை சென்ற திசையை கவனித்த குந்தி, மேருவை ஒரு கணம் உற்றுப் பார்த்துவிட்டு நிதானமாக அவர்கள் இருவரையும் நோக்கி வந்தாள். பளாரென்று தாராவின் கன்னத்தில் அறைந்தாள்.

"யார் நீ?"

"ஆயி... இது என் பொண்ணு..." வார்த்தைகள் குழற உச்சரித்த தாராவின் தந்தையை நோக்கிய குந்தியின் கண்களில் அனல் பறந்தது.

"முட்டாள்... மகா மேருவைப் பார்..."

பார்த்தார். தாராவின் ஸ்கேன் ரிசல்ட் அந்த ஸ்படிக மகா மேருவில் துல்லியமாகத் தெரிந்தது.

அந்த ஜீன்... மரபணு... அவர் மகள் தாராவுடையது அல்ல.

28

“நிறுத்துங்க... நிறுத்துங்க...” என்று ஒலித்த குரலை ரவிதாசனோ, சகுனியோ பொருட்படுத்தும் நிலையில் இல்லை.

நொடியில் வெள்ளியம்பல நடராஜர் நகர்ந்ததும், அதனைத் தொடர்ந்து மயக்கத்தில் இருந்த பாலா சுயநினைவு அடைந்ததும், அவள் உடலில் கவசம் பூக்க ஆரம்பித்ததும், இதனைத் தொடர்ந்து சங்கரும் அவளும் கட்டிப் புரண்டு சண்டையிட்டதுமே அவர்கள் கண் முன்னால் விரிந்திருந்தது. அந்தத் தாக்கமே அவர்கள் உடலில் இருந்த ஒவ்வொரு அணுவிலும் எதிரொலித்துக் கொண்டிருந்தது.

எனவே திடீரென்று அந்த குரலுக்குரிய மனிதன் எப்படி அந்த அறைக்குள் நுழைந்தான் என்பதை அவர்கள் ஆராயவில்லை. இதை அந்த மனிதனும் உணர்ந்திருக்க வேண்டும். எனவே சட்டென்று செயலில் இறங்கினான். பாய்ந்து சென்று சங்கரையும், பாலாவையும் விலக்கினான். தன் இரு கரங்களாலும் அந்த இரு பிள்ளைகளையும் பிடித்து நிறுத்தினான்.

“யாரு... துரியோதனனா..? நீ எப்பப்பா வந்த?” – சுய நினைவு பெற்ற சகுனி, அந்த மனிதனை பார்த்து வியப்புடன் கேட்டார்.

‘‘இப்பதான் சுரங்கம் வழியா வந்தேன் மாமா...’’ என்று கோபத்தை அடக்கியபடி சொன்ன துரியோதனன், கண்களில் அமிலம் தெறிக்க ரவிதாசனை நோக்கி சீறினான். ‘‘முட்டாள்... குந்தி தேசத்து இளவரசிக்கு மயக்க மருந்தை கொடுக்கலையா?’’

“என் கடமைலேந்து என்னிக்கும் நான் தவறினதில்ல...” அழுத்தமாக பதிலளித்தான் ரவிதாசன்.

“அப்ப நான் கடமை தவறினவனா?” திமிறிய பிள்ளைகளை தன் கைகளின் வலுவால் அடக்கியபடி துரியோதனன் கேட்டான்.

“அப்படித்தான் தெரியுது...”

‘‘ரவிதாசா... நீ என்ன சொல்றேன்னு எனக்கு புரியல...’’ இடையில் புகுந்தார் சகுனி.

"எனக்கு புரியுது மாமா... அவன் பையன் சங்கரும் சரிக்கு சமமா பாலாவோட சண்டை போட்டான் இல்லையா? அதைச் சொல்றான்..."

"பரவாயில்லையே... சட்டுன்னு புரிஞ்சுகிட்ட..." துரியோதனனை பார்த்து இகழ்ச்சியுடன் நகைத்த ரவிதாசன் தொடர்ந்தான். "விதுரர் சொல்லி இவங்க நாலு பேரையும் இங்க நீ கூட்டிட்டு வந்ததா மாமா சொன்னார். எந்திரம் மாதிரி இவங்க நின்னதை பார்த்துட்டு தெய்வீக மூலிகையை சுவாசிக்க வைச்சிருக்க போலனு நினைச்சேன்..."

"நினைச்சது என்ன... அதுதான் உண்மை. அப்படித்தான் செஞ்சேன்..."

"அப்புறம் எப்படி சங்கர் இப்படி செஞ்சான்?"

"தெரியல..." துரியோதனனின் குரலில் குழப்பம் தெரிந்தது.

"சரி விடையை அப்புறம் தேடலாம். முதல்ல இவங்க ரெண்டு பேரையும் அடக்குங்க..."

சகுனியின் பேச்சுக்கு இருவரும் கட்டுப்பட்டார்கள். சங்கரை துரியோதனனும், பாலாவை ரவிதாசனும் மீண்டும் மயக்கமடைய வைத்து ஆசனத்தில் படுக்க வைத்தார்கள்.

"இப்ப சொல்லு... போன காரியம் என்னாச்சு?" துரியோதனனை பார்த்து சகுனி கேட்டார்.

"அவ வந்துட்டா..."

"யாரு... பாண்டிய இளவரசியா?" ரவிதாசனின் குரலில் கவலை தெரிந்தது.

"ஆமா. ஆதித்யா அவளை கூட்டிட்டு வந்திருக்கான். ஆனா, அவனோட இரண்டு கைகளும் வெட்டப்பட்டிருக்கு..."

"கிராஃபீன் மனிதனோட வேலையா?" கேட்ட சகுனிக்கு பதில் அளிக்க வாயைத் திறந்த துரியோதனனை இடைமறித்தான் ரவிதாசன்.

"எந்த ஆதித்யா?"

"உன்னோட ஜென்ம சத்ருதான். எந்த ஆதித்த கரிகாலனை நீ கொலை செய்ததா குற்றம் சாட்டப்பட்டு ராஜராஜ சோழனால உற்றார், உறவினர், குடும்பம், குட்டியோட நாடு கடத்தப் பட்டியோ... அந்த ஆதித்த கரிகாலனோட வம்சத்தை சேர்ந்தவன்தான். உன்னைப் பழிவாங்க வந்திருக்கான்..."

"வம்சத்தைச் சேர்ந்தவனா? ஆதித்த கரிகாலனுக்கு எப்ப கல்யாணம் ஆச்சு?"

"ரகசியமா நடந்தது மாமா..." – சகுனிக்கு பதிலளித்த ரவிதாசன், தன் பற்களைக் கடித்தான். "பாண்டிய இளவரசிக்கும், அவனுக்கும் நடந்த காந்தர்வ விவாகம் பத்தி வெளில யாருக்கும் தெரியாது. சரித்திரத்துல பதிவாகாத விஷயம் இது. அப்ப அவன்

விதைச்ச விதை, இப்ப என் மேல பாய காத்திருக்கு. இவனை நான் கவனிச்சுக்கறேன்...”

“இவனை மட்டுமில்ல ரவிதாசா... இன்னும் பல விஷயங்களை நாம சரி பண்ண வேண்டியிருக்கு...” என்று சொன்ன துரியோதனன், ஆழ்ந்த யோசனையுடன் தொடர்ந்தான். “காமதேனுகிட்டேந்து பால் எடுக்கப் போறாங்க. இறந்து போன தன் அப்பாவை பாண்டிய இளவரசி சந்திச்சுட்டா. அவரும் தன் மகளை ஆதி ஆயியான குந்திகிட்ட கூட்டிட்டு போயிருக்கார். நிச்சயம் அடுத்ததா கபாடபுரம் போகப் போறாங்க...”

“இதை நாம எப்படியாவது தடுத்தாகணும் துரியோதனா?”

“அதுக்காகத்தான மாமா நாம போராடிகிட்டு இருக்கோம்... ஆனா, ஒரு விஷயம்தான் புரியலை. கர்ணன் என் நண்பன். கடைசி வரை எனக்காகப் போராடினவன். எனக்காகவே உயிரையும் விட்டவன். அப்படியிருக்கிறப்ப அவனோட கவசத்தை எதுக்காக நம்ம கைக்கு கிடைக்காதபடி பல்லாயிரம் வருஷங்களா என் சித்தி குந்தி பாதுகாத்துட்டு வர்றாங்க? அவங்களுக்கும் கர்ணனுக்கும் என்ன சம்பந்தம்?”

“இதுக்கான விடை ஒருவேளை வைகுண்டம் போயிருக்கிற பரமேஸ்வர பெருந்தச்சனுக்கு கிடைக்கலாம்...” என்று சொன்ன ரவிதாசன், மெல்ல நடந்து துரியோதனனின் அருகில் வந்தான். “நடராஜர் சிலை சுரங்கத்தோட வாசல்னு நினைக்கறேன். கரெக்டா?”

“ஆமா... அதனாலத்தான் சுரங்கத்தோட கதவைத் திறந்ததும் சிலை நகர்ந்தது. இப்ப அதுக்கு என்ன?”

“வேற ஒண்ணும் இல்லை துரியோதனா... சிலை நகர்ந்ததும் எதனால பாலாவோட உடம்புல கவசம் பரவ ஆரம்பிச்சது... சிலைக்கும் இதுக்கும் ஏதாவது தொடர்பு இருக்கானு ரவிதாசன் கேட்கறான்...”

“அதேதான் மாமா...” கண்களில் மரியாதை வழிய சகுனிக்கு பதிலளித்தான் ரவிதாசன்.

“இதுக்கான பதிலை ஆச்சாரியாராலதான் சொல்ல முடியும். ஏன்னா, அவர்தான் இந்த சுரங்கத்தை வடிவமைச்சது...” என்றான் துரியோதனன்.

“யாரு துரோணரா?”

“வேற யாரை நாம ஆச்சாரியார்னு சொல்றோம்? அவரேதான். அவரோட அப்பாகிட்டேந்துதான் இது மாதிரி மர்ம சுரங்கங்கள் அமைக்கவும், சிற்பங்கள்ல ரகசியங்களை செதுக்கவும் துரோணர் கத்துக்கிட்டார்...”

“நமக்கும் இதையெல்லாம் சொல்லிக் கொடுத்தார்னா நல்லா இருக்கும்...” சகுனியின் கண்களில் கனவு விரிந்தது.

“சமயம் வர்றப்ப கத்துத் தர்றதா சொல்லியிருக்கார் மாமா...”

"எனக்கு வேற எதுவும் தெரிய வேண்டாம் துரியோதனா... விமானிகா சாஸ்த்ரா பத்தி மட்டும் தெரிஞ்சா போதும்..."

சகுனி இப்படி சொன்னதும் அதுவரை எந்திர மனிதர்கள் போல் நின்று கொண்டிருந்த ஃபாஸ்ட்டும், சூ யென்னும் கொஞ்சம் அசைந்தார்கள். இதைக் கவனித்த ரவிதாசனின் புருவங்கள் உயர்ந்தன. விமானிகா சாஸ்த்ரா குறித்து அந்த ஜெர்மானியன் துருவித் துருவி தன்னிடம் விசாரித்ததும் அதற்காகவே தன் மகனை ஸோம்பியாக அவன் மாற்றியதும் நிழல்படங்களாக விரிந்தன. அப்படியானால் இருவரும் மயக்கத்தில் இல்லையா? நாம் பேசுவதை கவனித்தபடிதான் இருக்கிறார்களா?

எழுந்த சந்தேகத்தை உறுதிப்படுத்திக் கொள்வதற்காக சகுனியிடம் அந்தக் கேள்வியை ரவிதாசன் கேட்டான். "துரோணரோட அப்பா பேரு என்ன மாமா..? சட்டுன்னு நினைவுக்கு வர மாட்டேங்குது..."

கேட்ட ரவிதாசனை சகுனியும், துரியோதனனும் உற்றுப் பார்த்தார்கள். சின்னச் சின்ன விஷயங்களைக் கூட மறக்காதவன், ஆச்சாரியாரின் அப்பா பெயரை எப்படி மறப்பான்? கண்களால் அவர்கள் எழுப்பிய வினாவுக்கு தன் பார்வையாலேயே ரவிதாசன் பதில் அளித்தான். அதைப் புரிந்து கொண்டதற்கு அறிகுறியாக துரியோதனன் வாய் திறந்தான்.

"பரத்வாஜ மகரிஷிதான் துரோணரோட அப்பா..."

அடுத்த விநாடி ஃபாஸ்ட்டும், சூ யென்னும் காற்றில் கரைந்தார்கள்.

"ஆச்சி... தாரா என் பொண்ணுதான்..." – பெரியவர் மென்று விழுங்கினார்.

"அப்ப ஸ்கேன் ரிசல்ட் பொய் சொல்லுதா?" மகா மேருவை காண்பித்தபடி குந்தி சீறினாள்.

"எனக்கும் அதுதான் புரியலை ஆச்சி... கோட்டை வாசல்ல தன் அடையாளத்தை காட்டினாளே..?"

"எது? நகங்கள் உரசி கை எரிஞ்சதை சொல்றியா?"

கேட்ட குந்தியை பரிதாபமாகப் பார்த்தவர் குழப்பத்துடன் தாராவை ஏறிட்டார். அவள் முகத்தில் கோபம், ஆற்றாமை, அதிர்ச்சி என சகலமும் தாண்டவமாடிக் கொண்டிருந்தது. என்ன நடக்கிறது என்றே தெரியாமல் பிரமை பிடித்து நின்றிருந்தாள். குந்தியின் விரல் அடையாளங்கள் தாராவின் கன்னத்தில் அழுத்தமாகவே பதிந்திருந்தன.

"என்ன பேசாம நிக்கற?"

"அது வந்து ஆச்சி..."

"என்ன வந்து... போயின்னு... மகள் பாசம் கண்ணை மறைச்சிடுச்சா? எல்லாம் தெரிஞ்ச நீயே இப்படி பண்ணலாமா?"

பதில் சொல்லாமல் தலை குனிந்தார். தாராவை அலசியபடியே குந்தி தொடர்ந்தாள். "பல்லாயிரம் வருஷங்களா நாம ரகசியத்தை பொத்திப் பொத்தி பாதுகாத்துட்டு இருக்கோம். கர்ணன் என் பையன்தாங்கறது இதுவரைக்கும் கவுரவர்களுக்கு கூட தெரியாது. ஏன் பஞ்ச பாண்டவர்களுக்கே குருக்ஷேத்திரப் போர்ல இறந்த சொந்தக்காரங்களுக்கு அவங்க ஈமச்சடங்கு செய்யறப்பத்தான் தெரியும். அப்பத்தான் 'கர்ணனுக்கும் சேர்ந்து பண்ணுங்க... அவன்தான் என் மூத்த மகன்'னு சொன்னேன். அந்தளவுக்கு மகன் பாசத்தை மறைச்சு ரகசியத்தை காப்பாத்திட்டு வர்றேன். நீ என்னடான்னா மகள் பாசத்துல எல்லாத்தையும் வெட்ட வெளிச்சமாக்கற..."

"மன்னிச்சிருங்க ஆயி..."

"இதை சொல்லிட்டா போதுமா? என்ன சொன்ன... அடையாளமா... முட்டாள். மகாபாரத காலத்துல நிறைய பேரு கவசத்தோட இருந்திருக்காங்க. பிறந்திருக்காங்க. அவங்க எல்லாரும் ஒண்ணா? காரணத்தோடதான 'குண்டலங்கள் அணியப்பட்ட குண்டலங்களா அல்லது பிறவிக் குண்டலங்களா'னு ஆராயச் சொல்லி பெரியவங்க சொல்லியிருக்காங்க... யுயுத்ஸு கூட உடம்போட ஒட்டிய கவசத்தோட பிறந்தவன்தான். அவ்வளவு ஏன், திரௌபதியோட அண்ணன் த்ருஷ்டத்யும்னன் கூட கவசத்தோட ஜனிச்சவன்தான..? பாஞ்சாலியோட அக்னிலேந்து ஒண்ணா அவனும் வந்தப்ப பூரண கவசத்தோடதான இருந்தான்..?"

சட்டென்று பெரியவரின் கண்கள் பளிச்சிட்டன. எந்த சூழலிலும் எந்தவொரு ரகசியத்தையும் மூன்றாம் மனிதர்கள் முன்னால் மட்டுமல்ல, நெருங்கியவர்கள் இருக்கும்போது கூட குந்தி தேவி பேசியதில்லை. அப்படிப்பட்டவர் இப்போது தாராவின் முன்னால் பல உண்மைகளை சர்வசாதாரணமாக போட்டு உடைக்கிறார் என்றால் ஏதோ விஷயம் இருக்க வேண்டும். கிருஷ்ணா... உன் ஆசி வேண்டும். எல்லாம் நன்மையில் முடிய வேண்டும்...

மனதுக்குள் பிரார்த்தனை செய்தவர், குந்தி இழுத்த இழுப்புக்கு வளைந்தார். "புரியுது ஆயி..."

"என்ன புரியுது? கர்ணன்ங்கிற பேர்ல என் மகன் மட்டுமா இருந்தான்? கவுரவர்கள் நூறு பேர். அதுல ஒருத்தன் பேரு கூட கர்ணன்தான். அப்ப அந்த கர்ணனும் என் மகனும் ஒண்ணா? என் மூத்த மகன் பேரு வசுசேனன். அவனை வளர்த்தவர் விகர்த்தனன். தேரோட்டியா இருந்தவர் கூடவே 'அதிரதன்' பதவியை வகிச்சதால அவரை மரியாதையா அதிரதன்னு கூப்பிட்டாங்க. ஆனா, அவரோட உண்மையான பேரு விகர்த்தனன்தானே?"

"ஆமா ஆயி..."

"அதனாலத்தானே என் மகனுக்கு 'வைகர்த்தன்'னு இன்னொரு பேரும் இருந்தது..."

"ஆமா ஆயி..."

"உண்மை இப்படி இருக்கிறப்ப கை எரிஞ்சதை வைச்சு மட்டும் இவ உன் மகள்னு சொல்லலாமா?"

"தப்புதான் ஆயி. நீங்களே வேற சோதனை வைங்க..."

"வைக்கத்தானே போறேன்..." என்று மர்மமாக சிரித்த குந்தி, தாராவை அப்படியே தன் இரு கைகளாலும் தூக்கி சாம்பிராணியின் மீது வீசினார்.

அடுத்த நொடி, சாம்பிராணி ஹோம குண்டமாக மாறி பற்றி எரிந்தது. அந்த நெருப்பில் தாரா விழுந்தாள். பெரியவரை பார்த்தபடி குந்தி சொன்னார்...

"இவதான் திரௌபதியோட அம்சமான்னு இப்ப தெரிஞ்சுடும்..."

29

"இன்னும் சில நிமிடங்கள்ல நாம வைகுண்டத்தை அடைஞ்சுடுவோம். ஆயி சொன்னது நினைவுல இருக்கட்டும்..." – காற்றில் பறந்தபடியே மற்ற எட்டு பேரையும் பார்க்காமல் குள்ள மனிதன் சொன்னான்.

"ம்..." என்ற உயரமான மனிதனின் பெருமூச்சில் ஆதங்கம் வெளிப்பட்டது.

"இன்னும் அதை மறக்கலையா?" மத்திம மனிதன் கேட்டான்.

"எப்படி மறக்க முடியும்? ஃபாஸ்ட்டும், சூ யென்னும் நம்ம கையால சாக வேண்டியவங்க. அவங்களை நாம விதுரர்கிட்ட ஒப்படைச்சிருக்கக் கூடாது..."

"கவலப்படாத. அவங்க இன்னும் சாகல..." என்ற குள்ள மனிதன் அலட்சியத்துடன் சிரித்தான். "என்னிக்கி இருந்தாலும் அவங்க மரணம் நம்ம கைலதான்..."

புரிந்ததற்கு அறிகுறியாக மற்றவர்கள் தலையசைத்தார்கள். காற்றில் பறந்த அந்த ஒன்பது பேரின் செவிகளிலும் 'ஓம் நமோ நாராயணா' என்ற நாதம் தேனாகப் பாய்ந்தது.

மூடியிருந்த சொர்க்க வாசலுக்கு அருகில் பயபக்தியுடன் இறங்கினார்கள்.

அவர்களுக்கு முன்பே அங்கு வந்து சேர்ந்திருந்த ஒரு மனிதர், கைகட்டி சொர்க்க வாசல் திறப்பதற்காகக் காத்திருந்தார். அவருக்குப் பின்னால் அந்த ஒன்பது பேரும் வரிசையில் நின்றார்கள்.

"நிக்கறது யாருன்னு தெரியுதா?" மத்திம மனிதன் கிசு கிசுத்தான்.

"ம்... இந்த இடத்துல எந்த அசம்பாவிதமும் கூடாது. அமைதியா இரு..." என்றான் குள்ள மனிதன்.

இவர்களின் உரையாடலை ஆமோதிப்பது போல் முன்னால் நின்று கொண்டிருந்த அந்த மனிதர் திரும்பிப் பார்த்து புன்னகைத்தார்.

அவர், பரமேஸ்வர பெருந்தச்சன்.

பெரியவர் சுதாரிப்பதற்குள் எல்லாம் நடந்து முடிந்துவிட்டது. தாராவைத் தூக்கி சாம்பிராணியில் குந்தி வீசியதும், அந்த சாம்பிராணி ஹோமகுண்டமாக மாறியதும் இமைக்கும் நேரத்தில் நடந்துவிட்டது. சுள்ளியைப் போல் அதில் விழுந்த தாரா, பற்றி எரிந்தாள்.

ஆனால், கருகவில்லை. தாராவின் உடல் நெருப்பில் விழுவதற்கு முன்பு எப்படியிருந்ததோ அப்படியேதான் தீயில் வீசியெறியப்பட்ட பிறகும் இருந்தது. ஜொலித்தது. இலவம்பஞ்சு மெத்தையில் ஓய்வெடுப்பதுபோல் அக்னியில் படுத்திருந்தாள்.

'அப்பாடா... வந்திருப்பது என் மகள்தான். குந்தி தேவி வைத்த சோதனையில் ஜெயித்துவிட்டாள்...' என்று துள்ளிய அவர் உள்ளம் அடுத்த நொடியே திடுக்கிட்டது. காரணம், தாராவின் இதயத்துக்குக் கீழிருந்த பகுதி மட்டும் நெருப்பில் பொசுங்க ஆரம்பித்தது. அதனால் ஏற்பட்ட வேதனையில் தாரா துடித்தாள். அலறினாள்.

'கிருஷ்ணா... இதென்ன சோதனை..? தீயில் பிறந்த என் மகளின் உடலை அக்னி தீண்டுகிறதே... பெற்ற தாயே தன் குழந்தையின் அங்கங்களை வெட்டுவது போல் அல்லவா இருக்கிறது? அப்படியானால் இவள் தாரா இல்லையா? ஆனால்... ஆனால்... மற்ற உறுப்புகள் எரியவில்லையே... அந்த ஓர் இடம் மட்டும்தானே பஸ்பமாகிறது... இதெப்படி சாத்தியம்..?'

பகவானை பிரார்த்தனை செய்தபடியே இயலாமையுடன் குந்தியை ஏறிட்டார். குந்தியின் முகம் இறுகியிருந்தபோதும், பார்வை மட்டும் தாராவின் இதயத்துக்குக் கீழேயே நிலை குத்தி நின்றது.

குறிப்பிட்ட அந்த இடத்தை தன் கண்களால் ஸ்கேன் செய்த குந்திக்கு விபரீதம் புரிந்தது. அருகில் சென்றாள். பார்வையாலேயே ஸ்கேன் செய்த பகுதியை பெரிது படுத்தினாள். பின்னர் தன் இரு கைகளையும் ஹோமகுண்டத்தினுள் நுழைத்தாள்.

குந்தியின் பத்து விரல்களும் பத்து இரும்பு ஊசிகளாக மாறின. தன் கரங்களை தாராவுக்கு அருகில் கொண்டு சென்றாள். அவள் தலையை தன் உள்ளங்கையால் ஆறுதலாகத் தடவினாள்.

இதனையடுத்து தாராவின் அலறல் நின்றது. வேதனை குறைந்தது. ஆனால், முன்பை விட அதிகமாக அவள் இதயத்தின் கீழ்ப் பகுதி இப்போது எரிய ஆரம்பித்தது.

குந்தி துரிதமாகச் செயல்பட்டாள். இரும்பு ஊசியாக மாறியிருந்த தன் ஆள்காட்டி விரலினால் தாராவின் கழுத்திலிருந்து வயிறு வரை கோடு போட்டாள். சதைகள் பிரிந்தன. குருதி பொங்கியது. தயக்கமின்றி தன் வலக்கை ஆள்காட்டி விரலையும், நடுவிரலையும் அவளது வயிற்றுக்குள் நுழைத்தாள்.

இரும்பு ஊசியாக மாறியிருந்த அந்த இரு விரல்களும் நீரில் மீன் நீந்துவதுபோல் தாராவின் உடலுக்குள் நுழைந்தன. சரியாக எந்த உறுப்பு தீயில் எரிந்து கொண்டிருந்ததோ அந்த உறுப்பின் அருகில் சென்றதும் அந்த ஊசிகள் நின்றன.

சுயநினைவுடன் இருந்த தாரா பிரமிப்புடன் நடப்பதைப் பார்த்துக் கொண்டிருந்தாள். குந்தியின் விரல்கள் நிகழ்த்திய மந்திரஜாலம் ஸ்படிகம் போல் துல்லியமாகத் தெரிந்தது. கிட்டத்தட்ட அவள் இருந்த அதே நிலையில்தான் அவள் தந்தையும் இருந்தார்.

அவர்கள் இருவரையும் ஏறிட்டுப் பார்க்காமல் அடுத்தகட்ட நடவடிக்கையில் குந்தி இறங்கினாள். தன் இரு விரல்களாலும் எரிந்து கொண்டிருந்த தாராவின் உறுப்பை இடுக்கி போல் பிடித்து அதை வெளியே எடுத்தாள். தரையில் வீசினாள். பின்னர் தன் உடலில் இருந்து ஒரு நரம்பை எடுத்து, ஊசியாக மாறியிருந்த தன் விரலில் கோர்த்தாள். பிரிந்த தாராவின் சதைகளை வயிற்றிலிருந்து கழுத்து வரை தைத்தாள்.

தையல் போட்டு முடிந்ததும் அந்தப் பகுதியை தன் உள்ளங்கையால் தடவினாள். தழும்பு மறைந்தது. உடனே குழந்தையைத் தூக்குவது போல் தாராவை அக்னியிலிருந்து தூக்கி தரையில் இறக்கினாள்.

“இப்பத்தான் இவ உன் பொண்ணு...” என்று குந்தி சிரித்தாள்.

ஆனால், பெரியவரின் முகத்தில் நிம்மதியோ சிரிப்போ இல்லை. அச்சத்துடன் “ஆயி... இங்க பாருங்க...” என்று அவர் சுட்டிக் காட்டிய இடத்தை குந்தி மட்டுமல்ல, தாராவும் பார்த்தாள்.

அங்கே ஒரு மனிதன் இறந்து கிடந்தான்.

“கெமிக்கல் மனிதன்...” என்று உதட்டைச் சுழித்த குந்தி, “இவன்தான் தாராவோட உடம்புக்குள்ள இருந்தவன். அவளோட மரபணுவை கொஞ்சம் கொஞ்சமா மாத்தினவன். அதனாலதான் இவன் இருந்த இடம் தீப்பிடிச்சு எரிஞ்சுது...” என்றாள்.

“மைகாட்... இவன் எப்படி என் உடம்புக்குள்ள புகுந்தான்..?” அதிர்ச்சியுடன் கேட்டாள் தாரா.

“பரமேஸ்வர பெருந்தச்சன் மூலமா. மும்பை ஆபீஸ்ல நீ சேர்ந்ததும் சில ஃபைல்ஸ் பார்த்த இல்லையா?”

“ஆமா...”

“அந்த ஃபைல்ஸோட நுனியில ரசாயனமா இவனை மாத்தி பரமேஸ்வரன் தடவியிருந்தான். பேப்பரை புரட்ட அந்த இடத்தைத்தான் நீ தொட்ட. உடனே உன்னோட நகக்கண் வழியா உள்ள புகுந்துட்டான்...”

“இதனால என்ன லாபம் ஆயி?” – கேட்ட தாராவின் தந்தையைப் பார்த்து குந்தி சிரித்தாள்.

“அப்பத்தானே உன் பொண்ணு எரிஞ்சு சாம்பலாவா... நெருப்பு மகளான இவளை சாதாரணப் பெண்ணா மாத்தினா தானே பரமேஸ்வரனுக்கு லாபம்?”

புரிந்து கொண்டதற்கு அறிகுறியாகத் தலையசைத்தார் பெரியவர்.

“இனிமே பிரச்னையில்ல. ஆதித்யாவோட கைகளை தாரா இணைச்சுடுவா...” என்றபடி மகாமேருவின் அருகில் சென்று அங்கிருந்த ஆதித்யாவின் வெட்டுப்பட்ட கரங்களை எடுத்தாள்.

“வா...” என்று தாராவை அழைத்துக் கொண்டு அந்த அறையைவிட்டு வெளியே வந்தாள். பெரியவர் வழிகாட்ட, மூவரும் பக்கத்தில் இருந்த அறைக்கு சென்றார்கள். அங்கிருந்த மேடையில் சுயநினைவற்று ஆதித்யா படுத்திருந்தான்.

அவன் அருகில் சென்ற ஆயி, வெட்டுப்பட்ட கரங்களை தாராவிடம் கொடுத்தாள்.

“இணைச்சுடு...”

“எப்படி...?” என்று திணறிய தாராவின் வலது கை நடுவிரலை நீவியபடி ஒரு அழுத்து அழுத்தினாள். அடுத்த கணம், அந்த இடத்திலிருந்து வெல்டிங் மிஷின் போல் நெருப்பு சீறியது. இதன் பிறகு தாராவுக்கு விளக்கம் தேவைப்படவில்லை.

எந்த இடத்தில் ஆதித்யாவின் கைகள் வெட்டுப்பட்டதோ அந்த இடத்தில் துண்டான கரங்களை வைத்தாள். தன் நடுவிரலில் இருந்து சீறிய நெருப்பைக் கொண்டு அதை இணைத்தாள்.

இதற்குள் பெரியவர் ஒரு மண்சட்டியைக் கொண்டு வந்திருந்தார். அதிலிருந்த மூலிகைச் சாறை எடுத்து இணைத்த பகுதியில் தடவுமாறு குந்தி கட்டளையிட்டாள். தாராவும் அப்படியே செய்தாள்.

வெட்டுப்பட்டதற்கான எந்த அறிகுறியும் இன்றி ஆதித்யாவின் இரு கைகளும் பழைய நிலைக்கு வந்திருந்தன.

“இனி பிரச்னையில்ல. மயக்கம் தெளிய மட்டும் கொஞ்சம் நேரமாகும்...” என்ற குந்தியின் பார்வை தாராவின் முகத்தில் படிந்தது. “என்ன விஷயம்? தயங்காம கேளு...”

“இப்ப நான் செஞ்சது இரும்பை இணைக்கிறா மாதிரிதானே?”

“ஆமா...”

“அப்ப ஆதித்யாவோட உடம்பு இரும்பா?”

“அப்படி மாத்தியிருக்கோம்...”

“புரியலை...”

“கிராஃபீன் மனிதனை எதிர்க்கணும்னா அதுக்குத் தகுந்தா மாதிரி உடம்பு மாறணும். அதனாலத்தான் இந்த வாழை இலை மேல அவனை படுக்க வைச்சோம். பூமில நிறைய வாழை மரங்களை பார்த்திருப்ப. அதுல குலை தள்ளிய வாழைக்குள்ள

பத்து நாள் தொடர்ந்து ஒரு இரும்புக் கடப்பாரையை வைச்சா, பதினோராவது நாள் அதை குச்சி மாதிரி சுலபமா வளைக் கலாம். அந்தளவுக்கு இரும்போட தன்மையை வாழைச்சாறு நீர்த்துப் போகச் செய்துடும். கிட்டத்தட்ட திரிசங்கு சொர்க் கத்துல விளைகிற வாழையும் அப்படித்தான். என்ன... இது குச்சியைக் கூட இரும்பா மாத்தும்..." என்று சொன்ன குந்தி, பெரியவரின் பக்கம் திரும்பினாள்.

"போய் ருத்ரனை கூட்டிட்டு வா..."

"இதோ..." என்று முன்பே திரிசங்கு சொர்க்கத்துக்கு வந்து சேர்ந்திருந்த ருத்ரனை அழைக்க பெரியவர் சென்றார். அவன் இருந்த அறைக்கதவு மூடியிருந்தது. தட்டினார். திறக்கவில்லை. பலம் கொண்டு கதவை அழுத்தினார். திறந்தது.

"ருத்ரா... ருத்ரா..." என்று அழைத்தபடி உள்ளே நுழைந் தவர் அதிர்ந்து போனார்.

காரணம், ருத்ரன் அங்கே பிணமாகக் கிடந்தான். அவன் மார்பில் இந்திரனின் வஜ்ராயுதம் பாய்ந்திருந்தது. பூமியி லிருந்து அவன் எடுத்து வந்த கர்ணனின் இதயத்தைக் காண வில்லை.

விஷ்ணு சகஸ்ரநாமத்தை உச்சரித்தபடி அம்புப்படுக் கையில் படுத்திருந்த பீஷ்மர், அரவம் கேட்டு கண்க ளைத் திறந்தார். புன்னகையுடன் அவரது தலைக்கு அருகில் கிருஷ்ணர் நின்று கொண்டிருந்தார்.

கண்களால் அவரை வணங்கிய பீஷ்மர், "என்ன விஷயம் கிருஷ்ணா..." என்றார்.

குனிந்து அவர் காதில் கிருஷ்ணர் ஏதோ சொன்னார். கேட்டவரின் கண்கள் விரிந்தன. புரிந்து கொண்டதற்கு அறி குறியாகத் தலையசைத்தார். மறுகணம் அவர் கையில் ஒரு பொருளை ஒப்படைத்துவிட்டு கிருஷ்ணர் மறைந்தார்.

அந்தப் பொருளைப் பெற்றுக் கொண்ட பீஷ்மர், கண் கலங்க அதை தன் மார்பின் மீது வைத்தார். விஷ்ணு சகஸ்ர நாமத்தை மீண்டும் உச்சரிக்க ஆரம்பித்தார்.

அந்தப் பொருள் பிரும்மாஸ்திரம். குருக்ஷேத்திரப் போரின் இறுதியில் பாண்டவர்களை அழிப்பதற்காக அஸ்வத்தாமன் ஏவிய ஆயுதம். ஆனால், அதை திரும்பப் பெறும் வித்தை அவனுக்குத் தெரியாது. எனவே கிருஷ்ணர் அந்த ஆயுதத்தின் திசையை மாற்றி பாண்டவர்களைக் காப்பாற்றியிருந்தார்.

ஆனால், அந்த ஆயுதம் இன்னமும் பாண்டவர்களைப் பழிவாங்கக் காத்திருந்திருக்கிறது என்ற விபரம் கிருஷ்ணரையும், பீஷ்மரையும் தவிர வேறு யாருக்கும் தெரியாது.

30

“வைகுண்டத்தோட கதவு எப்ப வேணா திறக்கலாம்...” – வரிசையில் கடைசியாக நின்று கொண்டிருந்த குள்ள மனிதன், தனக்கு முன்னால் நின்றிருந்த மத்திம மனிதனின் காதில் வேறு யாருக்கும் கேட்காதபடி முணுமுணுத்தான்.

“ம்...” என்று சொன்ன மத்திம மனிதன், ஓரப் பார்வையால் குள்ள மனிதனைப் பார்த்தான்.

இருவரும் கண்களால் பேசிக் கொண்டார்கள். புரிந்து கொண்டதற்கு அறிகுறியாக மத்திம மனிதன் தலையசைத்தான். அதன்பிறகு அவன் பார்வை, சொர்க்க வாசலுக்கு முன்னால் நின் றிருந்த பரமேஸ்வரப் பெருந்தச்சனின் மீதே பதிந்திருந்தது.

காலத்தின் அளவுகள் நேரத்தின் அளவுகோலில் கடந்தபடி இருந்தது. இன்னும் சில விநாடிகளில் வைகுண்டத்தினுள் நுழைவ தற்கான கதவு திறந்துவிடும். அதற்குள் விரும்பியபடி விஷயம் முடிந்துவிட வேண்டுமே என்று மத்திம மனிதனின் மனது அடித் துக் கொண்டது. ‘கிருஷ்ணா... உன்னைத் தவிர வேறு யாராலும் காப்பாற்ற முடியாது. தயவுசெய்து உதவி செய்...’

அவன் பிரார்த்தனை வீண்போகவில்லை. சரியாக சொர்க்க வாசலின் கதவை விஷ்வக்சேனர் திறப்பதற்கு அரை நொடிக்கும் குறைவான நேரத்தில், பரமேஸ்வரப் பெருந்தச்சன் தன் தலையைத் திருப்பி பின்னால் இருந்தவர்களைப் பார்த்துப் புன்னகைத்தார்.

அந்த இமைப்பொழுது மத்திம மனிதனுக்கு போதுமானதாக இருந்தது. தன் கூட்டாளிகள் உட்பட யாரும் அறியாவண்ணம் செய்ய வேண்டியதைச் செய்து முடித்தான்.

அதற்குள் வைகுண்டத்தின் கதவு திறக்கவே, பயபக்தியுடன் பரமேஸ்வரப் பெருந்தச்சன், தன் வலது காலை எடுத்து வைத்து நுழைந்தார்.

“நீங்களும் கூடவே வாங்க...” – என ஒன்பது பேரையும் பார்த்து மகாவிஷ்ணுவின் தளபதியான விஷ்வக்சேனர் கட்டளையிட்டார்.

“இதை என்னால ஏத்துக்க முடியாது. முதல்ல வந்தவன் நான்தான். அதனால நான் தரிசனம் முடிஞ்சு வந்ததும் இவங்க உள்ள போகட்டும்...” – கண்களில் சீற்றத்துடன் சொன்ன பரமேஸ்வரப் பெருந்தச்சனை அலட்சியமாகப் பார்த்தார் விஷ்வக்சேனர்.

“பகவான் விஷ்ணுவை தரிசிக்க நீங்க வரலை. அதுக்கு உங்களுக்கு அனுமதியும் கிடைக்கலை. நீங்க பத்து பேரும் வந்தது பீஷ்மரைப் பார்க்க. அதனால ஒரே நேரத்துல உங்களை கூட்டிட்டு வரச் சொல்லித்தான் உத்தரவு. சம்மதம்னா வாங்க. இல்லைன்னா...” – என்றபடியே சொர்க்க வாசலின் கதவை மூட முயன்றார்.

“எங்களுக்கு ஒண்ணும் பிரச்னையில்லை...” என்ற குள்ள மனிதன், தனக்கு முன்னால் திமிறிக் கொண்டிருந்த மத்திம மனிதனை அடக்கியபடி தன் ஆட்களுடன் வைகுண்டத்தினுள் நுழைந்தான்.

பரமேஸ்வர பெருந்தச்சனுக்கு இதை ஏற்பதைத் தவிர வேறு வழி தெரியவில்லை. அனைவருமே நிலைப்படியை குனிந்து முத்தமிட்டார்கள். பக்தி சிரத்தையுடன் வைகுண்டத்தில் நுழைந்தார்கள்.

“இந்தப் பக்கமா வாங்க...” என்ற விஷ்வக்சேனரை அனைவரும் தொடர்ந்து சென்றார்கள். ஐந்து நிமிட நடைபயணத்துக்குப் பின் பீஷ்மர் இருக்கும் இடத்தை அடைந்தார்கள்.

அம்புப் படுக்கையில் படுத்திருந்த பிதாமகர், அவர்களைப் பார்த்துப் புன்னகைத்தார்.

பத்து பேரும் சாஷ்டாங்கமாக அவரை நமஸ்கரித்துவிட்டு சுற்றிலும் கைகட்டி நின்றார்கள். அவர் தன் இரு கைகளாலும் ஏந்தியிருந்த, அஸ்வத்தாமனால் பாண்டவர்களை அழிக்க ஏவப்பட்ட பிரும்மாஸ்திரத்தை ஒரு கணம் பார்த்தார்கள்.

“பாரத நாடு என்று எந்த மன்னனின் பெயரால் இந்தியா அழைக்கப்படுகிறதோ, அந்த பரத மன்னனின் பேரனுக்கு வணக்கம்...” என்று வணங்கினார் பரமேஸ்வர பெருந்தச்சன்.

“கங்கையின் புதல்வருக்கு நமஸ்காரம்...”

“அரசியலை பிரகஸ்பதியிடமிருந்து கற்ற ஜாம்பவானுக்கு வந்தனம்...”

“வேதங்களை வசிஷ்டாிடம் கற்ற முதல் மாணவரின் பாதங்களைப் பணிகிறேன்...”

“வில்வித்தையை பரசுராமரிடமிருந்து கசடறக் கற்ற மூத்தோரின் இதயக் கமலங்களைத் தொட்டு வணங்குகிறேன்...”

“தான், விரும்பும் நாளில், விரும்பிய நேரத்தில் மரணத்தைத் தழுவும் வகையில் ‘இச்சா மரண’ வரத்தைப் பெற்றிருக்கும் பெரியவரை பூஜிக்கிறேன்...”

இப்படி பத்து விதமாக பத்துப் பேரும் பீஷ்மரை வணங்கினார்கள். மௌனமாக எல்லாவற்றையும் ஏற்றவர், பரமேஸ்வரப்

பெருந்தச்சனை உற்றுப் பார்த்தார். அவர் கண்கள் சட்டென்று ஒளிர்ந்தன. இதைப் பார்த்து மத்திம மனிதன் இருப்புக் கொள் ளாமல் தவித்தான்.

“நீதான் முதல்ல வந்த இல்லையா? அதனால உனக்குத்தான் முதல்ல வரம் தரணும்... சொல்லு பரமேஸ்வரா... என்ன விஷ யமா என்னைப் பார்க்க வந்த..?”

பரமேஸ்வரப் பெருந்தச்சன் பதில் சொல்வதற்குள் மத்திம மனி தன் திமிறினான். “இல்ல... இல்ல...” என அலறினான்.

“உஷ்... இந்த இடத்துல பிரச்னை கூடாது. பேசாம இரு...” என அவனை அடக்கினான் குள்ள மனிதன். இதைப் பார்த்த பரமேஸ் வரப் பெருந்தச்சனின் முகத்தில் எதையோ சாதித்த உணர்வு. கைக ளால் தன் வாயைப் பொத்தியபடி பீஷ்மரை நோக்கிக் குனிந்தார்.

“உங்க முன்ஜென்மக் கதை திரும்பவும் அரங்கேறப் போகுது பிதாமகரே... இதை நீங்க அனுமதிக்கக் கூடாது...”

பீஷ்மரின் உதடுகளில் புன்னகை பூத்தது. “புரியலையே பர மேஸ்வரா...”

“விளக்கமாவே சொல்றேன் பீஷ்மரே... இயற்கையோட ஒவ் வொரு அம்சத்தையும் பிரதிபலிக்கிற அஷ்ட வசுக்களோட தலை வரா நீங்க இருந்தீங்க. ‘பிரபாஸ்’ங்கிறது உங்க பேரு...”

“அதுக்கென்ன இப்ப?”

“இருக்கு பிதாமகரே... அதைத்தான் சொல்ல வர்றேன். உங்க மனைவி நந்தினி ஆசைப்பட்டாங்கன்னு வசிஷ்ட மகரிஷிகிட்ட இருந்த பசுவைத் திருடினீங்க... அதுக்கு உங்க குழுவைச் சேர்ந்த வங்களும் உதவினாங்க...”

“ம்...”

“இந்த விஷயம் தெரிஞ்சதும் வசிஷ்டர் கோபமானார். செய்த தவறை ஒத்துக்கிட்டு எட்டுப் பேரும் மன்னிப்பு கேட்டீங்க... ஏழு பேரை மன்னிச்ச வசிஷ்டர் உங்களுக்கு மட்டும் நீண்ட காலம் பூமில வாழறா மாதிரி சாபமிட்டார்...”

“ம்...”

“நீங்க எட்டுப் பேரும் சாந்தனுவுக்கும், கங்கைக்கும் பிள் ளைகளா பிறந்தீங்க... ஏழு பேருக்கு உடனடி சாப விமோசனம் கிடைச்சது. அஷ்ட வசுக்களோட தலைவரான உங்களுக்கு மட்டும் இன்னும் விமோசனம் கிடைக்கல...”

பரமேஸ்வரப் பெருந்தச்சன் இப்படிச் சொன்னதும் பீஷ்மரின் புருவங்கள் ஏறி இறங்கின. சட்டென்று தன் தவறைப் புரிந்து கொண்டார் பரமேஸ்வரர். “மன்னிக்கணும் பிதாமகரே... நீங்க ‘இச்சா மரண’ வரத்தைப் பெற்றவர். பாண்டவர் – கௌரவர் களுக்கு இடையிலான யுத்தம் இன்னும் முடியல. கர்ணனோட கவசம் தொடர்பா இப்பவும் பங்காளிங்களுக்குள்ள சண்டை நடந்

துகிட்டு இருக்கு. அதனால இன்னும் நீங்க மரணத்தைத் தழு வாம இருக்கீங்க...'' என்று பதற்றத்துடன் சொல்லி முடித்தார்.

''எதுக்காக இதையெல்லாம் சொல்ற பரமேஸ்வரா?''

''காரணமிருக்கு பீஷ்மரே... அந்தக் கதையை இவங்க இப்ப தொடர ஆரம்பிச்சிருக்காங்க. அதுக்குக் காரணம், கர்ண னோட அம்மாவான குந்தி. ஆதி ஆயியா இருக்கிற அவங்க திரிசங்கு சொர்க்கத்துல இருந்துகிட்டு இவங்களை ஆட்டிப் படைக்கிறாங்க. எந்த வசிஷ்டர் மனமுவந்து தன்கிட்ட இருந்த காமதேனுவை விஸ்வாமித்திரர்கிட்ட கொடுத்தாரோ, அந்த காமதேனுகிட்டேந்து பால் எடுக்க இப்ப முயற்சி நடக்குது. பழைய வரலாறு புதிய வடிவத்துல திரும்புது. இதன் மூலமா இன்னொரு பீஷ்மரை உருவாக்க நினைக்கிறாங்க. இதை நீங்க அனுமதிக்கக் கூடாது...''

''நான் என்ன செய்யணும்னு நினைக்கிற?''

''பாண்டவர்களை அழிக்க அஸ்வத்தாமன் ஏவின பிரும்மாஸ் திரம் உங்க கைல இருக்கு. அதை என்கிட்ட கொடுக்கணும்...''

''கொடுக்காதீங்க...'' என்று கத்தினான் மத்திம மனிதன்.

பீஷ்மரின் தலைப்பக்கம் நின்றிருந்த விஷ்வக்சேனரின் முகம் அனலைக் கக்கியது. ''இது பூலோகம் இல்ல... வைகுண்டம். இங்க சண்டை போடவோ, கத்தவோ யாருக்கும் அனுமதியில்ல. மௌனமா இருக்கறதுன்னா இரு... இல்லைன்னா வெளில போ...'' என கர்ஜித்தார்.

''மன்னியுங்கள்...'' என பற்களைக் கடித்தபடி மத்திம மனிதன் அமைதியானாலும், இருப்புக் கொள்ளாமல் தவித்தான்.

''ம்...'' என ஒரு கணம் கண்களை மூடி பிரார்த்தித்த பீஷ்மர், பிறகு இமைகளைத் திறந்தார். ''மறுக்க முடியாத நிலைல நான் இருக்கேன்... எல்லாம் கிருஷ்ணரோட விளையாட்டு. நடக்க றதும், நடக்கப் போவதும் அவன் செயல்... இதைத் தடுக்க நான் யார்...'' என்றபடி பிரும்மாஸ்திரத்தை பரமேஸ்வரப் பெருந்தச் சனிடம் கொடுத்தார்.

இதைப் பார்த்த மற்றவர்கள் அதிர்ந்தார்கள். 'இவ்வளவு கஷ் டப்பட்டு வைகுண்டம் வந்தது இதற்குத்தானா' என உள்ளுக்குள் புழுங்கினார்கள்.

''இப்ப நீங்க சொல்லுங்க... என்ன விஷயமா என்னைப் பார்க்க வந்தீங்க?'' – கேட்ட பீஷ்மரை ஏறிட்ட ஒன்பது பேரின் கண்களிலும் எதையோ பறிகொடுத்த துன்பம் அப்பட்டமாகத் தெரிந்தது.

''சும்மாதான் வந்தோம்...'' உயரமான மனிதன் கண் கலங்க பதிலளித்தான்.

''அப்படியா? என்கிட்டேந்து எதுவும் வேண்டாமா?''

"உங்க ஆசீர்வாதம் மட்டும் கிடைச்சா போதும்..." குள்ள மனிதன் மகிழ்ச்சியுடன் சொன்னான். எதற்காக இப்படி அவன் சந்தோஷப் படுகிறான் என மற்றவர்கள் குழம்பினார்கள்.

"அது எப்பவும் உங்களுக்கு உண்டு..." என கைகளை உயர்த்தி ஆசீர்வதித்தார் பீஷ்மர்.

மத்திம மனிதன் மட்டும் பரமேஸ்வர பெருந்தச்சனின் கைகளில் இருந்த பிரும்மாஸ்திரத்தை வெறித்தபடி பார்த்துக் கொண்டிருந்தான்.

"சரஸ்வதி நதி எங்க இருக்குன்னு கண்டுபிடிச்சீங்களா?" – அனை வரையும் ஏறிட்டபடி பீஷ்மர் கேட்டார்.

"இல்ல..." என்று குள்ள மனிதன் பதிலளித்தான்.

"அந்த நதி இருக்கிற இடம் தெரிஞ்சதும் சொல்லுங்க..." என்றபடி தன் கண்களை மூடினார் பீஷ்மர்.

"உங்களுக்கு கொடுக்கப்பட்ட நேரம் முடிஞ்சுது... கிளம்புங்க..." என்று விஷ்வக்சேனர் கட்டளையிட, அனைவரும் மீண்டும் சாஷ்டாங்கமாக பீஷ்மரை நமஸ்கரித்துவிட்டு வந்த வழியே திரும்பி சொர்க்க வாசலை அடைந்தார்கள்.

அனைவரும் வெளியேறியதும் அவர்களைப் பார்த்து புன்னகைத் துவிட்டு வைகுண்டத்தின் கதவை மூடினார் விஷ்வக்சேனர்.

அடுத்த நொடி யாரும் எதிர்பார்க்காத அந்த சம்பவம் நடந்தது. மத்திம மனிதன் சொர்க்க வாசலுக்கு வெளியே மயங்கி விழுந்தான். அதைப் பார்த்து குள்ள மனிதனும், பரமேஸ்வரப் பெருந்தச்சனும் வாய்விட்டுச் சிரித்தார்கள். மற்ற ஏழு பேரும் அதிர்ந்து நின்றார்கள்.

பாண்டவர்களை அழிக்கக் காத்திருந்த பிரும்மாஸ்திரம், இதை யெல்லாம் பார்த்துக் கொண்டிருந்தது.

"ஆயி... ஆயி... ருத்ரன் இறந்து கிடக்கான். அவன் கொண்டு வந்த கர்ணனோட இதயத்தைக் காணோம்..." – பதட்டத்துடன் அறிவித்த படியே ஓடி வந்தார் பெரியவர்.

அதன் பிறகு ஆயி துளியும் தாமதிக்கவில்லை. "தாரா, உடனே ஆதித்யாவை எழுப்பு..."

என்ன ஏது என்று தாரா கேட்கவில்லை. ஓடிச் சென்று வாழை இலையில் படுத்திருந்த ஆதித்யாவை உலுக்கினாள். தூக்கத்தில் இருந்து விழிப்பது போல் ஆதித்யா எழுந்தான். சோம்பல் முறிக்க தன் கைகளை உயர்த்தியவன் திகைத்தான். காஃபீன் மனிதனால் வெட்டுப்பட்ட அவன் கரங்கள் பழையபடி இணைந்திருந்தன.

"ஆதித்யா... இப்ப பேச நேரமில்ல... பொழுது சாயப் போகுது. உடனே போய் காஃபீன் மனிதனை வீழ்த்திட்டு காமதேனுகிட் டேந்து பாலைக் கொண்டு வா. தாரா, நீயும் கூட போ..." என்று ஆயி கட்டளையிட்டாள்.

தாராவை அழைத்துக் கொண்டு ஆதித்யா வெளியே பாய்ந்தான். அவனது வருகைக்காக காஃபீன் மனிதன் காத்திருந்தான். அவனுக்கு அருகில் ஃபாஸ்ட்டும், சூ யென்னும் நின்று கொண்டிருந்தார்கள். சூ யென்னின் கையில் ருத்ரன் கொண்டு வந்த கர்ணனின் இதயம் துடித்துக் கொண்டிருந்தது.

31

மத்திம மனிதன் சொர்க்க வாசலுக்கு வெளியே மயங்கி விழுந்ததும், அதைப் பார்த்து குள்ள மனிதனும், பரமேஸ்வர பெருந்தச்சனும் வாய்விட்டுச் சிரித்ததும் மற்ற ஏழு பேருக்கும் குழப்பத்தைத் தந்தது.

“இது சிரிக்கறதுக்கான நேரமில்ல...” உயரமான மனிதன் கோபத்துடன் குள்ள மனிதனைப் பார்த்தான்.

“இப்பத்தான் சிரிக்கணும்...” அலட்சியத்துடன் புன்னகைத்த குள்ள மனிதன், பரமேஸ்வர பெருந்தச்சனைப் பார்த்து “ம்... நடக் கட்டும்...” என்றான்.

தலை வணங்கி அதை ஏற்ற பரமேஸ்வர பெருந்தச்சன், விழுந்து கிடந்த மத்திம மனிதனின் அருகில் சென்றார். அடுத்த நிமிடம் அவர் உடலிலிருந்து ஓர் ஒளியும், அதைப் போலவே இன்னொரு ஒளி மத்திம மனிதனின் உடலிலிருந்தும் புறப் பட்டது.

பரஸ்பரம் இரண்டு ஒளிகளும் அடுத்தவரின் உடலுக்குள் புகுந்தன. இதனைத் தொடர்ந்து மயங்கி விழுந்த மத்திம மனிதன் துள்ளலுடன் எழுந்தான்.

“கூடு விட்டுக் கூடு பாஞ்சிருக்கானா...” மகிழ்ச்சியுடன் உயர மான மனிதன் கத்தினான்.

“ஆமா... பிரும்மாஸ்திரத்தை வாங்கினது பரமேஸ்வர பெருந் தச்சன் உடல்ல இருந்த நம்ம ஆள்தான்...” உற்சாகத்துடன் குள்ள மனிதன் பதில் சொன்னான்.

“ரொம்ப சந்தோஷப்படாதீங்க...” தன் உடலைத் திரும்பப் பெற்ற பரமேஸ்வர பெருந்தச்சன் சீறினார். “என்னை ஏமாத்தி அஸ்வத்தாமன் ஏவின பிரும்மாஸ்திரத்தை வாங்கிட்டதா மகிழ்ச் சியடையாதீங்க... அந்த அஸ்திரத்தை திரும்பப் பெறும் வழி கிருஷ்ணர் உட்பட யாருக்குமே தெரியாது...”

“அதனால?”

"எப்ப இந்த அஸ்திரம் மனுஷங்க கைக்கு வந்துடுச்சோ அப்பவே ஆபத்தும் தொடங்கிடுச்சு. அஞ்சு பேரோட ரத்தத்தை குடிக்காம இந்த பிரும்மாஸ்திரம் ஓயாது..!"

"ஆயி... இதெப்படி சாத்தியம்..?" – நம்ப முடியாத அதிர்ச்சியுடன் கேட்டார் தாராவின் அப்பா.

"எதை சொல்றீங்க பெரியவரே..?" – கேள்வி புரிந்தபோதும் அறியாதது போலவே கேட்டாள் ஆதி ஆயியான குந்தி.

"அதான் ஆயி... கர்ணனோட இதயத்தை எப்படி சூ யென்னால பிடிச்சிட்டு இருக்க முடியுது?"

"ஏன்னா இவன் வஜ்ஜிரபாகுவோட வம்சத்துல வந்தவன்..."

"என்னது..?"

"ஆமாம் பெரியவரே... ராஜசிம்ம பல்லவன் காலத்துல தமிழகத்துல கடுமையான வறட்சி நிலவினது உங்களுக்கு நினைவுல இருக்கலாம். கிட்டத்தட்ட பன்னிரெண்டு வருஷங்கள் மழையே இல்ல. செய்யாத யாகம் இல்ல, வணங்காத தெய்வமில்ல. ஆனாலும் மழை மட்டும் பெய்யவே இல்ல. அப்ப சீனாவுலேந்து தமிழகத்துக்கு வந்த வஜ்ஜிரபாகுகிட்ட பிரார்த்தனை செய்யும்படி ராஜசிம்மன் கேட்டுக்கிட்டான். அவரும் தெய்வத்தை வணங்கினாரு. மழையும் பெஞ்சது. வறட்சியும் நீங்கினது..."

"இதுக்கும் கர்ணனோட இதயத்தை சூ யென் ஏந்திக்கிட்டு இருக்கறதுக்கும் என்ன சம்பந்தம் ஆயி..?"

"அதான் சொன்னேனே... சூ யென், வஜ்ஜிரபாகுவோட வம்சத்துல வந்தவன்னு..."

"புரியலையே ஆயி...''

"இதுல புரியறதுக்கு என்ன இருக்கு பெரியவரே... போதிதர்மரோட ஒண்ணு விட்ட தம்பியோட பரம்பரைல வந்தவன்தான் வஜ்ஜிரபாகு. போதிதர்மரோட பங்காளிங்க என் மகன் கர்ணனோட சேர்ந்து பரசுராமர் கிட்ட வித்தை கத்துக்கிட்டவங்க... உயிர்த் தோழர்கள்..."

"இந்தக் காரணத்தாலதான் யாராலயும் ஏந்த முடியாத கர்ணனோட இதயத்தை சூ யென்னால பிடிச்சுட்டு இருக்க முடியுதா?"

"ம்... நட்புக்கு எப்பவும் மரியாதை செலுத்தற கர்ணன், இப்பவும் அதுக்கு தலை வணங்கிட்டு இருக்கான்..."

"இதெல்லாம் மரபணுல இருக்கறதாலதான் கர்ணனோட கவசத்தைத் தேடி சூ யென் வந்திருக்கானா..?"

பதில் சொல்லாமல் ஆயி புன்னகைத்தாள்.

"பல விஷயங்கள் இப்பத்தான் புரியுது ஆயி... ருத்ரனை கொலை பண்ணினது கூட சூ யென்தான் இல்லையா?"

"இல்ல..."

“என்னது?”

“ருத்ரன் இன்னும் சாகல... அவனை கொல்லவும் யாராலயும் முடியாது...”

“அப்ப நம்ம கோட்டைல ரத்த வெள்ளத்துல கிடந்தது..?”

“ருத்ரனோட உடல்தான்...”

“உயிர்?” கேட்ட பெரியவருக்கு எதுவும் சொல்லாமல் காஃபீன் மனிதனையே குந்தி பார்த்துக் கொண்டிருந்தாள். காமதேனுவின் தலையைத் தடவியபடி இருளிலும் அவன் ஒளிர்ந்து கொண்டிருந்தான். ருத்ரன் குறித்து மேற்கொண்டு பேச ஆயி விரும்பவில்லை என்பதை உணர்ந்து கொண்ட தாராவின் அப்பா, குந்தியின் பார்வை பதிந்த இடத்தை தானும் பார்த்தார். ஆஜானுபாகுவாக வானத்துக்கும் பூமிக்குமாக நின்றிருந்த காஃபீன் மனிதனைப் பார்க்கப் பார்க்க அவரது அடிவயிறு சில்லிட்டது.

“கொஞ்சம் பயமா இருக்கு ஆயி...”

“என்ன பயம்?”

“இதுவரை இவனை யாரும் வீழ்த்தினதில்ல. பூமிலயே காஃபீனை இப்பத்தான கண்டுபிடிச்சிருக்காங்க. ஒரேயொரு அணுவோட தடிமன்தான் இருக்கும். அந்தளவுக்கு மெல்லிய இழை. ஆனா, வைரத்தோட பங்காளி. பார்க்க மெல்லிசா இருந்தாலும் எஃகை உடைக்கத் தேவையான ஆற்றலை விட அதிக சக்தி தேவைப்படும். சணல் கயிறு அளவுக்கு காஃபீன் இருந்தா ஒரு காரையே கட்டித் தூக்க முடியும்னு விஞ்ஞானிங்க நிரூபிச்சிருக்காங்க. இந்த கனிமம் புழக்கத்துக்கு வந்துட்டா பிளாஸ்டிக்கோட பயன்பாடு குறைஞ்சுடும். அதுக்குத்தான் பூலோகத்துல இப்ப பாடுபட்டுட்டு இருக்காங்க. அப்படிப்பட்ட காஃபீன்ல உருவான இந்த மனிதனை ஆதித்யாவால நொறுக்க முடியுமான்னு...”

“சந்தேகப்படாம நடக்கறதை பாரு...”

பார்த்தார். குந்தியுடன் இணைந்து அவர் மட்டுமல்ல, துரியோதனன், சகுனி, ரவிதாசன், சங்கர், பாலா உள்ளிட்டவர்களும் நடப்பதை உன்னிப்பாக கவனிக்க ஆரம்பித்தார்கள். திரிசங்கு சொர்க்கத்தில் இரு தரப்பும் போர் புரிய அனுமதியில்லை. ஆனால், பூலோகத்தில் இருந்து இருவர் சார்பாகவும் வந்தவர்கள் சண்டையிடலாம். அதை இவர்கள் வேடிக்கை பார்க்கலாம்.

பார்த்தார்கள். இரவு முளைத்து சில மணி நேரங்கள் ஆகியிருந்தது. திரிசங்கு சொர்க்கத்தில் இவர்களைத் தவிர மற்றவர்கள் ஓய்வெடுத்துக் கொண்டிருந்தார்கள். நடக்கும் சண்டையும் அவர்களுக்குத் தெரியாது. அப்படிப்பட்ட விதியைத்தான் விஸ்வாமித்திரர் அங்கு அமல் படுத்தியிருந்தார்.

எனவே முடிவுக்காகக் காத்திருந்த இவர்களை மற்றவர்கள் பொருட்படுத்தவில்லை. அது குறித்து இவர்களும் சட்டை செய்ய

வில்லை. காஃபீனை எப்படி ஆதித்யா வீழ்த்துவான் என்பதிலேயே முழு கவனமும் செலுத்திக் கொண்டிருந்தார்கள்.

நிதானமாக காஃபீன் மனிதனை ஏறிட்ட ஆதித்யா, அவனை உற்றுப் பார்த்தான். பார்வையால் ஸ்கேன் செய்தான். காஃபீன் மூலக்கூறுகள் மிக நெருக்கமாகப் பின்னிப் பிணைந்திருந்தன. அதைப் பார்த்த ஆதித்யாவின் உதட்டில் புன்னகை பூத்தது. என்ன செய்ய வேண்டும் என்று தீர்மானித்தவன், நிதானமாகத் தன் தோளை ஒட்டியபடி நின்றிருந்த தாராவிடம், “முன்னாடி வா...” எனக் கட்டளையிட்டான்.

அதற்குக் கட்டுப்பட்டு தாராவும் முன்னால் வந்தாள். அவள் பக்கம் திரும்பாமலேயே தனக்கு முன்னால் அவளை நிறுத்தினான். தன் கரங்களால் அவளது தோளிலிருந்து கையின் நுனி வரை தடவினான்.

ஆதித்யாவின் செய்கையைப் பார்த்த காஃபீன் மனிதனுக்கு சிரிப்பு வந்தது. என்ன செய்ய உத்தேசித்திருக்கிறான் என்பதைப் புரிந்து கொண்ட காஃபீன் மனிதன் அதன்பிறகு தாமதிக்கவில்லை.

தன்னருகில் நின்று கொண்டிருந்த ஃபாஸ்ட்டையும், சூ யென்னையும் தள்ளி நிற்கும்படி செய்கை செய்தான். தலையை உலுக்கியபடியே ஆதித்யாவை நோக்கி ஓடி வர ஆரம்பித்தான். இதை எதிர்பார்த்த ஆதித்யா, அசையாமல் தாராவுடன் நின்றபடியே அவனை எதிர்கொண்டான்.

காஃபீன் மனிதன் அருகில் வந்ததும் இருவரையும் தன் கையால் பிடிப்பதற்காகக் குனிந்தான். இதற்காகவே காத்திருந்த ஆதித்யா, சரியாக அவனது இரு கால்களுக்கும் இடையில் தாராவுடன் நுழைந்தான். தாராவின் இரு கை கட்டை விரலையும் மேல் நோக்கி உயர்த்தியபடியே உரசினான். தாராவின் கைகள் தீப்பற்றி எரிந்தன. உடனே அவளது இடுப்பை தன் வலக்கரத்தால் அணைத்தான். பாதங்களை வலுவாக தரையில் ஊன்றி மேல்நோக்கி எம்பினான்.

தரையில் விழுந்த பந்து மேல் நோக்கி எழும்புவது போல் இருவரும் சரியாக காஃபீன் மனிதனின் தொடை இடுக்கை நோக்கி ராக்கெட் வேகத்தில் சீறினார்கள். தீப்பிழம்பாகக் காட்சியளித்த தாராவின் கைகளைப் பயன்படுத்தி காஃபீன் மனிதனை நெட்டுக் குத்தாக உச்சந்தலை வரை இரண்டாகப் பிளந்தான் ஆதித்யா. காஃபீன் மூலக்கூறுகள் சரி பாதியாகப் பிரியவே, அந்த மனிதன் இரு துண்டுகளாகத் தரையில் விழுந்தான்.

ஆனால் –

விநாடிக்கும் குறைவான நேரத்தில் மீண்டும் காஃபீன் மூலக்கூறுகள் இணைந்தன. பிளவுப்பட்ட அறிகுறியே தெரியாதபடி பழைய கம்பீரத்துடன் அவன் எழுந்து நின்றான்.

வானத்தில் பறந்தபடியே இதைப் பார்த்த ஆதித்யாவின் புருவங்கள் சுருங்கின. தாராவின் கைகளை கீழே இறக்காமல்

முன்னோக்கிப் பிடித்தபடியே இம்முறை காஃபீன் மனிதனின் ஒரு பக்க செவிக்குள் நுழைந்து மறு பக்க காதின் வழியே வெளியே வந்தான். அக்னியில் குழம்பான அவன் தலை, இவர்கள் இருவரும் வெளியே வந்ததுமே மீண்டும் இணைந்தது.

"வேற முறைலதான் அவனை அழிக்கணும்..." தாரா முணு முணுத்தாள்.

"வேற எந்த முறைலயும் அவனை அழிக்க முடியாது..." காஃபீன் மனிதனைப் பார்த்தபடியே பதில் சொன்னான்.

"ஆனா, வெட்ட வெட்ட முளைச்சுக்கிட்டே இருக்கானே..."

"அது அவனோட இயல்பு..."

"அப்ப கடைசி வரைக்கும் இப்படி கண்ணாமூச்சி ஆடிக்கிட் டேதான் இருக்கணுமா?"

"அப்படியில்ல... உன்னோட பலத்தை உனக்கு உணர்த்தின ஆயி, கையோட என் உடம்பையும் வலுவாக்கியிருக்காங்க. இதுக்கு என்ன காரணம் தெரியுமா?"

"என்ன?"

"இதுதான் நம்மோட பலம்... இதை வைச்சுத்தான் காஃபீன் மனிதனை வீழ்த்தணும்..."

"ஆனா, எப்படி..?"

"மாத்தி யோசிக்கணும்..."

"புரியலையே..."

"இதுக்கு மகாபாரதத்துலயே உதாரணம் இருக்கு... கிருஷ்ணர் நமக்கு வழிகாட்டியிருக்கார்..."

"என்ன சொல்ற..?"

"சொல்றபடி செய்..." என்ற ஆதித்யா, அவள் இடுப்பைப் பிடித்தபடியே தலைகீழாகத் திரும்பினான். ஆதித்யாவின் கால்கள் தாராவின் முகத்துக்கு நேராக வந்தன. அந்தரத்தில் பறந்தபடியே காஃபீன் மனிதனின் கால்களுக்குக் கீழே நுழைந்தார்கள்.

சட்டென்று ஆதித்யா என்ன நினைக்கிறான் என்பது தாரா வுக்குப் புரிந்தது. அதற்கேற்ப செயல்பட ஆரம்பித்தாள். எரியும் தீயால் காஃபீன் மனிதனை அவள் பிளந்தபடியே சென்றாள். பிளவுபட்ட அவன் உடல் ஒட்டுவதற்குள் ஆதித்யா அந்தக் காரி யத்தைச் செய்தான். துண்டான அவனது உடல் பாகங்களை அப்ப டியே பிடித்து தலைகீழாகத் திருப்பினான். வலுவாக மாற்றப்பட்ட அவன் கைகள் மிக எளிதாக இந்தச் செயலைச் செய்து முடித்தன.

பெரும் அலறலுடன் தரையில் விழுந்த காஃபீன் மனிதனின் ஒரு பாதி தலைக்கு நேராக அவனது வலது காலும், மறுபாதி தலைக்கு நேராக இடது காலும் வந்து நின்றன. இதனால் எத்தனை முறை முயற்சித்தும் அவனால் இணைய முடியவில்லை. மெல்ல மெல்ல அவன் உயிர் பிரிந்தது.

இதைப் பார்த்தபடியே தரையில் இறங்கிய ஆதித்யாவும், தாராவும் நேராக காமதேனுவை நோக்கிச் சென்றார்கள். தன் மடியிலிருந்த பாத்திரத்தை எடுத்து பால் கறப்பதற்காக ஆதித்யா குனிந்தான்.

அடுத்த நொடி யாரும் எதிர்பார்க்காத அந்தச் சம்பவம் நடந்தது.

நின்றிருந்த காமதேனு அப்படியே காற்றில் கரைந்தது.

அனைவரும் திக்பிரமை பிடித்து நிற்க, "ஃபாஸ்ட்டும், சூயென்னும் நம்ம இடத்துலேந்து எப்படி காத்துல கரைஞ்சாங்கன்னு கேட்டியே ரவிதாசா... இப்படித்தான்... சிற்ப ரகசியத்தை அறியாம பால் கிடைச்சிடுமா என்ன..? இந்த காஃபீன் மனிதனே 'Back Up' தான்..." என்றபடி துரியோதனன் கடகடவென்று சிரித்தான்.

32

“வாட்... காஃபீன் மனிதன் ‘Back Up’ஆ...” அதிர்ச்சியுடன் கேட்டாள் தாரா.

அதற்கு எந்த பதிலும் சொல்லாமல் ஆதித்யா மவுனமாக நின்றான். “உன்னதான்...” என்று அவனை உலுக்கினாள்.

“என்ன..?”

“காஃபீன் மனிதன் ‘Back Up’ன்னு அவர் சொல்றாரே...” என்று சிரித்துக் கொண்டிருந்தவரைக் காட்டினாள். அவள் சுட்டிக் காட்டிய திசையைப் பார்க்காமலேயே “அவருதான் துரியோதனன்...” என்றான்.

“ஐ ஸீ... ஓகே... நான் கேட்டதுக்கு பதில் சொல்...”

“அந்த விடை நமக்கு அவசியமில்ல...”

“அப்ப வேற எதுதான் அவசியம்னு நினைக்கற?”

“காமதேனு...”

“அதுதான் மறைஞ்சுடுச்சே...”

“இல்ல...”

“இல்லையா?”

“லுக் தாரா... மகாபாரதத்துல ஜராசந்தனை எப்படி பீமன் வீழ்த்தினான் தெரியுமா?”

“நாம காஃபீன் மனிதனை வீழ்த்தினா மாதிரி...”

“யெஸ், கிருஷ்ணர் செய்கை மூலம் அதை அவனுக்கு கத்துக் கொடுத்தார். ஆனா, உண்மைல ஜராசந்தன் மனுஷனில்ல...”

“தென்?”

“லாக்...”

“என்னது?”

“ஆமா தாரா... உண்மைல அவனொரு இரட்டை சாவி. ஒரு பூட்டை திறக்க இந்த இரண்டு சாவியையும் ஒரே நேரத்துல உள்ள நுழைச்சு க்ளாக்வைஸாவும், ஆன்டி க்ளாக்வைஸாவும் திருப்பணும்...”

தாரா அவனை உற்றுப் பார்த்தாள். "கொஞ்சம் புரியும்படியா சொல்லு..."

"லியானார்டோ டாவின்சியோட புகழ்பெற்ற மனித ஓவியம் நினைவுல இருக்கா? நிர்வாணமா ஒருத்தன் இரண்டு கைகளை யும் விரிச்சுக்கிட்டு இருப்பான். சரி பாதியா அவன் உடம்புல ஒரு கோட்டை வரைஞ்சிருப்பார்..."

"ம்... டாக்டர்ஸும் அதை தங்களோட க்ளினிக்குல மாட்டி வைச்சிருப்பாங்க... டான் பிரவுனோட புகழ்பெற்ற நாவலான 'டாவின்ஸி கோட்' இந்த ஓவியத்துலேந்துதான் ஆரம்பிக்கும்... மூளைலயும் வலது பக்கம், இடது பக்கம்னு இரண்டு பிரிவுகள் உண்டு. இரண்டும் சேர்ந்ததுதான் மனித உடல்... மனித மூளை... இதெல்லாம் எனக்கும் தெரியும். இதுக்கும் காஃபீன் மனிதனுக்கும் என்ன சம்பந்தம்..?" என்று படபடவென்று கேட்டுக் கொண்டே வந்த தாரா, சட்டென்று கண்கள் விரிய அவனைப் பார்த்தாள். "அதாவது காமதேனு அடைக்கப்பட்டிருக்கிற சிறையோட பூட் டைத் திறக்கிற சாவிகள் காஃபீன் மனிதன்னு சொல்றியா..."

கேட்டவளை பெருமையுடன் பார்த்தான் ஆதித்யா. "கற்பூரம். சட்டுன்னு பத்திகிட்ட. அதேதான்..."

"ஆனா, 'Back Up..?'"

"ஸோ வாட்? ஒரிஜினல்னு ஒண்ணு இருக்கும்போதுதானே 'ஙிணீநீளீ ஹிஜீ' பை ரெடி பண்ணுவாங்க?"

"ரொம்ப புத்திசாலித்தனமா பேசறதா நினைப்பா? நான் கேட்க வந்தது உண்மையான சாவிகள்... ஐ மீன்... காஃபீன் மனிதனை எப்படி கண்டுபிடிக்கறது?"

"சிம்பிள் அரித்மடிக்..."

"என்னது?"

"கணிதத்துல ரொம்ப குறைச்சலா மார்க் எடுத்தியா..." என்று நக்கலடித்தவனுக்கு பதில் சொல்ல வாயைத் திறந்தாள் தாரா. ஆனா, வார்த்தைகள் வெளிப்படவில்லை. காரணம், எப்படி மறைந்தார்களோ அப்படியே காமதேனுவும், காஃபீன் மனிதனும் மீண்டும் தோன்றினார்கள்.

"நான் சொல்ல வந்தது இதுதான் தாரா..." என்ற ஆதித்யா, அவளைப் பார்த்தபடி விளக்க ஆரம்பித்தான்.

"1 X1 = 1

11 X 11 = 121

111 X 111 = 12321

1111 X 1111 = 1234321

11111 X 11111 = 123454321

111111 X 111111 = 12345654321

1111111 X 1111111 = 1234567654321

11111111 X 11111111 = 123456787654321

111111111 X 111111111 = 12345678987654321

இந்த கணித சூத்திரம் உணர்த்தற உண்மைதான் உலகத்தோட அடிப்படை. பிரபஞ்சத்தோட ஒவ்வொரு பாதியும் மறு பாதி யோட கண்ணாடி பிம்பம்தான். Back Up தான். இதைத்தான் மகாபாரதத்துல ஜராசந்தனும் உணர்த்தறான்... இதையேதான் இந்த 'Back Up' காஃபீன் மனிதனும் நமக்கு புரிய வைச்சுகிட்டு இருக்கான். ஒன்பது எண்கள்தான் ஈரேழு உலகங்கள்லயும் இருக்கு. இதனோட எல்லையற்ற கூட்டல், பெருக்கல்கள்தான் மற்ற எண்கள் எல்லாமே... அதனாலதான் ஒன்பது பேர் கொண்ட ரகசியக் குழுவை மௌரியப் பேரரசரான அசோக சக்கரவர்த்தி ராணுவ தளவாட உற்பத்திக்காக உருவாக்கினாரு... ஒன்பது கிரகங்கள்னு ஜோதிடம் சொல்ல வர்றதும் இதைத் தான்..."

"ரைட்... இப்ப நாம என்ன செய்யணும்?"

"காஃபீன் மனிதனை ஒரே நேரத்துல அட்டாக் பண்ணணும்... ஆனா, கைகோர்த்துக்கிட்டு செய்யக் கூடாது. தனித்தனியா தாக் கணும். இவனை சரி பாதியா நீ பிளந்துடு. ஒரு பாதிய எடுத் துகிட்டு மைக்ரோ நொடி கூட தாமதிக்காம காமதேனுவோட மடியை தொடு. மறு பாதியை தலைகீழா நான் பிடிச்சுகிட்டு அதே மடியோட இன்னொரு பகுதியை தொடறேன்..."

"அதாவது ஒரு சாவி காஃபீன் மனிதனோட தலைலயும் மறு சாவி அவனோட கால்லயும் இருக்கா..?"

"ஆமா..."

"டூப்ளிகேட்டா இருந்தாலும் சாவி, சாவிதான்... இல்லையா?"

"யெஸ்..."

"முழுசா புரிஞ்சுது..."

"ஓகே வேலையை ஆரம்பிக்கலாம்... ரெடி... ஒன்... டூ... த்ரீ..."

இருவரும் ஒரே நேரத்தில் தனித்தனியாக காஃபீன் மனி தனை நோக்கிப் பாய்ந்தார்கள். தன் கைகளை ஜுவாலையாக்கி அவனை சரி பாதியாகப் பிளந்த தாரா, ஒரு பாதியைப் பிடித்துக் கொண்டே அவனுக்கு பின்புறம் இருந்த காமதேனுவை நோக்கிப் பறந்தாள். மறு பாதியை இமைக்கும் நேரத்தில் தலைகீழாகத் திருப்பிய ஆதித்யா, அதே காமதேனுவின் இன்னொரு பக்க மடியை அடைந்தான்.

இருவரும் சொல்லி வைத்தது போல் அந்தப் பசுவின் மடியை சாவியால் திறந்தார்கள். அடுத்த கணம் பால் பீய்ச்சியடித்தது. தன் மடியில் இருந்த குடுவையில் அதை ஆதித்யா ஏந்தினான்.

"சாதிச்சுட்டாங்க ஆயி... அடுத்து கபாடபுரம்தான்..." என மகிழ்ச்சியுடன் தாராவின் அப்பா கைதட்ட –

சகுனி, துரியோதனன், ரவிதாசன், ஃபாஸ்ட், சூ யென், சங்கர், ஆனந்த், பாலா உள்ளிட்டவர்கள் அந்த இடத்தை விட்டு அதிர்ச்சியுடன் விலகினார்கள்.

ஆதி ஆயியான குந்தியின் பார்வை, தன் வம்சத்தைச் சேர்ந்த இப்பொழுதைய கொழுந்தான பாலாவின் மீதே நிலைத்திருந்தது.

அடுத்த நொடி ஐந்து பாகங்களாக குந்தி பிரிந்தாள். அந்த ஐந்து பாகங்களும் ஐந்து சாவிகளாக மாறின.

"இதுதான் கபாடபுரத்துக்குள்ள நுழைவதற்கான வாசலா?" உயரமான மனிதனின் கேள்வியில் மகிழ்ச்சி தெரிந்தது. அவர்கள் ஒன்பது பேரும் இந்தியப் பெருங்கடலின் அடி ஆழத்தில் நின்று கொண்டிருந்தார்கள்.

"ஆமா..." தன் முன்னால் பிரமாண்டமாக எழுந்து நின்ற பூதத்தை உற்றுப் பார்த்தபடி குள்ள மனிதன் பதிலளித்தான்.

"அப்புறம் ஏன் இங்கயே நிக்கணும்? வாங்க உள்ள போகலாம்..." என அஸ்வத்தாமன் ஏவிய பிரும்மாஸ்திரத்தை கையில் பிடித்தபடி தன் வலது காலை முன்னோக்கி வைத்தான் மத்திம மனிதன்.

"இரு... இப்ப நாம நுழையக் கூடாது..." என்று தன் பார் வையைத் திருப்பாமல் பதிலளித்த குள்ள மனிதன், சிந்தனையில் ஆழ்ந்தான்.

பூலோகத்தில் இருந்த ஆயியிடமிருந்து இன்னும் தகவல் வர வில்லை. பிதாமகரான பீஷ்மரிடமிருந்து பெற வேண்டியதைப் பெற்றாயிற்று என்று டெலிபதியில் தகவல் அனுப்பி பல மணி நேரங்களாகிறது. நியாயமாகப் பார்த்தால் மறு நொடியே பதில் செய்தி வந்திருக்க வேண்டும். என்ன காரணத்தாலோ பூலோக ஆயி அமைதியாக இருக்கிறாள்...

"திரும்பவும் வேணா செய்தி அனுப்பிப் பாரு..." – உயரமான மனிதன் மவுனத்தை கலைத்தான்.

"அது தப்பு... ஆயி வழிகாட்டற வரைக்கும் நாம பொறுமை யாதான் இருக்கணும்..."

"இங்கயேவா?" மத்திம மனிதன் இடைமறித்தான்.

"ஆமா..."

"நாள் கணக்குல ஆச்சுன்னா?"

"மாதக்கணக்குல ஆனாலும் சரிதான்..."

அதன் பிறகு யாரும் எதுவும் பேசவில்லை. நுழைவாயிலையே பார்த்தபடி நின்றார்கள். ஆழ்கடலில் இப்படி ஆக்சிஜன் சிலிண் டரை மாட்டாமல் நிற்கவும், நடமாடவும் முடியும் என்பது அவர் களுக்கு வியப்பளிக்கவில்லை. ஆயியின் துணையுடன் வைகுண்டத் துக்கே சென்று விட்டு வந்த பிறகு இது எம்மாத்திரம்?

கர்ணனின் கவசம்

சுற்றிலும் தண்ணீர். ஆழத்தையும், அகலத்தையும் அளவிட முடியவில்லை. பசுமையான புற்களின் மீது கட்டப்பட்ட கோட்டை, பூமியில் இருப்பது போலவே காட்சியளித்தது. என்ன... கருங்கல்லின் மேல் பசுமை போர்த்தியிருந்தது. அது மட்டும்தான் வித்தியாசம். கோட்டையின் அகலம் கண்களுக்கு எட்டிய தொலைவு வரை விரிந்திருந்தது. கோட்டைக்குள் என்ன இருக்கிறது... எப்படிப்பட்ட மக்கள் வசிக்கிறார்கள்..? சென்றால்தான் தெரியும். செல்வதற்கு உத்தரவு வர வேண்டும்.

மரத்தாலான கதவுகள் அகலமாகத் திறந்திருந்தன. நுழைவு வாயிலில் மருந்துக்கும் காவலில்லை. ஆனால், பூதத்தின் கண்கள் மினுமினுத்தன. ஒருவேளை அதனுள் காவலர்கள் இருந்தபடி கண்காணிக்கலாம். அவர்களாகத் தாக்குதல் தொடுக்காதவரை நாமும் அமைதியாக இருப்பதே சாலச் சிறந்தது.

காத்திருந்தார்கள். சட்டென்று பூதத்தின் உருவம் பூமியில் அவர்கள் பார்த்த ஆயியின் முகமாக மாறியது. கனவோ என்று நினைக்கவும் வழியில்லை. காரணம், தோன்றிய முகம் மறையவில்லை.

"அசோகச் சக்கரவர்த்தியால் உருவாக்கப்பட்ட ஒன்பது பேர் கொண்ட ரகசியக் குழுவின் வம்சத்தைச் சேர்ந்தவர்களே... சொன்னபடி பிரும்மாஸ்திரத்துடன் வந்துவிட்டீர்கள். மகிழ்ச்சி. இன்னும் சற்று நேரத்தில் காமதேனுவின் மடியில் இருந்து கறக்கப்பட்ட பாலுடன் நம் நண்பர்கள் வருவார்கள். அவர்களுடன் நீங்கள் கோட்டைக்குள் நுழையலாம். கதவைத் தாண்டியதும் உங்களை வரவேற்க முதல் தமிழ்ச் சங்கத்தைச் சேர்ந்த புலவர்கள் காத்திருப்பார்கள். அவர்களது வழிகாட்டுதலுடன் அரண்மனைக்கு வாருங்கள். உங்களை அங்கு சந்திக்கிறேன்... எனது ஆசி என்றும் உங்களுக்கு உண்டு..." என்று சொல்லிவிட்டு பூலோக ஆயியின் முகம் மறைந்தது.

ஒன்பது பேரும் ஒருவரையொருவர் பார்த்துக் கொண்டார்கள். பிறகு தாங்கள் வந்த வழியைப் பார்த்தபடி திரும்பினார்கள். காமதேனுவின் பாலுடன் வரும் நண்பர்கள் யாராக இருக்கும்? மனதில் எழுந்த கேள்வியை ஒருவரும் வாய்விட்டுக் கேட்கவில்லை. வழிமேல் விழி வைத்து பாதையையே பார்த்துக் கொண்டிருந்தார்கள்.

சில நிமிடங்களுக்குப் பின் குள்ள மனிதனின் செவிகள் ஏறி இறங்கின. மற்றவர்களும் அந்த ஒலியைக் கேட்டார்கள். கும்பலாக யாரோ நடந்து வரும் சத்தம். கடலுக்குள் நண்பர்கள் இறங்கிவிட்டார்கள். ஒளி வேகத்தில் ஊடுருவினாலும் கோட்டையை அடைய இன்னும் பல நிமிடங்களாகும்.

மனதில் பூத்த பரபரப்பை அடக்கியபடி அசையாமல் ஒன்பது பேரும் நின்றார்கள். நிமிடங்கள் கரைய... மெல்ல சில் அவுட்டில் உருவங்கள் தெரிய ஆரம்பித்தன. அதனைத் தொடர்ந்து இருளும் ஒளியாக... உருவங்களின் அங்க அடையாளங்களும் துல்லியமாகத் தெரிய ஆரம்பித்தன.

“சாரி... உங்களை ரொம்ப நேரம் காக்க வைச்சுட்டோம்...” என்றபடி வந்தவர்கள் ஒன்பது பேரையும் வணங்கினார்கள்.

பதில் மரியாதையை ஒன்பது பேரும் தெரியப்படுத்த, குள்ள மனிதன் தன் கைகளை நீட்டினான். புரிந்து கொண்டதற்கு அறிகுறியாகக் கொண்டு வந்திருந்த காமதேனுவின் பாலை அடையாளம் காட்டினார்கள்.

திருப்தியுடன் தலையசைத்த குள்ள மனிதன் முன்னால் செல்ல, மற்ற எட்டு பேரைத் தொடர்ந்து வந்தவர்களும் கோட்டைக்குள் வலது காலை எடுத்து வைத்து நுழைந்தார்கள்.

காமதேனுவின் பாலைக் கொண்டு வந்தது ஆதித்யாவும், தாராவும் அல்ல.

ரவிதாசன் தலைமையில் ஃபாஸ்ட், சூ யென், ஆனந்த், சங்கர், பாலா ஆகியோர்தான் அந்தப் பாலை கபாடபுரத்துக்குக் கொண்டு வந்திருந்தார்கள்.

33

தஞ்சாவூரில் இருந்த ருத்ரனின் வீடு அன்று விழாக் கோலம் பூண்டிருந்தது. கார்த்திகை தீபத்துக்கு இன்னும் நாட்கள் இருக்கின்றன. என்றாலும் வீட்டைச் சுற்றிலும் விஜயலட்சுமி அகல் விளக்கை ஏற்றினாள். அவள் முகம் சுடர்விட்டுப் பிரகாசித்தது. அடுத்த பூலோக ஆயியாக பொறுப்பேற்கப் போவது தான்தான் என்று எப்போது அறிந்தாளோ அப்போது முதலே அவளது உடலும், மனமும் வேறு மாதிரியாக மாறிவிட்டது. ஜொலித்தது.

சீரான நடையுடன் தன் வீட்டுக்குள் நுழைந்தாள். பூஜையறையை நோக்கிச் சென்றாள். ரோஜாவும், மல்லியும் கலந்த மணம் அவளை வரவேற்றது. சாம்பிராணியும், ஊதுவத்தியும் நாசியைக் கடந்து இதயத்தை நிரப்பியது. நடுநாயகமாக வீற்றிருந்த மூன்றடி உயர வெள்ளித் தேரையும், அதனுள் சின்னதாக இருந்த மகாமேருவையும் பார்க்கப் பார்க்க அவள் நெஞ்சம் நெகிழ்ந்தது. கண்கள் பனித்தன.

பத்மாசனத்தில் அமர்ந்தபடி விஜயலட்சுமியை ஏறிட்ட ஆயியின் உதடுகளில் புன்னகை பூத்தது. தன்னருகில் இருந்த சாமந்திப் பூக்கூடையை அவளிடம் கொடுத்தாள் ஆயி. அதை வாங்கியவள் நேராக வெள்ளித் தேருக்கு அருகிலிருந்த, வயலின் வைக்கும் பெட்டி போல் காட்சி தந்த மரப்பெட்டியின் அருகில் வந்தாள். திறந்தாள்.

காலியாக இருந்தது. பிற்கால சோழ சாம்ராஜ்ஜியத்தை ஸ்தாபித்த விஜயாலய சோழன் பயன்படுத்திய வாள் அங்கில்லை. ரவிதாசனின் மனைவி அதை முன்பே 'எடுத்துச்' சென்றுவிட்டாள். ஆம், 'திருடிக் கொண்டு

சென்றாள்' என்று சொல்லக் கூடாது. அப்படித்தான் ஆயி கட்டளையிட்டிருக்கிறாள்.

இனம்புரியாத ரேகைகள் விஜயலட்சுமியின் முகத்தில் பிறக்க ஆரம்பித்தது. இதை கவனித்த ஆயி, எழுந்து அவள் அருகில் சென்றாள்.

''நம்மைப் பொறுத்தவரை இது காலிப் பெட்டி இல்ல. எப்பவும் இதுக்குள்ள வாள் இருக்கு. அப்படி நினைச்சுக்கிட்டு பூஜை பண்ணு...'' என்றபடி அவள் தோளை ஆதரவாக அணைத்தாள்.

ஜனித்த வேகத்திலேயே ரேகைகள் சாம்பலாகின. தூண்டிவிட்ட திரியைப் போல் விஜயலட்சுமி யின் முகம் மீண்டும் ஒளிர்ந்தது. வாளின் பிடி இருப்பதான பாவனையில் பூக்களைக் கொட்டினாள். தாராதேவியின் காயத்ரியை நூற்றியெட்டு முறை உச்சரித்தாள். கற்பூரத்தைக் காண்பித்தாள். சாஷ்டாங்கமாக நமஸ்காரம் செய்தாள். கையோடு ஆயியின் கால்களைத் தொட்டு வணங்கினாள்.

அவளது தோள்களைத் தொட்டுத் தூக்கி நிறுத்திய ஆயி, அவள் கண்களை உற்றுப் பார்த்தாள்.

''பொறுப்பை ஒப்படைச்சுட்டேன்... கிளம்பறேன்...''

மவுனமாக தலையசைத்த விஜயலட்சுமி, ''சரி ஆயி...'' என்றாள்.

''ம்ஹூம்... இனிமே நீதான் ஆயி...'' என்றபடி அவளது உச்சந்தலையில் முத்தமிட்டாள். ''சொன்னதெல்லாம் நினைவுல இருக்குல?''

''ம்...''

''இனி ருத்ரனுக்காக நீ காத்திருக்க வேண்டாம்...''

''ம்...''

''அவன் வராமயும் போகலாம்...''

''ம்...''

''பூலோகத்தை கவனிச்சுக்க...''

''நீங்க..?''

''எங்க போறேன்னு நேரடியாவே கேட்கலாம்...'' என்று சிரித்த ஆயி, ''தவம் பண்ணப் போறேன்...'' என்றாள்.

''பொக்கிஷத்தை பாதுகாக்கவா?''

''அதுக்குத்தான் இங்க நீயும், திரிசங்கு சொர்க்கத்துல குந்தியும், கபாடபுரத்துல இன்னொருத்தியும் இருக்கீங்களே..?''

''அப்ப தவம் பண்ணப் போறது?''

''ஆற்றலைப் பெருக்க...''

''உங்ககிட்ட இல்லாத சக்தியா?''

''இருந்தது விஜி... வரம் பெற்று வாங்கின எல்லா ஆற்றலோட காலக்கெடுவும் இன்னும் சில வருஷங்கள்ல முடியப் போகுது. அதை நீட்டிக்க வேண்டாமா? அதுக்குத்தான் சிவனை நோக்கித் தவம்...''

''அதனாலதான் 'பூலோக ஆயி' பொறுப்பை என்கிட்ட ஒப்படைச்சீங்களா?''

''ஆமா...''

''அப்ப திரும்பவும் சக்தி கிடைச்சதும் வருவீங்க இல்லையா?''

''நிச்சயமா... என் சபதம் இன்னும் நிறைவேறலையே..? அதனால இப்படித்தான் சுத்திக்கிட்டு இருப்பேன்...''

''அந்த சபதம் என்ன ஆயி..?''

''ஒருத்தரை அழிக்கறது...''

''யாரை..?''

''வைகுண்டத்துல இன்னமும் சாகாம இருக்காரே... அவர்தான். பீஷ்மர்!''

''என்ன தீவிர சிந்தனைல இருக்க?'' குள்ள மனிதனைப் பார்த்து மத்திம மனிதன் கேட்டான்.

ஜன்னல் வழியே வெறித்தபடி நின்றிருந்த குள்ள மனிதன் திரும்பினான். ''என்ன கேட்ட?''

''எந்தக் கோட்டையைப் பிடிக்க இப்படி யோசிச்சுட்டு இருக்கனு கேட்டேன்...''

''இந்தக் கோட்டையைத்தான்...'' என்று பதிலளித்த குள்ள மனிதன் அந்த அறையில் இருந்த தன் சகாக்களைப் பார்த்தான். பதினாறு ஜோடி கண்களும் அவன் மீதே நிலைத்திருந்தன.

''நீ சொல்றது புரியல... இது ஏற்கனவே நம்ம கோட்டைதானே?''

''கற்சுவர் மட்டும்தான் கோட்டைக்கான அடையாளம்னா நீ சொல்றதை ஏத்துக்கறேன்...''

''சுத்தி வளைக்காம நேரடியா விஷயத்துக்கு வா...'' மத்திம மனிதன் சலித்துக் கொண்டான்.

''கபாடபுரத்துக்கு வந்ததும் உங்க எச்சரிக்கை உணர்வை எல்லாம் கைவிட்டுட்டீங்க... காரியம் முடிஞ்சுடுச்சுனு நிம்மதியா இருக்கீங்க... அதனாலதான் உங்களுக்கு எந்த விபரீதமும் புரியல...''

''உனக்கு புரிஞ்சுடுச்சா?''

''ம்...''

''அப்ப கொஞ்சம் விளக்கிச் சொல்லு...'' என்று நாற்காலியில் சாய்ந்து அமர்ந்தான் உயரமான மனிதன்.

''நம்ம கூட கோட்டைக்குள்ள வந்தவங்க யாரு?''

''நம்ம நண்பர்கள்...''

''எதை வச்சு அப்படி சொல்ற?''

''ஆயி சொன்னா மாதிரி அடையாளத்துக்கு காமதேனுவோட பாலைக் காட்டினாங்களே...''

''ஒருவேளை நிஜமான நம்ம நண்பர்கள்கிட்டேந்து இவங்க பாலைத் திருடினவங்களா இருந்தா?'' குள்ள மனிதன் இந்தக் கேள்வியைக் கேட்டதும் மற்ற எட்டுப் பேரும் துள்ளி எழுந்தார்கள். பழைய துறுதுறுப்பு அவர்களது உடலில் குடியேறியது.

''இந்த சந்தேகம் உனக்கு எப்படி வந்தது?'' மத்திம மனிதன் கேட்டான்.

''வந்த ஆறு பேர்ல இரண்டு பேர் சின்னவங்க...''

''ம்...''

''அவங்க யாருமே நம்ம கண்களைப் பார்த்துப் பேசலை...''

''ம்...''

''இதையெல்லாம் கூட பொருட்படுத்தாம விட்டுடலாம். ஆனா...'' என்று இழுத்த குள்ள மனிதன் அவர்கள் அனைவரையும் குனியச் சொன்னான். அனைவரும் அவனைச் சுற்றிலும் குனிந்தார்கள். அவர்களுக்கு மட்டும் கேட்கும் வகையில் குள்ள மனிதன் ஏதோ சொன்னான்.

''என்ன சொல்றான்னு தெரியலையே...'' ஜன்னலுக்கு வெளியே நின்றிருந்த சூ யென், ரவிதாசனின் காதைக் கடித்தான்.

''அது நமக்கு முக்கியமில்ல... நம்மளை இவங்க சந்தேகப்பட ஆரம்பிச்சுட்டாங்க... அதனால...''

''அதனால?''

''வந்த வேலையை முடிச்சுடலாம்...'' என்றபடி அந்த மாளிகையை மீண்டும் தன் நகத்தால் சுரண்டி நகக் கண்ணை திருப்தியுடன் பார்த்தான். அதன் பிறகு இமைப்பொழுதும் ரவிதாசன் தாமதிக்கவில்லை.

அந்த ஒன்பது பேரும் இருந்த மாளிகைக்குத் தீ வைத்தான்.

கபாடபுரத்தில் இருந்த அந்த அரக்கு மாளிகை தீப்பிடித்து எரிய ஆரம்பித்தது.

கடலைக் கிழித்துக் கொண்டு ஆதித்யாவும், தாராவும் இந்துமாப் பெருங்கடலில் இறங்கினார்கள். ஆதித்யாவின்

வலது கை தாராவின் இடுப்பை அணைத்திருந்தது.

"ஆக்சிஜன் இல்லாம இப்படி கடலுக்குள்ள போக முடியும்னு நான் நினைச்சுக் கூடப் பார்க்கலை..." பரவசத்துடன் சொன்ன தாரா, சுற்றிலும் தன் பார்வையைச் சுழலவிட்டாள்.

"எல்லாம் காமதேனு பாலோட மகிமை..." என்ற ஆதித்யா தன் இடுப்பை தடவிப் பார்த்தான். குடுவைக்குள் பால் பத்திர மாக இருந்தது.

"அடேயப்பா..."

"என்ன?"

"மேல பாறேன்... நமக்கு வானமா இருக்கறது மேகம் இல்ல... தண்ணீர்..."

"மேகம் கூட தண்ணீர்தான் தாரா... சயின்ஸ் படிச்சதில் லையா?"

"வழியுது துடைச்சுக்க..." என்று அவனுக்கு அழகு காட்டிய வள் கண் இமைக்காமல் அண்ணாந்து பார்த்தாள். "நாற்பதா யிரம் அடி உயரத்துல பறந்தப்ப மேகங்கள் தரையா தெரிஞ் சுது. இங்க என்னடான்னா தரையும், வானமும் தண்ணீரா இருக்கு. மொத்தத்துல இடத்துக்குத் தகுந்தபடிதான் முடி வும், ஆரம்பமும் இல்லையா..." ஆதித்யாவுடன் ஒன்றியபடி பேசினாள்.

"என்ன ஒரே தத்துவ மழையா பொழியற?"

"தோணிச்சு. பகிர்ந்துகிட்டேன். தட்ஸ் ஆல்..." என்று தாரா சொல்லி முடிக்கவும் அடி ஆழம் தட்டுப்படவும் சரியாக இருந்தது. "ஏய்... தரை தெரியுது..."

அவனும் குனிந்து பார்த்தான். "சமுத்திரத்தோட மேல்த ளத்துல தான் கொந்தளிப்பும், சீற்றமும். ஆழத்துல வெறும் அமைதி தான்..."

"என்ன மேன்... இப்ப நீ பிலாசஃபரா மாறிட்டியா?"

"உன்கிட்டேந்து ஒட்டிக்கிச்சு..."

சிரித்தான். சிரித்தாள். சிரித்தார்கள். எல்லாம் நல்லபடியாக முடிந்தது என்ற மகிழ்ச்சி அவர்களது ஒவ்வொரு சொற்களிலும் வெளிப்பட்டது.

தரை இறங்கிய பிறகும் தன் கைகளை அவள் இடுப்பிலிருந்து அவன் எடுக்கவில்லை. அவளும் அதை ஒரு பொருட்டாக நினைக்கவில்லை.

"இதோ இந்தப் பக்கம்..." தாரா சுட்டிக் காட்டிய திசை யைப் பார்த்தான். பாசிபடர்ந்த புதர்களுக்கு நடுவில் ஒற்றைய டிப்பாதை அவர்கள் இருந்த இடத்திலிருந்து ஆரம்பித்து வலது பக்கமாகச் சென்றது.

"வா போகலாம்..."

“கொஞ்சம் இரு...” என்று அவளைத் தடுத்த ஆதித்யாவின் கண்கள் சுருங்கின.

“என்ன விஷயம்?”

“சில காலடித் தடங்கள் தெரியுது பார்...”

“ஏய் லூசு... நமக்கு முன்னாடி வந்த நண்பர்களோட பாதச் சுவடு அது...”

“எனக்கென்னவோ அப்படித் தெரியல...”

“உன் சந்தேகத்தைத் தூக்கி அடுப்புல போடு...” என்றபடி அவனை இழுத்துக் கொண்டு நடந்தாள். சில நிமிட நடைக்குப் பிறகு அகன்று விரிந்த மைதானத்தை அடைந்தார்கள்.

“கோட்டை இருக்கும்னு குந்திதேவி சொன்னாங்களே... இங்க பார்த்தா அப்படி எந்த அடையாளமும் தெரியலையே...”

அவளுக்கு பதில் சொல்லும் மனநிலையில் அவன் இல்லை. விடை தெரியாத பல கேள்விகள் அவனைச் சுற்றிச் சுற்றி வந்தன. ‘நண்பர்கள் உங்களுக்காக காத்திருப்பார்கள். காமதேனுவின் பாலை அடையாளமாகக் காட்டுங்கள். உங்களை கோட்டைக் குள் அழைத்துச் செல்வார்கள். கோட்டையின் வாயில் பூதம் ஒன்றின் வாயாக இருக்கும்...’ என்றெல்லாம் திரி சங்கு சொர்க்கத்தில் குந்தி தேவி சொல்லியிருந்தாள்.

ஆனால் –

அந்த மைதானத்தில் அப்படி எதுவும் தென்பட வில்லை. கடலுக்குள் அவர்கள் இறங்கிய திசையும், தரை யைத் தொட்ட இடமும் சரிதான். அப்படியிருந்தும்...

“ஆதி... ஆதி...” அவனை உலுக்கினாள்.

“என்ன..?”

உதட்டின் மீது தன் ஆள்காட்டிவிரலை வைத்து அவனை அமைதியாக இருக்கச் சொன்னாள். ‘ஷ்... ஷ்...’ என்ற சத்தம் எங்கோ தொலைவில் மெல்லி தாகக் கேட்டது. ஆனால், நொடிக்கு சமமாக அந்த ஒலி யின் வேகமும் அதிகரித்தது.

சட்டென்று ஆதித்யாவின் காது மடல்கள் ஏறி இறங் கின. காதைப் பிளக்கும் ஓசையுடன் அந்த மைதானத்தில் இறங்கிய வாகனத்தைப் பார்த்ததும் இருவருமே அதிர்ந் தார்கள். காரணம், வந்தது விமானம். அதுவும் போர் விமானம்.

“ஆதி... இது... இது... பரத்வாஜ மகரிஷி வடிவமைச்ச விமானம்தானே?”

“ம்...”

“மும்பை ஆபீஸ்ல கிடைச்ச விமானிகா சாஸ்த்ரா நூல்ல இதைப் பார்த்திருக்கேன்...” முணுமுணுத்த தாராவின்

உதடுகள் அப்படியே உறைந்தன. காரணம், அந்தப் போர் விமானத்தின் கதவைத் திறந்துகொண்டு ஒரு பெண்மணி இறங்கினாள். அவர்களை நோக்கி வந்தாள்.

"அடையாளம்?"

வந்தவளை ஆராய்ந்தபடியே தன் மடியில் இருந்த குடுவையை எடுத்துக் காட்டினான். அதை திறந்து முகர்ந்து பார்த்தவளின் முகத்தில் மகிழ்ச்சி நிரம்பியது.

"வாங்க..." என்றபடி விமானத்தை நோக்கி நகர்ந்தவளைப் பின்தொடர்ந்து சென்றார்கள். மூவரும் ஏறி அமர்ந்ததும் "சீட் பெல்ட் போட வேண்டாம்..." என்றாள் அந்தப் பெண்மணி.

"வாவ்... வாள் நல்லா இருக்கே..?" என்றபடி தன்னருகில் இருந்த வாளை எடுத்த தாரா அதைச் சுழற்றினாள். "நைஸ்... உங்களோடதா?"

"இல்ல... விஜயாலய சோழனோடது..." என்று பதிலளித்த பெண்மணி விமானத்தைக் கிளப்பினாள்.

"உங்க பேரு?" தாராவின் கைகளில் இருந்த வாளை உற்றுப் பார்த்தபடியே ஆதித்யா கேட்டான்.

"மிஸஸ் ராஜி ரவிதாசன்..." என்றபடி அவனைப் பார்த்துப் புன்னகைத்தாள்.

34

“வணக்கம் ஆயி... தப்பு தப்பு... பூலோக ஆயின்னுதான் சொல்லணும் இல்லையா? ம்ஹும். அப்படியும் சொல்லக் கூடாது. அப்ப எதுதான் சரி..? கரெக்ட்... எக்ஸ் பூலோக ஆயிக்கு என் சிரம் தாழ்ந்த வந்தனங்கள்...”

கிண்டலுடன் ஒலித்த குரலுக்கு சொந்தக்காரர் யார் என்று பார்க்காமலேயே புரிந்தது. நிதானமாகத் திரும்பினாள் ஆயி.

“எப்படி இருக்க?” – இமயமலையின் பனியில் எந்தவித பாது காப்பும் இன்றி சாதாரண வேட்டி சட்டையுடன் நின்றிருந்த பரமேஸ்வர பெருந்தச்சனைப் பார்த்துக் கேட்டாள்.

“பார்த்தாலே தெரியலையா? பரம சௌக்கியமா இருக் கேன்...”

“பீஷ்மர்கிட்டேந்து பிரும்மாஸ்திரத்தை வாங்க முடியாம போன பிறகுமா..?”

“ஆமா. அதை நம்பியா நாங்க இருக்கோம்?”

“நாங்க?”

“ஆமா... பன்மைதான்...”

“பரவாயில்லையே... ஐக்கிய முன்னணி எல்லாம் அமைச் சிட்ட?”

“பழிவாங்கணும்னு முடிவு செய்துட்ட பிறகு ஒரே அலைவ ரிசைல இருக்கிறவங்களோட கை கோக்கறதுதானே தர்மம்?”

“தர்மம்?” பற்களைக் கடித்த ஆயி, சீற்றத்துடன் பரமேஸ்வர பெருந்தச்சனைப் பார்த்தாள். “அறத்தைப் பத்தி நீ பேசறியா?”

“தப்புதான். தர்மத்தைவிட்டு நீ விலகின பிறகு நான் மட் டுமே அறத்துக்காக போராடிக்கிட்டு இருக்கேன் பாரு... அது மன்னிக்க முடியாத குற்றம்தான்...”

“பரமேஸ்வரா...”

“உன்னால என்னை எதுவும் செய்ய முடியாது அம்பா...”

“அந்தப் பேரை உச்சரிக்காத...”

“ஏன் பழசெல்லாம் நினைவுக்கு வருதா?” – கடகடவென்று சிரித்த பரமேஸ்வர பெருந்தச்சன், “அப்ப வியாச பாரதத்துல நச்சுனு உட்கார்ந்திருக்கே ‘ஆதி பர்வம்...’ அதையும் மாத்திடலாமா?” என்றார்.

பதில் பேசாமல் மவுனமாக நின்றாள் ஆயி.

“நீ காசி மகாராஜாவோட மகள். உன்னோட சுயம்வரத்துக்கு வந்த பீஷ்மன், உன்னையும் உன் சகோதரிகளையும் தூக்கிட்டுப் போனான். எதுக்கு? தன்னோட சித்தி பசங்களுக்கு கட்டி வைக்க...”

“பரமேஸ்வரா...”

“சல்வானு கூப்பிடு...”

அவரைப் பார்க்கப் பிடிக்காமல் முகத்தைத் திருப்பிக் கொண்டாள் ஆயி.

“சவுபா நாட்டோட அரசனான நானும் நீயும் காதலிச்சோம். சுயம்வரத்துல நாம மணமுடிக்க இருந்தோம். நம்ம சந்தோஷத்தைக் கெடுத்தவன் அந்த பீஷ்மன்... அதையெல்லாம் மறந்துட்டியா?”

“அதை மட்டுமில்ல... அஸ்தினாபுரம் சபைல நம்ம காதலைச் சொல்லிட்டு திரும்பி வந்த என்னை நீ கழுத்தைப் பிடிச்சு வெளியேத்தினதையும் மறக்கல....”

“அம்பா...”

“ஆயின்னு கூப்பிடு. பீஷ்மரை பழிவாங்க சபதம் செஞ்சேன்... அதனாலேயே சிகண்டியா மறுஜென்மம் எடுத்து குருக்ஷேத்திரப் போர்ல அவரை நேருக்கு நேர் சந்திச்சேன்... இந்தப் பிறவியிலயும் ஆயியா நடமாடிட்டு இருக்கேன்... என்னோட குறிக்கோள் ஒண்ணே ஒண்ணுதான். அது பீஷ்மரை வீழ்த்தறது. தன்னோட அஸ்தி, கங்கைல கரைக்கப்பட அவர் விரும்பல... ஏன்னா, கங்கா தேவிதான் அவரோட அம்மா. அதனாலதான் மறைஞ்சு போன சரஸ்வதி நதியைத் தேடிட்டு இருக்காரு. அந்த ஆறு பாயற இடம் தெரிஞ்சதுமே அவரோட உயிர் பிரிஞ்சுடும். அதுவரைக்கும் என்னோட பிறவிகளும் இந்த பூலோகத்துலதான். இப்படி தர்மத்துக்கு கட்டுப்பட்டு வாழற என்கிட்ட அதர்மம் பக்கம் நிக்கிற நீ, அறத்தை உபதேசிக்கிறியா?”

“ஆயி...”

“சகோதர முறைலயும் சரி, இந்திரனுக்கு தானமா கொடுக்கப்பட்ட வகைலயும் சரி கர்ணனோட கவசம் பாண்டவர்களுக்குத்தான் சொந்தம். அதை கவுரவர்களுக்கும் வெளிநாட்டுக்காரங்களுக்கும் தாரை வார்க்க நினைக்கிற நீயெல்லாம் ஒரு மனுஷன்... சீ... உன்னை காதலிச்சதை நினைச்சு நான் வெட்கப்படறேன்...”

“வேதனையும் படறேன்னு சொல்லேன்...”

“இந்த வார்த்தை ஜாலத்துல ஒண்ணும் குறைச்சலில்ல...”

"வெறும் வார்த்தைகள்லதான் அம்பா நான் ஜாலத்தை காட்ட றேன்... உன்னை மாதிரி சரஸ்வதி நதி எங்க பாயுதுன்னு தெரிஞ்சும் ஒன்பது பேரை அலைய வைக்கிறதில்ல..."

"அதுக்கான காரணம் உனக்குப் புரியாது..."

"அவசியமேயில்ல அம்பா... முப்பெரும் தேவிகளா பூலோகத்துல நீயும், திரிசங்கு சொர்க்கத்துல குந்தியும், கபாடபுரத்துல திரவுபதியுமா ஆயி நாற்காலில உட்கார்ந்துகிட்டு கர்ணனோட கவசத்தை பாதுகாத்துட்டு இருக்கீங்களே... அதுக்கெல்லாம் முடிவு வந்தாச்சு. இந்தமுறை அந்த கவசத்தை நாங்கதான் கைப்பற்றப் போறோம்..."

"கனவுல கூட இது நடக்காது பரமேஸ்வரா..."

"அப்படியே நினைச்சுட்டு இரு... கபாடபுரத்துக்கு நீ அனுப்பின ஒன்பது பேரும் இன்னும் கொஞ்ச நேரத்துல சாகப் போறாங்க... அதைத் தடுக்க உன்னால மட்டுமில்ல... கபாடபுர ஆயியாலயும் முடியாது..."

"இது அரக்கு மாளிகை. அது தெரியாம இருக்க பொன் முலாம் பூசியிருக்காங்க..." தன்னைச் சுற்றிலும் குனிந்திருந்த எட்டு பேருக்கும் கேட்கும் வகையில் பேசினான் குள்ள மனிதன்.

"இவன் சொல்றது உண்மைதான்..." என்று பதிலளித்த மத்திம மனிதன் "இந்த மாளிகைக்கு யாரோ தீ வைச்சிருக்காங்க..." என்றபடி மூச்சை இழுத்துப் பிடித்தான்.

நெருப்பின் வாசனையை மற்றவர்களும் நுகர்ந்தார்கள்.

"யார் இந்த வேலையை செஞ்சது?" என்று திமிறிய உயரமான மனிதனை இழுத்துப் பிடித்தான் குள்ள மனிதன்.

"வேற யாரு? நண்பர்கள் போர்வைல வந்திருக்கிற எதிரிங்கதான்..."

"அவங்கள ஒரு கை பார்க்காம விடக் கூடாது..." மத்திம மனிதன் முஷ்டியை மடக்கினான்.

"ஷ்... அமைதியா இருங்க..." என்று அடக்கிய குள்ள மனிதன் அழுத்தம்திருத்தமாகச் சொன்னான். "மகாபாரதம் திரும்புது. பாண்டவர்கள அழிக்க கவுரவர்கள் இதே மாதிரிதான் ஏற்பாடு செஞ்சாங்க. அப்ப விதுரர் ஒரேயொரு வாக்கியம்தான் சொன்னாரு. 'காடு தீப்பற்றி எரியும்போது எலிகள் பூமிக்குள் இருக்கும் வளையில் புகுந்துவிடும்...'"

"அதுமாதிரி இப்ப நாம தப்பிக்கணும்னு சொல்றியா?"

"ஆமா. கோபம் வர்றது இயற்கை. ஆனா, எதுக்காக கோபப்படறோம், யாரை நோக்கி ஆவேசப்படறோம், அந்த கோபத்தை எப்ப எந்த இடத்துல வெளிப்படுத்தப் போறோம்ங்கறது எல்லாத்தையும்

விட முக்கியம். ஏன்னா ஆவேசத்தை வெளிப்படுத்தற இடம்தான் வெற்றியை தீர்மானிக்கும். இப்ப இந்த இடத்துல நாம சிங்கமோ, புலியோ, சிறுத்தையோ இல்ல. எலி..." என்ற குள்ள மனிதன் அதன் பிறகு தாமதிக்கவில்லை. சிற்ப சாஸ்திர அடிப்படையில் கபாடபுரத்தில் கட்டப்பட்டிருந்த அந்த மாளிகையில் நிச்சயம் சுரங்கம் அமைக்கப்பட்டிருக்க வேண்டும் என்று நினைத்தான். எதிர்பார்த்தது போலவே யாளி சிற்பம், சுரங்கத்தின் வாயிலாக இருந்தது.

யாளியின் அகன்ற வாய்க்குள் கையை நுழைத்து தென்பட்ட பொறியைத் திருகினான். தரை பிளந்து வழிவிட்டது. மடமட வென்று ஒன்பது பேரும் இறங்கினார்கள்.

கடைசியாக இறங்கிய நபர் ஏழாவது படிக்கட்டில் கால் வைக் கவும் சுரங்கம் மூடவும் சரியாக இருந்தது. கூடவே பரவி வந்த தீயும் மாளிகையை முற்றிலுமாக விழுங்க ஆரம்பித்தது. அந்த உஷ் ணத்தை சுரங்கத்தில் இருந்தவர்களால் உணர முடிந்தது.

"கடலுக்குள்ள நெருப்பு..." என்று முணுமுணுத்தபடியே படிக்கட்டு முடிந்து ஆரம்பமான தாழ்வாரத்தில் அடியெடுத்து வைத்தான் மத்திம மனிதன். அது அகலமான தாழ்வாரம். அதன் மறுமுனை ஒற்றையடிப் பாதை போல் நீண்டிருந்தது. "அதுவழி யாதான் போகணும்னு நினைக்கறேன்..." என்றபடி அங்கு சென்ற வன் திகைத்து நின்றான். அவனைப் பின்தொடர்ந்து வந்தவர்களும் தங்கள் முன்னால் விரிந்த காட்சியைக் கண்டு அதிர்ந்தார்கள்.

காரணம், நீளமான அந்த ஒற்றையடிப் பாதை, கண்ணாடியால் மூடப்பட்டிருந்தது. இருளில் ஒளிர்ந்த கடலின் ஆழமும், சுதந்திர மாக நீந்திக் கொண்டிருந்த சுறாமீன்களும் துல்லியமாகத் தெரிந் தன. பாதையில் நடப்பவர்களுக்கு சிரமம் ஏற்படக் கூடாது என் பதற்காக ஆங்காங்கே விளக்கு ஏற்றப்பட்டிருந்தது.

தங்கள் அருகில் இருந்த விளக்கை தொட்டுப் பார்க்க தன் கைகளை நீட்டினான் உயரமான மனிதன்.

"தொடாத..." என்று தடுத்தான் குள்ள மனிதன்.

"ஏன்?"

"அது விளக்கில்ல..."

"என்ன சொல்ற?"

"உண்மையைச் சொல்றேன். நம்ம கண் முன்னாடி விரிஞ்சிருக் கிற இந்தப் பாதையும் நிஜமானதில்ல..."

"அப்படீன்னா?"

"மாயா லோகம்..."

"என்னது?"

"ராஜசூய யாகம் செய்ய பாண்டவர்கள் முயன்றப்ப ஒரு மாளி கையைக் கட்ட தர்மர் நினைச்சாரு. இதுக்காக தேவர்களோட

கட்டிடக்கலை வல்லுனரான மயனை அவர் கூப்பிடல. பதிலா மாயாவை நியமிச்சார். இந்த மாயா, அசுரர்களோட கட்டிடக் கலைஞர். அப்படி கட்டப்பட்ட மாய மாளிகைக்கு வந்த துரியோ தனன் தண்ணீர் தொட்டின்னு நினைச்சு சாதாரண தரையைத் தொட்டு ஏமாந்தான். சாதாரண தரைன்னு நினைச்சு நீர்த் தொட் டில விழுந்தான். கதவுன்னு நினைச்சு சுவர்ல முட்டிகிட்டான். சுவர்னு நினைச்சு கதவைத் திறந்தான். இதைப் பார்த்துட்டு திரவு பதி சிரிச்சாங்க. அந்த அவமானம் தாங்காமத்தான் பாஞ்சாலியை துகிலுரிக்க துரியோதனன் முடிவு செஞ்சான்...''

''அதுமாதிரி இந்த சுரங்க வழின்னு சொல்றியா?'' புருவத்தை உயர்த்தினான் மத்திம மனிதன்.

''ஆமா...''

''அப்ப சரியான வழிய எப்படி கண்டுபிடிக்கிறது?''

''சாவிய வைச்சுத்தான்...''

''கொஞ்சம் புரியும்படியா சொல்லு...''

''தெளிவாவே சொல்றேன். முழுக்க முழுக்க கணித சூத்திரத் தால கட்டப்பட்டதுதான் மாய மாளிகை. அதனால சரியான ஃபார்முலா தெரிஞ்சவங்களாலதான் நடமாட முடியும். ஒரே யொரு உதாரணம் சொல்றேன். ஒரு ராணுவ முகாமுக்குள்ள தினமும் பணியாளர்கள் நுழையணும். ஆனா, வாசல்ல கெடுபிடி அதிகம். ஐடி கார்ட், கைரேகை, டிஎன்ஏ... இதெல்லாம் பத்தாது. வாசல்ல நிக்கறவன் ஒவ்வொரு நாளும் ஒவ்வொரு கேள்வியை நுழையறவங்ககிட்ட கேட்பான். அப்படி ஒருநாள் அவன் கேட்ட கேள்வி, *'12'*. அதுக்கு முதல்ல வந்தவன் சொன்ன பதில், *'6'*. அவனை உள்ள அனுப்பிட்டு இரண்டாவது ஆளைப் பார்த்து *'10'*னு சொன்னான். முதல் ஆள் சொன்னதை வைச்சு இந்த இரண்டாவது ஆள் *'5'*னு பதில் சொன்னா இவனை உள்ள விட மாட்டான். ஏன் சொல்லுங்க?''

எட்டு பேரும் ஒருவரையொருவர் மௌனமாகப் பார்த்துக் கொண்டார்கள்.

குள்ள மனிதன், தானே பதில் சொல்ல ஆரம்பித்தான். ''சங்கேத சொற்களை கணித சூத்திரத்தாலதான் உடைக்க முடி யும். *'12'*. இதை ஆங்கிலத்துல எழுதினா 'Twelve'. இதுல ஆறு ஆங்கில எழுத்து இருக்கு. அப்ப இதுல சரிபாதி 'Six'. மூன்றெ ழுத்து. சரியா? இப்ப இரண்டாவது ஆள்கிட்ட கேட்ட கேள்வி, *'10'*. 'Ten'. இதுக்கான பதில் *'5'* இல்ல. *'3'*. அதாவது 'Three'. ஐந்தெழுத்து...''

''புரியல...''

''இங்க நம்பர்ஸ் முக்கியமில்ல. எழுத்துத்தான் அடிப்படை. அதனால நிஜ வாழ்க்கையோட கணித ஃபார்முலா இங்க

சரிப்பட்டு வராது. நான் லீனியரா யோசிச்சாத்தான் இந்த இல்யூஷனோட சூத்திரத்தை உடைக்க முடியும்..."

"அந்த வழிமுறை உனக்குத் தெரியுமா?"

"எனக்கு மட்டுமில்ல... இந்த உலகத்துல யாருக்குமே தெரியாது..."

"வந்த வழியே திரும்பிடலாம்..."

"அதுவும் முடியாது. நாம சுழல்ல மாட்டிகிட்டோம். ஃபார்முலாவை பிரேக் பண்ணாம நகர முடியாது..."

"அப்ப தப்பிக்க வழி?"

"காமதேனுவோட பாலை தரைல தெளிச்சாதான் வழியைக் கண்டுபிடிக்க முடியும்..."

"அந்தப் பால்?"

"நம்ப நண்பர்கள்கிட்ட இருக்கு... அவங்க யாரு, எங்க இருக்காங்கனு தெரியல..." என்று குள்ள மனிதன் சொல்லவும் அவர்கள் ஒன்பது பேரையும் விழுங்குவதற்காக நெருப்புப் பந்து ஒன்று வரவும் சரியாக இருந்தது.

அதே நேரம்...

"மிஸஸ் ராஜி ரவிதாசன்..." என்று சிரித்தபடி தன் பெயரைச் சொன்னவளின் கால்களில் சாஷ்டாங்கமாக விழுந்த ஆதித்யா, "தாயே... உங்களுக்காகத்தான் இதைக் கொண்டு வந்திருக்கேன்..." என்றபடி காமதேனுவின் பாலை அவளிடம் கொடுத்தான்.

35

“ரொம்ப நடிக்காத. எழுந்திரு...” அலட்சியமாக சிரித்த ராஜி, விமானத்தைக் கிளப்பினாள். ஆதித்யா தன் முன் நீட்டிய காமதேனுவின் பாலை தன் கையால் கூட அவள் தொடவில்லை.

“எனக்கு இது தேவைப்பட்டிருந்தா, அடையாளத்துக்கு நீ காட்டினப்பவே எடுத்திருக்க மாட்டேனா..? ‘அம்மா... தாயே... தெய்வமே’ன்னு எல்லாம் உருகி வழியாம சீட்ல உட்காரு...”

பதில் பேசாமல் அமைதியாக அமர்ந்தான். இதையெல்லாம் பிரமை பிடித்தபடி கவனித்த தாராவின் பிடி நழுவியது. தரையில் விழப்போன விஜயாலய சோழனின் வாளை சட்டென்று ஆதித்யா பிடித்தான்.

“முப்பாட்டன் சொத்து கை நழுவிடக் கூடாதுனு பார்க்கறியா?” விமானத்தை டேக் ஆஃப் செய்யாமல் தரையில் ஓடவிட்டபடியே ராஜி கேட்டாள்.

“சிதறிடக் கூடாதுன்னு பார்க்கறேன்...” ஆதித்யாவின் பதிலில் அமைதி தெரிந்தது.

“உள்ளூர பயப்படறியா?”

“ஆமா...”

“காரணம்?”

“ரவிதாசன்...” மரியாதையுடனேயே பதிலளித்தான். கேட்ட ராஜியின் முகத்தில் பெருமை சுடர்விட்டது.

“ஆதி... என்ன நடக்குது இங்க? நீங்க ரெண்டு பேரும் எதைப் பத்தி பேசறீங்க?” குழப்பத்துடன் கேட்ட தாராவைப் பார்த்து ராஜி நகைத்தாள்.

“இவனும் நானும் பழங்கதையை பேசறோம்...”

“அது கறிக்கு உதவுமா?”

“இப்போதைக்கு உயிரை காப்பாத்திக்க நிச்சயம் உதவும்...”

தன்னைப் பார்க்காமல் ஜன்னலுக்கு வெளியே பார்த்தபடி பதிலளித்த ராஜியை பார்க்கப் பார்க்க தாராவுக்கு கோபம் வந்தது.

"ஆதி... வாட் இஸ் திஸ்? இவ என்ன சொல்றா?"

"ஷ்... இவங்களை மரியாதை குறைவா பேசாத..."

"ஏன்? அவ்வளவு பெரிய அப்பாடக்கரா?"

"ஆமா. சூத்திரதாரி..."

"இப்ப நடந்துக்கிட்டு இருக்கிற விஷயங்களுக்கா?"

"காலம் காலமா தொடர்கிற வேட்டைக்கு..."

"அதனாலதான் நமக்கு நட்பா இருக்காங்களா?"

"இல்ல... நம்ம முயற்சியை தடுத்துட்டு இருக்காங்க..."

"நீ என்ன சொல்ற?"

"உண்மையைச் சொல்றேன்..."

"அப்ப நாம தேடி வந்த நண்பர் இவங்க இல்லையா?"

"தேடாம இருந்தாலும் இவங்களை நாம நட்பாதான் பார்க்கறோம்..."

"அப்படீன்னா இவங்க நம்மை எதிரியா பார்க்கறாங்களா?"

"ஆமா... இல்லை...ன்னு ரெண்டு மாதிரியும் இதுக்கு பதில் சொல்லலாம்..."

"இப்ப நாம எங்க போய்க்கிட்டு இருக்கோம்..."

"ஜெயிலுக்கு..."

"வாட்?"

"யெஸ் தாரா... இவங்க நம்மை கைது செய்திருக்காங்க..."

"யார் இவங்க?"

"நூறு பேர் கொண்ட கவுரவர்கள்ல ஒண்ணே ஒண்ணு கண்ணே கண்ணுன்னு பிறந்த பெண் குழந்தை இவங்கதான்..!"

"**எ**ன் மனைவி மேல எனக்கு நம்பிக்கை இருக்கு. ஆனா, ஆதித்யாவை நம்ப நான் தயாரா இல்ல..." அமைதியைக் கிழித்த ரவிதாசனின் குரல், அங்கிருந்தவர்களின் நரம்பை சுண்டி இழுத்தது.

"சரி, இப்ப என்ன பண்ணலாம்?"

கேட்ட சூ யென்னை உற்றுப் பார்த்தான் ரவிதாசன். "நீதான் சொல்லணும்..."

"நானா?"

"ஆமா. ருத்ரனோட இதயம் பாதுகாப்பா இருக்கா?"

"இருக்கு..."

"சரி, விதுரரை எங்க சந்திச்சீங்க? எப்படி திரிசங்கு சொர்க் கத்துக்கு வந்தீங்க?"

"இப்ப அதை அவசியம் தெரிஞ்சுக்கணுமா?"

"அது தெரியாம தாராவையும், ஆதித்யாவையும் மட்டுமில்ல... சுரங்கத்துல இருக்கிற ஒன்பது பேரையும் நாம அழிக்கவும் முடியாது. கர்ணனோட கவசத்தை கைப்பற்றவும் முடியாது..."

"சுரங்கமா? அப்ப நாம வச்ச நெருப்புல அந்த ஒன்பது பேரும் எரியலையா?" சட்டென்று ஃபாஸ்ட் கேட்டான்.

"இல்ல. தப்பிக்கணும்னு நினைச்சு செஞ்ச காரியம் அவங்க கழுத்துக்கே சுருக்கா அமைஞ்சுடுச்சு..."

"அப்ப அது இறுகிடும்தானே?" ஆனந்தின் குரலில் மகிழ்ச்சி தென்பட்டது.

"அதுக்குள்ள ஆதித்யா அவங்களை காப்பாத்திடுவான்..."

இயல்பாகச் சொன்ன ரவிதாசனை திகைப்புடன் ஃபாஸ்ட்டும், சூ யென்னும் பார்த்தார்கள்.

"எப்படி அவ்வளவு உறுதியா சொல்றீங்க?" படபடப்புடன் கேள்வியை இறைத்த ஆனந்தை இகழ்ச்சியாகப் பார்த்தான் ரவிதாசன்.

"உங்க எல்லாரையும் விட எனக்கு ஆதித்யாவை நல்லா தெரியும். அவன் சூரியன். அவ்வளவு சுலபத்துல அவனை கட்டிப் போட முடியாது. நான் கேட்டதுக்கு பதில் சொல்லுங்க. விதுரரை எங்க சந்திச்சீங்க?"

"அது..." இழுத்த சூ யென்னின் சட்டையை கொத்தாகப் பிடித்த ரவிதாசன், "நிலமையை புரிஞ்சுக்க. எரிஞ்சுக்கிட்டு இருக்கிற மாளிகைக்குக் கீழ அந்த ஒன்பது பேரும் இருக்காங்க. ராணுவத் தளவாட உற்பத்தில அவங்களை அடிச்சுக்க ஆளில்ல. உண்மைல அவங்க நவக்கிரகத்தோட பிம்பங்கள். இப்போதைக்கு அவங்க மாய மாளிகையோட ரகசிய சூத்திரங்களை விடுவிக்க முடியாம திணறிகிட்டு இருக்காங்க. அந்த ஃபார்முலாவை பிரேக் பண்ண ஆதித்யாவால முடியும். அதை நாம தடுக்கணும்னா விதுரரை நாம கட்டிப் போடணும். அதுக்கு துரோணர் உதவுவார். இதெல்லாம் சரிவர நடக்கணும்னா, விதுரரை எங்க, எப்ப, எப்படி சந்திச்சீங்கனு நீங்க சொல்லியாகணும்..."

"சொல்றேன்..." என ஃபாஸ்ட் ஆரம்பித்தான்.

அதைக் கேட்பதற்காக தன் வலது கையை கன்னத்தில் வைத்தபடி சாய்ந்து அமர்ந்தாள் பாலா. அவளது ஆள் காட்டி விரலின் நக இடுக்கில் இருந்த சாட்டிலைட் போன் 'ஆன்' ஆனதற்கு அறிகுறியாக பச்சை நிற ஒளியை புள்ளியாக உமிழ்ந்தது.

கண்ணோரம் இதைக் கவனித்த சங்கர் புன்னகைத்தான்.

திரிசங்கு சொர்க்கத்தில் ஐந்து சாவிகளாக பிரிந்திருந்த குந்தி, ஒன்று சேர ஆரம்பித்தாள்.

ஸ்பேஸ் ஸ்டேஷனில் அமர்ந்தபடி சட்டீஸ்கர் பகுதியை கவனித்துக் கொண்டிருந்த அந்த மனிதரின் புருவம் சுருங்கியது. விடைத்த தன் வலது பக்க காதை கவனித்தார். நிதானமாக எழுந்தார். புவியீர்ப்பு விசை இல்லாததால் அந்தரத்தில் பறந்தபடியே சாக்கடை மூடி போல் தென்பட்ட பகுதியை திருகினார். கதவு திறந்தது.

இரும்புக் கம்பியை பிடித்தபடியே வெளியே வந்தவர், பழையபடி மூடியை மூடினார். பிடிப்பை தளர்த்துவதற்கு முன்பு அங்கிருந்த நீளமான பெல்ட்டின் நுனியை தன் இடுப்பில் இருந்த சங்கிலியில் இணைத்தார். பின்னர் அரைவட்டமாகவும், முழு வட்டமாகவும் பிரபஞ்ச வெளியில் சுற்ற ஆரம்பித்தார்.

ஆனால், ஸ்பேஸ் ஸ்டேஷனை விட்டு எங்கும் அவர் செல்லவில்லை. இடுப்பில் இருந்த பெல்ட் அதை அனுமதிக்கவும் இல்லை. சுற்றியபடியே ஸ்பேஸ் ஸ்டேஷனின் மறுமுனைக்கு வந்தார். கைகளை நீட்டி அங்கிருந்த இரும்பு வளையத்தை பிடித்தார்.

வெளியை கிழித்த கால்கள் மெல்ல ஊசலாடின. அங்கிருந்தபடியே வடக்குத் திசையை உற்றுப் பார்க்க ஆரம்பித்தார். பல்லாயிரம் மைல்களுக்கு அப்பால் இருந்த எண்ணற்ற நட்சத்திரங்களுக்கு மத்தியில் ஒரேயொரு ஒளி மட்டும் இவரை நோக்கி வேகமாக வந்து கொண்டிருந்தது. ஒளியின் வேகத்தை கணக்கிட்டவர், அது தன்னை நெருங்கும் நொடிக்காக அசையும் உடலுடன் காத்திருந்தார்.

புள்ளியின் விட்டம் மெல்ல மெல்ல அதிகரித்தது. சிறு புள்ளி, சின்ன பந்தாகி, டேபிள் டென்னிஸ் பால் ஆக உருமாறி, டென்னிஸ் பந்தாக விரிந்து, கால்பந்தைப் போல் பெரியதாகி அவர் இருந்த ஸ்பேஸ் ஸ்டேஷனுக்கு சில நூறு மைல் தள்ளி நின்ற போது –

அரைவட்ட வடிவ கோபுர கலசமாக மாறியிருந்தது.

அதுவும் ஒரு ஸ்பேஸ் ஸ்டேஷன்தான். இவரைப் போலவே அதற்குள்ளிருந்தும் ஒரு மனிதர் மூடியைத் திறந்து வெளியே வந்தார். இடுப்பில் பெல்ட் கட்டிக் கொண்டார். அரை வட்டமாகவும், முழு வட்டமாகவும் சுற்றியபடியே இவர் இருந்த இடத்தை நோக்கி வந்தார். இவருக்கு அருகிலிருந்த கொக்கியைப் பிடித்தபடி அந்தரத்தில் ஆடினார்.

"என்ன திடீர்னு இந்தப் பக்கம்?" வந்தவரை நோக்கி கேட்டார்.

"காரணமாத்தான். உன் பையன் ஏவின பிரும்மாஸ்திரம் இப்ப கிருஷ்ணர்கிட்ட இல்ல..."

"என்னது?"

"ஆமா. பீஷ்மர் மூலமா அது நவக்கிரகங்கள் கைக்கு போயிடுச்சு..."

"ஈஸ்வரா..."

“ஐந்து உயிர்களைப் பறிக்காம அது அடங்காது...”

“என் மகன் எங்க?”

“அடுத்த பிரம்மா பதவி அவனுக்குத்தான? தவம் செஞ்சுட்டு இருக்கான்... அதை கலைக்க முடியாது...”

“இப்ப நான் என்ன செய்யணும்?”

“உங்கப்பா பரத்வாஜ மகரிஷி உனக்கு சொல்லித் தந்த சிற்ப ரகசியத்தை வெளியிடணும்... மதுரை வெள்ளியம்பல நடராஜரை காப்பாத்தணும்...”

“வேற வழியே இல்லையா?”

“இல்ல... ஏன்னா, ஏகலைவன் உயிர் ஊசலாடிக்கிட்டு இருக்கு... அன்னிக்கி கட்டை விரலை வாங்கின. அந்தப் பழி இப்ப வரைக்கும் உன்னைத் துரத்திட்டு இருக்கு. இந்த நிலைல திரும்ப தப்பு பண்ணப் போறியா..?” அழுத்தத்துடன் கேட்டார் வந்தவர். அவரையே உற்றுப் பார்த்தார் அங்கிருந்தவர்.

வந்தவர் விதுரர். அங்கிருந்தவர் துரோணர்.

“இது எந்த இடம்?”

“சிறை...”

“இங்கிருந்து தப்பிக்க முடியுமா?”

“அதைத்தான் யோசிச்சிட்டு இருக்கேன்...”

“நம்ம நண்பர்கள் யாருனு தெரியுமா?”

“தெரியாது...”

“அவங்க இப்ப எங்க இருக்காங்க?”

“நமக்குக் கீழ...”

“ஏய்... நிஜமாவா சொல்ற?”

“ம்...”

ஆதித்யாவும், தாராவும் ஒருவர் முதுகில் மற்றவர் சாய்ந்தபடி நின்று கொண்டிருந்தார்கள்.

“எப்படி அவ்வளவு உறுதியா சொல்ற?” தாராவின் குரலில் திகைப்பு.

“மகாமேருவை பார்த்திருக்கியா?” என்றபடி அவள் பக்கமாகத் திரும்பினான் ஆதித்யா.

“பார்த்திருக்கேன்...”

“சைட்லேந்து பார்த்தா அது பிரமிடு மாதிரி இருக்கும். ஆனா, டாப் ஆங்கிள்ல பார்த்தா, சதுரம்...”

“ம்...”

“பெரிய சதுரத்துக்குள்ள ஏராளமான சதுரமும், முக்கோணமும் குட்டி குட்டியா இருக்கும்...”

“ம்...”

“ஒருவகைலே இதை புதிர் மாதிரின்னு சொல்லலாம். சின்ன வயசுல நாமும் விளையாடியிருப்போம். பத்திரிகைல அரைப்பக் கத்துக்கு ஒரு பாக்ஸை வெளியிட்டிருப்பாங்க. ‘டிங்கு அந்தப் பக்கம் போகணும். வழியை கண்டுபிடிங்க பார்க்கலாம்’னு கேட் டிருப்பாங்க. அந்த பாக்ஸ் உள்ள சின்னச் சின்னதா கட்டங்கள் இருக்கும். அதுல பல பாதைகள் விரியும். ஆனா, ஒரு வழியைத் தவிர மத்தது எல்லாமே முட்டுச்சந்து. சரியான ரோட்டை பென் சில்ல வரையணும். இதுதான் சவால்...”

“நினைவுல இருக்கு...”

“குட். இப்ப நிஜத்துல அந்த விளையாட்டைத்தான் நாம விளையாடப் போறோம். ஏன்னா, நம்மை மகாமேரு சிறை லேதான் அடைச்சிருக்காங்க. ஒரு முனைல நாம இருக்கோம். மறுமுனைல நம்ம நண்பர்கள் இருக்காங்க...”

“ஒருவேளை அவங்க மறுமுனைல இல்லைனா?”

“யந்திரம் சுத்தாது...”

“யந்திரம்?”

“ம்... மகாமேரு உண்மைல ஒரு யந்திரம். இது சுத்தணும்னா இருமுனைலயும் ஆட்கள் தேவை. அவங்களும் நம் தரப்பு ஆட் களா இருக்கணும்...”

“எல்லாம் சரி ஆதி... யந்திரம் எதுக்கு சுத்தணும்?”

“அப்பதானே கர்ணனின் கவசம் கிடைக்கும்...”

“வாட்?”

“யெஸ் தாரா... மகாமேரு ஒரு சாவி. அதைப் போட்டு திரு கினா பூட்டு திறக்கும்...”

“மை காட்... அதனாலதான் இந்த சிறையை – ஐ மீன் சாவியை – மகாமேரு மாதிரியே வடிவமைச்சிருக்காங்களா?”

“எக்ஸாக்ட்லி...”

“ஸோ, கர்ணனோட கவசத்தைக் கைப்பற்ற நம்மையும் நம்ம நண்பர்களையும் ப்ளான் பண்ணி இந்த சாவிக்குள்ள தள்ளியி ருக்காங்க... இல்லையா?”

“ஆமா...”

“அப்ப கூடிய சீக்கிரமே பூட்டைத் திறக்க இந்த ஜெயிலை சுத்த வைப்பாங்கனு சொல்ற...”

“அதே... அதே...”

“ஓகே. வா தப்பிக்க வழி இருக்கான்னு பார்க்கலாம்...”

“அதுக்கு பதிலா இன்னொண்ணு செய்யலாம்...”

“என்னது?”

“யந்திரம் சுத்தாதபடி சாவியோட நுனியை மழுங்கடிக் கலாம்...”

கண்கள் விரிய அவனைப் பார்த்தாள். “காதுல பூ சுத்தறியா?”

"இல்ல தாரா... ஜெயிலோட அமைப்பையே தலைகீழா மாத் திடலாம்..."

"எப்படி முடியும்?"

"சிற்ப ரகசியம். வெள்ளியம்பல நடராஜரின் மகிமை..." என்று ஆதித்யா சொல்லி முடிக்கவும், அவர்கள் இருந்த சிறை சுற்ற ஆரம்பிக்கவும் சரியாக இருந்தது.

36

“ஆதி, யந்திரம் சுத்த ஆரம்பிச்சுடுச்சு...” – தாராவின் குரலில் பரபரப்பு தொற்றிக் கொண்டது.

“இல்ல தாரா... இது வார்ம் அப். பல நூறு வருஷங்களா சக்கரம் சுத்தாம இருக்கறதால அதுக்கு கிரீஸ் போட்டுட்டு இருக்காங்க...”

“அப்படீன்னா நமக்கு இன்னும் நேரம் இருக்கு...”

“இல்ல. அவகாசம் சில நிமிடங்கள்தான். அதுக்குள்ள இந்த ஜெயிலோட முனையை மழுங்கடிக்கணும்...”

“என்ன இது... திடீர்னு இந்த மர்ம உலகம் சுத்த ஆரம்பிக்குது?” – தள்ளாட ஆரம்பித்த மத்திம மனிதன், கீழே விழாமல் இருப்பதற்காக காலை அழுத்தமாக ஊன்றி நின்றான்.

“நெருப்பு பந்து நம்மை நோக்கி வருது... ஓடுங்க...” அலறிய உயரமான மனிதன், சட்டென்று ஆச்சர்யத்தில் வாய் பிளந்தான். வேகமாக உருண்ட நெருப்புக் கோளம் ஸ்விட்ச் போட்டது போல் அப்படியே நின்றதுதான் காரணம்.

“என்ன நடக்குது?” கால்கள் நடுங்க மத்திம மனிதன் வார்த்தைகளை உதிர்த்தான்.

“யந்திரத்தை சுத்த வைக்கப் போறாங்க. அதுக்கான முன் ஏற்பாடு இது. யந்திரம் சுத்த சுத்த அந்த நெருப்பு பந்து நம்மை நோக்கி வரும். விழுங்கும்...” பதிலளித்த குள்ள மனிதன் தொடர்ந்தான். “அப்படீன்னா நம்ம நண்பர்கள் இந்த மாய உலகத்தோட மறு முனைல இருக்காங்கனு அர்த்தம்... நிச்சயம் அவங்க நம்மைத் தொடர்பு கொள்ள முயற்சிப்பாங்க...”

“அதுவரைக்கும் நாம சும்மா இருக்கணுமா?”

“தேவையில்லன்னுதான் நினைக்கறேன்...” உயரமான மனிதனை நோக்கி பதிலளித்த மத்திம மனிதன், மறு நொடியே குள்ள மனிதன் பக்கம் திரும்பினான். “எதையாவது செஞ்சு ஃபார்முலாவை

பிரேக் பண்ணுவோம். அவங்களை வழில சந்திப்போம். நேரமும் மிச்சமாகும். என்ன சொல்ற?"

"ஆமோதிக்கறேன். ஆனா, எல்லாரும் போக வேண்டாம்..."

"பின்ன?"

"நான் மட்டும் மறுமுனைக்கு வழி இருக்கான்னு பார்க்கறேன். நீங்க இங்கயே இருங்க..."

"இதை என்னால ஏத்துக்க முடியாது..." என்று பதிலளித்த மத்திம மனிதனின் கைகளைப் பற்றினான் உயரமான மனிதன்.

"குள்ளன் சொல்றது சரிதான். ஆபத்துல நாம ஒன்பது பேரும் ஒரே நேரத்துல சிக்கறது சரியில்ல. அவன் போகட்டும். நாம இங்கயே இருப்போம். அப்பதான் நம்ம நண்பர்கள் ஒருவேளை வேற வழியா இந்தப் பக்கம் வந்தாலும் நாம அவங்களை சந்திக்க முடியும்..."

"ஆனா..." என்று இழுத்த மத்திம மனிதனை பார்வையால் எரித்தான் குள்ள மனிதன்.

"நட்புக்கு இங்க இடமில்ல... கர்ணனோட கவசத்தை எதிரிங்க கைப்பற்றக் கூடாது. அது மட்டும்தான் நம்ம நோக்கம்..."

"அதுக்காக உன்னை பலி கொடுக்க சொல்றியா?"

"அப்படி ஒண்ணு நடந்தா, அது நம்ம குழுவுக்கு பெருமைதான்..."

"தாரா... நல்லா கவனி. இரண்டாவது முறை சொல்ல வைக்காத..." கண்களை நான்கு புறமும் சுழற்றியபடியே பேசினான் ஆதித்யா.

"ம்... சொல்லு..." கைகளை தேய்த்தபடி தயாரானாள் தாரா.

"இப்ப நாம இரண்டு பேரும் தனித்தனியா பிரியப் போறோம்..."

"ம்..."

"ஃபிபொனசி கோட்–ஐ அமல்படுத்தப் போறோம்..."

"இத்தாலிய கணித ஸ்காலரை சொல்றியா?"

"யெஸ். மத்திம காலத்துல இந்திய – அராபிய எண்கணித முறையை ஐரோப்பாவுல அறிமுகப்படுத்தினாரே... அவரேதான். அவரோட வழிமுறையைத்தான் இப்ப நாம செயல்படுத்தப் போறோம்..."

"சுருக்கமா அதை சொல்லிடு. நினைவுல இல்ல..."

"ஓகே. ஃபிபொனசி நம்பர் பூஜ்ஜியத்துலேந்து ஆரம்பிக்கும்..."

"ம்..."

"அதுக்குப் பிறகு ஒண்ணு, இரண்டு, மூன்றுன்னு போய்க்கிட்டே இருக்கும்..."

"ம்..."

"நாம இப்ப இருக்கிற இடத்தை பூஜ்ஜியம்னு நினைச்சுக்க..."

"ஓகே..."

"நீ அந்தப் பக்கமும், நான் இந்தப் பக்கமுமா பிரிஞ்சு நடக்கப் போறோம்... அதாவது மகாமேரு உள்ள இருக்கிற வெவ்வேறு சதுரம், முக்கோணத்துக்குள்ள நுழையப் போறோம்..."

"ம்..."

"முதல் சதுரத்துல நான் நுழைஞ்சதும் ஓரடி எடுத்து வச்சுட்டு வலப்பக்கம் திரும்புவேன்... நீயும் அதே போல ஓரடி எடுத்து வைச்சுட்டு திரும்பு. ஆனா, வலப்பக்கம் இல்ல... இடது பக்கம்..."

"சரி..."

"இப்ப நாம ரெண்டு பேரும் அடுத்த சதுரத்துல இருப்போம்..."

"புரியுது..."

"அதுல நான் இரண்டடி நடந்துட்டு இடது பக்கம் திரும்புவேன். நீயும் அதே போல இரண்டடி நடந்துட்டு வலப்பக்கம் திரும்பு..."

"ஓகே..."

"இப்ப நாம ஒவ்வொருத்தரும் நமக்கான மூணாவது சதுரத்துல இருப்போம்..."

"ஆமா..."

"இதுல நான் மூன்றடி எடுத்து வைச்சுட்டு வலப்பக்கம் திரும்புவேன்..."

"நானும் அதே போல செஞ்சுட்டு இடது பக்கம் திரும்பணுமா?"

"இல்ல..." என்று தலையசைத்த ஆதித்யா, "கவனி தாரா... இந்த மூணாவது சதுரத்துக்குள்ள நீ நுழையறதுலேந்து ஒரு விஷயத்தை மறக்கக் கூடாது..." என்றான்.

"என்னது?"

"இதுக்கு முன்னாடி இரண்டு சதுரத்துக்குள்ள நீ எத்தனை ஸ்டெப்ஸ் வைச்சியோ அதனோட ப்ளஸ்ஸை நீ அமல்படுத்தணும்..."

"அதாவது, முதல் இரண்டு சதுரங்கள்ல ஒண்ணு, இரண்டுன்னு அடிகளை எடுத்து வைச்சதால மூணாவது சதுரத்துல மூன்றடி நடக்கணும்..."

"ஆமா..."

"நான்காவது சதுரத்துல முந்தைய இரண்டை கூட்டணும். அதாவது 2 ப்ளஸ் 3. ஸோ, ஐந்தடிகள் நடக்கணும். அதே போல ஐந்தாவது சதுரத்துல முந்தைய இரண்டை கூட்டி - ஐ மீன் 3 ப்ளஸ் 5 = 8 அடிகள் நடக்கணும். இல்லையா?"

"அதே... இதேபோலதான் கடைசி வரைக்கும் நடக்கணும். அதே சமயத்துல எடுத்து வைக்கிற அடிகள் முடிஞ்சதும் நீ இடது, வலதுனு மாறி மாறி திரும்பணும். நான், ஒண்ணு, இரண்டு, மூன்றுன்னுதான் ஸ்டெப்ஸ் வைப்பேன். பட், நான் திரும்பறது வலது, இடதுனு இருக்கும்..."

"புரிஞ்சுகிட்டேன்..."

“ஒரு சதுரத்துல நாம சேருவோம். அந்த ஸ்கொயர் வர வரைக் கும் இந்த ஃபிபொனசி கோட்–ஐ பின்பற்ற வேண்டியதுதான்...”

“டன். ஆரம்பிக்கலாமா?”

“களப்பலி நடந்துதான் தீரும்...” – உதட்டோரம் சிரிப்பு வழிய சகுனி வார்த்தைகளை உச்சரித்தார்.

“அரவான் மாதிரியா?” – திரிசங்கு சொர்க்கத்தில் குறுக் கும் நெடுக்குமாக நடந்து கொண்டிருந்த துரியோதனன் கேட்டான்.

“ஆமா...”

“அது ஆதித்யாவா இருந்தாதானே நல்லது?”

“குள்ளனா இருந்தாலும் நல்லதுதான்...” கைகளைக் கட் டியபடி பதிலளித்த பரமேஸ்வர பெருந்தச்சன், “மாமா... தாயத்தை உருட்டுங்க. இந்த குருக்ஷேத்திரப் போர்ல வெற்றி நமக்குத்தான்...” என்றார்.

தாயத்தை உருட்ட ஆரம்பித்தார் சகுனி.

“ஆரம்பிக்க வேண்டியதுதான்...” தனக்குள் முணுமுணுத்த குள்ள மனிதன் துரிதமாக செயலில் இறங்கினான்.

மகாபாரதத்தில் சகுனி ஆடிய தாய விளையாட்டுதான் இப் போது அவன் கண் முன்னால் விரிந்தது. ஆறு பக்கமும் எண்கள் கொண்ட இரு சதுரமான டைஸ். இரண்டையும் ஒரே சமயத்தில் உருட்டும்போது எந்த எண் விழும் என்று யாருக்கும் தெரியாது. இது சீரற்ற நிகழ்வுதான். ஆனால், தொடர்ச்சியாக தாயத்தை உருட்டும்போது, சீரற்ற நிகழ்விலும் ஒரு சீரான தொடர்ச்சி இருப் பதைப் புரிந்து கொள்ள முடியும்.

அதாவது ஆறு பக்கமும் எண்கள் கொண்ட இரு டைஸை யும் உருட்டும்போது, அது 36 வழிகளில் ஏதேனும் ஒன்றை எதி ரொலிக்கும். அப்போது இரண்டு டைஸும் வெளிப்படுத்தும் கூட் டுத் தொகை 2ல் இருந்து 12க்குள் இருக்கும். இப்போது அடுத்த உருட்டலில் இரண்டு டைஸையும் சேர்த்து வரும் கூட்டுத் தொகை 12க்குள் என்னவாக இருக்கும் என்பது யாருக்கும் தெரியாது.

கூட்டுத் தொகை இரண்டு என்றால் அதற்கான வழி... ஒன்று கூட்டல் ஒன்றுதான். ஆனால், கூட்டுத் தொகை மூன்று வர வேண்டுமென்றால் இரண்டு வாய்ப்புகள் இருக்கின்றன. ஒன்று கூட்டல் இரண்டு அல்லது இரண்டு கூட்டல் ஒன்று. ஆனால், 36 வாய்ப்புகள் இருப்பதால், கூட்டுத்தொகை 3 வருவதற்கு 2/36, அதாவது 5.56 சதவீதம் வாய்ப்பிருக்கிறது.

இப்படியே கணக்கிட்டால் கூட்டுத் தொகை 2 வருவதற்கு 1/36; 3 வருவதற்கு 2/36; 4 வருவதற்கு 3/36; 5 வருவதற்கு 4/36; 6க்கு

5/36; 7க்கு 6/36; 8க்கு 5/36; 9க்கு 4/36; 10க்கு 3/36; 11க்கு 2/36; 12க்கு 1/36 வாய்ப்புகள் இருக்கின்றன.

அதாவது கூட்டுத் தொகை இரண்டு வருவதற்கு எத்தனை வாய்ப்பிருக்கிறதோ அதேதான் கூட்டுத் தொகை பன்னிரெண்டு வருவதற்கும்.

இந்த சூத்திரம் சகுனிக்கு தெரியும்; தர்மருக்கு தெரியாது. அதனால்தான் சூதாட்டத்தில் எளிதாக தர்மரை தோற்கடித்தார் சகுனி.

'இப்போது இந்த சிறை யந்திரமும் தாயம் உருட்டுவது போல்தான் சுற்றப் போகிறது. தர்மரின் பார்வையில் நடந்தால், அழிந்துவிடுவோம். சகுனியின் எண்ண ஓட்டப்படி காலடி எடுத்து வைத்தால், மறுமுனையில் இருக்கும் நண்பர்களை சந்திக்கலாம். காமதேனுவின் பாலை வாங்கலாம். மர்ம உலகை விட்டு வெளி யேறும் வழியை கண்டுபிடிக்கலாம். சிறைக்கு அடியில் இருக்கும் கர்ணனின் கவசத்தை எதிரிகள் கைப்பற்றாதபடி பார்த்துக் கொள் ளலாம்...'

ஒரு முடிவுடன் நடக்க ஆரம்பித்தான் குள்ள மனிதன்.

சுற்றுவதும், நிற்பதுமாக யந்திரம் வார்ம் அப் ஆக, அதற்கேற்ப நெருப்புப் பந்து அருகில் வருவதும், தொலைவில் செல்வது மாக போக்கு காட்டிக் கொண்டிருந்தது.

"இறுதி மூச்சு நிக்கற வரைக்கும் நாம போராடணும்..." என்ற உயரமான மனிதனின் கர்ஜனையை மற்ற ஏழு பேரின் முகங்களும் எதிரொலித்தன.

ஃபிபொனசி கோட் அடிப்படையில் மகாமேருவுக்குள் ஆதித்யாவும், தாராவும் நடக்க ஆரம்பித்தார்கள்.

உள்ளங்கையில் டைஸை நன்றாகத் தேய்த்துவிட்டு மர்மப் புன்னகையுடன் அதை உருட்ட ஆரம்பித்தார் சகுனி.

சகுனியின் உருட்டல் எப்படியிருக்கும் என்று கணக்கிட்டபடியே குள்ள மனிதன் தன் வலது காலையும், இடது காலையும் நகர்த்தினான்.

"ஃபிபொனசி கோட் சரியா இருந்ததுனா கடைசி பாக்ஸ் இதுவாதான் இருக்கணும்..." நெற்றியில் பூத்த வியர்வையைத் துடைத்தபடி தாரா பேசினாள். வெவ்வேறு திசையில் பிரிந்து சென்ற இருவரும் இப்போது சேர்ந்தாற்போல் ஒரு சதுரத்தில் நுழைந்திருந்தார்கள்.

அவளுக்கு எந்த பதிலையும் சொல்லாமல் தன்னைச் சுற்றிலும் ஆராய ஆரம்பித்தான் ஆதித்யா. அவனது தலைக்கு மேலே ஒரு மூடி தென்பட்டது.

"தாரா கமான்..." என்றபடி குனிந்தான். புரிந்துகொண்டதற்கு அறிகுறியாக அவன் முதுகில் ஏறி, அந்த மூடியைத் திறந்தாள். அதிர்ந்தாள்.

காரணம் –

வெளியே தெரிந்தது வெளிதான்.

வானத்திலா இருக்கிறோம்..?

ஆம் என்பதுபோல்தான் அடுத்தடுத்து சம்பவங்கள் நிகழ்ந்தன. விண்வெளிக்குச் செல்லும் விஞ்ஞானிகள் போலவே வெள்ளை நிற உடையணிந்த ஒரு மனிதர் அவளுக்கு முதுகை காட்டியபடி பறந்து கொண்டிருந்தார். அவருக்கு முன்னால் நடராஜர் நடனமாடிக் கொண்டிருந்தார்.

சட்டென்று அந்த மனிதர் தன் முகத்தை திருப்பி அவளைப் பார்த்து புன்னகைத்தார். தாராவுக்கு மயக்கம் வருவது போலிருந்தது.

காரணம், சென்னை குரோம்பேட்டைக்குச் செல்லும்போதெல்லாம் எந்த வயதானவர் அவள் காலில் விழுவாரோ –

மும்பைக்குச் சென்றவளை தேடி வந்து எந்த தாத்தா, "மதுரை வெள்ளியம்பலத்துக்கு ஆபத்து வந்துடுச்சும்மா..." என்று அழுதாரோ –

அந்த விமலானந்தர்தான் வான்வெளி விஞ்ஞானியாக சுற்றிக் கொண்டிருந்தார்.

இந்த விமலானந்தர்தான் தங்களை திரிசங்கு சொர்க்கத்துக்கு அனுப்பி வைத்ததாக ரவிதாசனிடம் அப்போது ஃபாஸ்ட்டும் சொல்லிக் கொண்டிருந்தான்.

37

குள்ள மனிதனுக்கு வியர்க்க ஆரம்பித்தது. சகுனி எப்படி தாயத்தை உருட்டுவார் என்று கணக்கிட்டுத்தான் அந்த மாய சிறைக்குள் நடக்க ஆரம்பித்தான். ஆனால், அது முடிவில்லாத பயணமாகவே இருந்தது. எடுத்து வைத்த அடிகளில் பிழையுமில்லை; பிசிறுமில்லை. கணக்கு சரிதான். என்றாலும், எதிர்முனையை அடையவும் முடியவில்லை. முகம் தெரியாத நண்பர்களை சந்திக்கவும் இயலவில்லை.

எடுத்த முயற்சிகள் எல்லாம் வீண்தானா? கர்ணனின் கவசத்தை எதிரிகளிடம் பறிகொடுக்க வேண்டியதுதானா? எந்த வகையிலாவது தான் காப்பாற்றிவிடுவோம் என்று நம்பிக் கொண்டிருக்கும் தன்னைச் சேர்ந்த மற்ற எட்டு பேரையும் பலிகொடுக்க வேண்டியதுதானா..?

முடிவற்ற கேள்விகள் சுற்றிச் சுற்றி வர, அவன் மனதில் மெல்ல மெல்ல அச்சம் விஸ்வரூபம் எடுக்க ஆரம்பித்தது.

வேண்டுமானால் கணக்கை மாற்றி அடியெடுத்து வைப்போமா?

நொடியில் பூத்த சிந்தனையை பொசுக்கிவிட்டு, 'என்ன ஆனாலும் சரி... பின்வாங்க வேண்டாம்...' என்ற முடிவுடன் பழைய படியே சகுனி தாயம் உருட்டுவது போல் நடக்க ஆரம்பித்தான்.

"என்னது... திரும்பவும் சொல்லு..." – ரவிதாசன் ஆக்ரோஷத்துடன் ஃபாஸ்ட்டின் சட்டையைப் பிடித்தான்.

"எதுக்கு இப்ப டென்ஷனாகறீங்க?" பாய்ந்த சூ யென், இருவரையும் விலக்கினான்.

"முட்டாள்..." – ரவிதாசன் அவனைத் தள்ளிவிட்டு ஃபாஸ்ட்டின் பக்கம் திரும்பினான். "எதையும் மறைக்காம சொல்லு..."

"நீங்க சொல்லவிட்டால்தான..." என்றபடி கசங்கிய தன் சட்டையைச் சரி செய்தவன், சொல்ல ஆரம்பித்தான். "வந்தது விதுரரான்னு தெரியாது. ஆனா, அதுதான் தன்னோட பேருன்னு

சொன்னாரு. ரொம்ப வயசானவர். கழுத்துவரைக்கும் வெள்ளை நிற தாடி இருந்தது. கண்கள்ல ஒளின்னா ஒளி அப்படியொரு ஒளி. அழுக்கான ஜிப்பாவும், தூசு படிஞ்ச வேஷ்டியும் கட்டியிருந்தாரு. துவைச்சு பல மாசமாகியிருக்கும். ஆனா, எந்த துர்நாற்றமும் வரலை...''

''அவர்தான் உங்களை திரிசங்கு சொர்க்கத்துக்கு அனுப்பி வைச்சாரா?''

''ஆமா...''

''துரியோதனன் உங்ககிட்ட எந்த விவரமும் கேட்கலையா?''

''இல்ல...''

''சங்கர்... ஏய் சங்கர்...''

''என்னப்பா...'' – திடுக்கிட்டு ரவிதாசனை நோக்கித் திரும்பினான் சங்கர்.

''எதுக்கு பாலாவையே உற்றுப் பார்த்துட்டு இருக்க?''

''சும்மாதான்...''

''மண்ணாங்கட்டி... உன்னையும் ஃபாஸ்ட் சொல்ற தாத்தாதான் திரிசங்கு சொர்க்கத்துக்கு அனுப்பி வைச்சாரா?''

''அப்படித்தான் நினைக்கறேன்...''

''நினைக்கிறயா... அப்படின்னா?''

''ஃபாஸ்ட் சொல்ற அடையாளங்கள் அப்படியே நான் சந்திச்ச தாத்தாவோட பொருந்துது. ஸோம்பியா இருந்த என்னை வியாசர் குணமாக்கினாரு. சோழ இளவரசி குந்தவை என்னை அந்த தாத்தாகிட்ட ஒப்படைச்சாங்க...''

''குடியே மூழ்கிடுச்சு...'' – பற்களைக் கடித்தான் ரவிதாசன். ''நீங்க எல்லாரும் சந்திச்சது விதுரரை இல்ல...''

''பின்ன?'' கோரசாக அனைவரும் அதிர்ச்சியை வெளிப்படுத்தினார்கள்.

பாலாவின் விரல் வழியே ஆன் ஆன சாட்டிலைட் போனில் இதையெல்லாம் கேட்டுக் கொண்டிருந்த குந்தி, இடி இடியென சிரித்தாள். அந்த எதிரொலியில் திரிசங்கு சொர்க்கமே அதிர்ந்தது. ரவிதாசன் என்ன சொல்லப் போகிறான் என்பது அவளுக்குத் தெரியாதா என்ன? அவளுக்குத் தெரிந்ததைத்தான் கபாடபுரத்தில் ரவிதாசனும் அவர்களிடம் சொல்லிக் கொண்டிருந்தான்.

''அந்த வயசானவரு பேரு விமலானந்தா... ஆனா, அவரோட உண்மையான பேரு என்ன தெரியுமா?''

''இந்திரன்...'' – தாராவைத் தொடர்ந்து வெளியே வந்த ஆதித்யா, நடராஜரைச் சுற்றி வானில் பறந்து கொண்டிருந்த விமலானந்தரை நோக்கி மரியாதையுடன் தலை வணங்கினான்.

''வாட்...'' – பிரமிப்புடன் அவனை ஏறிட்டாள் தாரா.

"எஸ்... தாரா... விமலானந்தரா உன் முன்னால தோன்றி னவரும்... சென்னைலயும், மும்பைலயும் உன் கால்ல விழுந்தவரும் இந்திரன்தான்..."

"எந்த இந்திரனை சொல்ற? அந்தணரா மாறுவேஷத்துல போய் கர்ணன்கிட்டேந்து கவசகுண்டலத்தை வாங்கினாரே... அவரா..?"

"அவரேதான்..." என்று ஆதித்யா முடிக்கவும், விண்வெளி வீர ரைப் போல் கவச உடை அணிந்த விமலானந்தர் என்கிற இந்திரன் அவர்களை அணுகவும் சரியாக இருந்தது.

கண்களைப் பாதி மூடியபடி தாயத்தை தன் கைகளில் உருட்டிய சகுனி, அதை தரையில் வீசவில்லை.

"என்ன மாமா... என்ன விஷயம்?" துரியோதனன் பரபரத்தான்.

"கணக்கு தப்பாகுதுன்னு நினைக்கறேன்..." கண்களைத் திறக் காமல் சகுனி முணுமுணுத்தார்.

"என்ன சொல்ற?" – பரமேஸ்வர பெருந்தச்சனின் நெற்றி சுருங்கியது.

"ஆதித்யாவும், தாராவும் மாய உலக சூத்திரத்தை உடைச்சிட் டாங்க..."

"நவகிரகங்கள்?"

"நவகிரகங்களா?" – கண்களைத் திறந்த சகுனி, பரமேஸ்வர பெருந்தச்சனை குழப்பத்துடன் பார்த்தார்.

"அதான்... சுரங்கத்துல சிக்கின அந்த ஒன்பது பேர்..."

"அதுல ஒருத்தன் மட்டும் வழியைக் கண்டுபிடிக்க முயற்சி பண்ணிகிட்டு இருக்கான்..."

"குள்ளமா இருக்கானா?"

"ஆமா..."

"நினைச்சேன்... இனி தாயம் சரிப்படாது..."

"அப்ப இந்த முறையும் நமக்கு கர்ணனின் கவசம் கிடைக் காதா?" – துரியோதனன் சோர்வுடன் நாற்காலியில் அமர்ந்தான்.

"யார் சொன்னது? பொக்கிஷம் நமக்குத்தான்..." பரமேஸ்வர பெருந்தச்சனின் கண்கள் ஜொலித்தன.

"புரியலையே..."

"புரியும்படியா சொல்றேன்..." என்று தன் கைகளைத் தேய்த்துக் கொண்ட பரமேஸ்வர பெருந்தச்சன் சொல்லத் தொடங்கினார். "மணல் மனிதனே 58 ரிஷிகள் தவம் செய்யும் மணல் குகைக ளாக சிதறியிருக்கிறான். ஜடாயுவின் சிறகில் மறைந்திருக்கிறாள் தாரா. அவளது சிரசில் வீற்றிருக்கிறாள் சரஸ்வதி. சரஸ்வதியின் மறைவே, காளிங்கனின் நர்த்தனம். நர்த்தனத்தின் முடிவே மதுரை வெள்ளியம்பல நடராஜர். நடராஜரின் சொரூபமே கபாடபுரத்தின் இருப்பு. அந்த இருப்பின் சுவாசத்தில் துடிக்கிறது பொக்கிஷத்தின்

வரைபடம். வரைபடத்தின் புள்ளிகளே இன்றைய கோயில்கள். சிற்பங்களின் மொழியே தேடும் புதையலின் திசைகள்...”

“இது...” சகுனி இழுத்தார்.

“வியாசர் என்கிட்ட சொன்ன ரகசியம்...”

“அப்ப சரி...” என்று உற்சாகமான சகுனி, தாயத்தை தன் கைக ளில் உருட்டத் தொடங்கினார்.

“இனி இது எதுக்கு மாமா..?”

“எப்படியும் கவசம் நமக்குத்தான் துரியோதனா... அதுக்கு முன் னாடி நவகிரகங்களை அழிக்க வேண்டாமா?” என்றபடி உருட்டிய தாயத்தை தரையில் வீசினார்.

“நம்மோட இறுதி மூச்சு நிற்கப் போகுது...” மத்திம மனிதனின் குரலில் உணர்ச்சி இல்லை.

“எதை வச்சு இந்த முடிவுக்கு வந்த?” உயரமான மனிதன் கேட்டான்.

“நெருப்புப் பந்து நிற்காம நம்மை நோக்கி உருண்டு வருது பாருங்க...”

அவன் சுட்டிக் காட்டிய திசையை மற்ற ஏழு பேரும் பார்த் தார்கள். அவர்களை விழுங்குவதற்காக நெருப்புப் பந்து வேகமாக வந்து கொண்டிருந்தது.

சட்டென்று நின்றான் குள்ள மனிதன். இது சக்கர வியூகம். குருக்ஷேத்திரப் போரில் அபிமன்யு சிக்கிக் கொண்டது மாதிரி யான சூழல். உள்ளே புகுந்துவிட்டோம். வெளியேற வழியில்லை. அப்படித்தான் எதிரிகள் நினைக்கிறார்கள். அதை முறியடிக்க வேண்டும். கிருஷ்ணா காப்பாற்று...

ஒரு முடிவுடன் 3டி காம்பினேஷன் க்யூபின் புதிரை விடு விப்பது போல் மாய உலகின் ஃபார்முலாவை பிரேக் செய்ய ஆரம்பித்தான்.

“அடுத்து நாம என்ன செய்யணும்?” – தாரா கேட்டாள்.

“அந்த நடராஜரை அணுகணும்... அப்பத்தான் நம்ம நண் பர்களைக் காப்பாத்த முடியும்...” – என்றான் ஆதித்யா.

“எப்படி?”

“கோபி பாக்யா மதுவ்ரதா; சிருங்கிசோ தாதி சந்திகா; கால ஜீவிதா கடவா; கால ஹலா ரசந்தரா...” என்று உச்சரித்தார் விம லானந்தா உருவில் இருந்த இந்திரன்.

“புரிஞ்சுதா?” – கேட்டான் ஆதித்யா. கண்கள் விரிய அவனைப் பார்த்தாள் தாரா.

“அதேதான். வட்டத்தின் விட்டம்... மையத்தை அணுக வேண் டியதுதான்...” என்றபடி அவள் இடுப்பை அணைத்தவன், அந்த ரத்தில் பறந்தபடியே நடராஜரை நெருங்கினான்.

“வெள்ளியம்பல நடராஜர் வலது காலைத்தானே தூக்கிட்டு ஆடுவாரு. அதுமாதிரி சிற்பம்தானே மதுரைல இருக்கு..?”

“ஆமா... இப்ப எதுக்கு அந்த சந்தேகம் தாரா?”

“இந்த நடராஜர் இடதுகாலை தூக்கிட்டு ஆடறாரே..?”

“ஸோ வாட்? பேசாம வா...”

இருவரும் ‘வெளி’யில் நர்த்தனமாடிக் கொண்டிருந்த நடராஜரை நெருங்கினார்கள். விமலானந்தர் மனமுருக பிரார்த்தனை செய்து கொண்டிருந்தார்.

“தாரா... நீயும் நானும் ஒரே நேரத்துல நடராஜரோட காலைத் தொடணும்...”

“ஏன்..?” என்று கேட்க நினைத்த தாரா, “சரி...” என்றாள்.

“ஒன்... டூ... கமான் தாரா... த்ரீ...” என்று ஆதித்யா கத்தினான். அடுத்த விநாடி இருவரும் ஒருசேர நடராஜரின் காலைத் தொட்டார்கள்.

குள்ள மனிதனின் கணிப்பு வீண் போகவில்லை. மாய உலகின் ஃபார்முலாவை பிரேக் செய்துவிட்டான். சக்கர வியூகத்தை தகர்த்துவிட்டு வெளியேறிவிட்டான்.

ஆனால் –

3டி காம்பினேஷன் க்யூபின் புதிரை விடுவித்த மறுநொடி, அவன், தான் சந்திக்க வேண்டிய நண்பர்களை சந்திக்கவில்லை. பதிலாக எப்போதும் உடனிருக்கும் எட்டுப் பேரை எதிர்கொண்டான்!

ஆம், எங்கிருந்து புறப்பட்டானோ, அதே இடத்துக்கு வந்து சேர்ந்தான்.

அதிர்ந்தது குள்ளன் மட்டுமல்ல, மற்ற எட்டுப் பேரும் கூடத்தான்.

உருண்டு வந்த நெருப்புப் பந்துக்கும் அவர்களுக்குமான இடைவெளி சரியாக மூன்றடிதான். பாய்ந்த வெப்பத்தின் வீச்சில் ஒன்பது பேரின் சருமமும் பொசுங்க ஆரம்பித்தது.

“சபாஷ் மாமா...” என கைகொட்டிச் சிரித்தான் துரியோதனன். அந்தச் சிரிப்பில் சகுனியும், பரமேஸ்வர பெருந்தச்சனும் கலந்து கொண்டார்கள்.

வலது கையால் நடராஜரின் பாதத்தைத் தொட்ட ஆதித்யா, இடது கையால் தன் மடியிலிருந்த காமதேனுவின் பாலை எடுத்தான். நடராஜரின் பாதங்களில் அதை அபிஷேகம் செய்தான்.

அடுத்த கணம், நடனமாடிக் கொண்டிருந்த நடராஜர் மறைந்தார். அங்கு விஸ்வரூப தரிசனத்துடன் கிருஷ்ணர் காட்சி தந்தார். அவரைச் சுற்றிலும் வானவில் படர்ந்தது.

ஒன்பது பேரையும் விழுங்க வந்த நெருப்புப் பந்து சட்டென்று ஆஜானுபாகுவான மனிதனாக மாறியது.

"இது... இது... மணல் மனிதன்தானே?" மத்திம மனிதன் ஆச்சர்யப்பட்டான்.

"அட ஆமா... சரஸ்வதி நதியை தேடிப் போனப்ப நாம வீழ்த்தின மனிதனேதான்..." உயரமான மனிதன் முணுமுணுத்தான்.

"இல்ல..." – சட்டென்று பதிலளித்த குள்ள மனிதனை மற்ற எட்டு பேரும் பார்த்தார்கள்.

"என்ன சொல்ற?"

"இவன் நாம சந்திச்ச மணல் மனிதன் இல்ல... அவனோட அண்ணன்... மண்ணால ஆனவன்தான். ஆனா, எரிகல் மனிதன்..." என்று குள்ள மனிதன் சொல்லி முடிக்கவும் கர்ஜனையுடன் அவர்களை நோக்கி அந்த எரிகல் மனிதன் அடியெடுத்து வைக்கவும் சரியாக இருந்தது.

"ராஜி... ராஜி..." – பற்களைக் கடித்தான் ரவிதாசன். "ஆதித்யா கொடுத்தப்பவே நீ காமதேனுவோட பாலை வாங்கியிருந்தா இந்தளவுக்கு பிரச்னை முற்றியிருக்காது..." எங்கோ பார்த்தபடி முணுமுணுத்த ரவிதாசன், சட்டென்று திரும்பினான். "இதுக்கு மேலயும் தாமதிக்க முடியாது. ஆதித்யாவை அழிச்சுத்தான் ஆகணும்..."

"அவன்தான் இங்க இல்லையே?" ஃபாஸ்ட் ஆச்சர்யப்பட்டான்.

"அதனால என்ன? பாலா இருக்காளே..." கண்களில் நயவஞ்சகம் வழிய அவளை நெருங்கினான். "இவளை எதுக்காக ருத்ரன்கிட்டேந்து அபகரிச்சேன்... நான் எங்க போனாலும் ஏன் இவளை சுமந்துகிட்டு திரிஞ்சேன்... இதுக்காகத்தான்..."

"ஆதித்திய கரிகாலனோட வம்சமா இருக்கறதாலதான் ஆதித்யாவை அழிக்கணும்னு நினைக்கறீங்களா?"

"அதுவும் ஒரு காரணம்..."

"அப்ப வேற காரணமும் இருக்கா?" – சூ யென் இடையில் புகுந்தான்.

"இருக்கு. கர்ணனுக்கு அடுத்தபடியா அந்தக் கவசத்தை அணிஞ்சது ஆதித்த கரிகாலன்தான்..." என்று ரவிதாசன் சொல்லி முடித்ததும் பாலாவின் முகம் இறுகியது. அதைப் பார்த்து சங்கர் புன்னகைத்தான்.

இதையெல்லாம் சாட்டிலைட் போன் வழியே திரிசங்கு சொர்க்கத்தில் கேட்டுக் கொண்டிருந்த குந்தி அதிர்ந்தாள்.

38

“என்ன சொல்றீங்க ரவிதாசன்... கர்ணனோட கவச குண்டலத்தை ஆதித்த கரிகாலன் அணிஞ்சானா?” திகைப்புடன் கேட்டான் ஃபாஸ்ட்.

“சரித்திரக் குறிப்புகள்ல இப்படியொரு சம்பவத்தை நான் படிச்சதில்லையே..?” என்று ஆமோதித்தான் சூ யென்.

“நமக்கு கிடைச்ச சில தகவல்களைத்தானே வரலாற்றுக் குறிப்புகளா சொல்றோம்? கிடைக்காத பல விஷயங்கள்ல இதுவும் ஒண்ணு...” பாலாவை நோக்கி அடியெடுத்து வைத்த ரவிதாசன், நின்று நிதானமாக பதிலளித்தான்.

“அதாவது தன்கிட்ட இருந்த கவசத்தை ஆதித்த கரிகாலன் கிட்ட இந்திரன் கொடுத்தான்னு சொல்றீங்க?” இடையில் புகுந்த ஆனந்த், பரபரத்தான்.

“ஆமா... எங்க கடிகை எங்க இருந்தது? சேர நாட்ல இருந்த காந்தளூர்ச் சாலைல. சேர நாடு பரசுராமரோட க்ஷேத்திரம். அவரோட நிலப்பரப்பு அது. அங்கதான் பிராமணனா வேஷம் போட்டு வந்த கர்ணன் வித்தைகளை கத்துக்கிட்டான். பிரும்மாஸ்திரத்தை எப்படி ஏவணும்னு தெரிஞ்சுக்க முயற்சி பண்ணினான். ஆனா, ஒரு வண்டு அவனோட வேஷத்தைக் கலைச்சிடுச்சு. ஒரு க்ஷத்ரியன் தன்னை ஏமாத்திட்டான்னு தெரிஞ்சதும் பரசுராமர் ஆவேசப்பட்டாரு. ‘அவசியமான நேரத்துல வித்தைகளை நீ மறந்துடுவே’ன்னு சாபமிட்டாரு. இந்த சாபம்தான் கர்ணனோட உயிரைப் பறிச்சது...”

“எல்லாம் சரி ரவிதாசன்... ஆனா, கர்ணனோட கவசம் எப்படி ஆதித்த கரிகாலனுக்கு கிடைச்சது?” தெளிவுபடுத்திக் கொள்வதற்காக ஃபாஸ்ட் கேட்டான்.

“இந்திரன்தான் கொடுத்தான். இந்திரனை நோக்கி தவம் செஞ்சு ஆதித்த கரிகாலன் அதை வாங்கினான். அதுக்குக் காரணம், சங்ககால சோழர்களோட முக்கியமான விழாவா இந்திர விழா

இருந்ததுதான். சிலப்பதிகாரத்துல இந்த விழா பத்தின செய்திகள் விலாவாரியா இருக்கு. அப்ப நடந்த ரதப்போட்டி, கிரேக்க புராணங்களுக்கு சமமானது. இதை மையமா வச்சுத்தான் 'யவன ராணி' சரித்திரத் தொடரையே சாண்டில்யன் எழுதினாரு. அந்தளவுக்கு பவர்ஃபுல் தெய்வமா கி.மு.வுல இந்திரன் இருந்தான். மாளிகையோட எரிக்கப்பட்ட கரிகால சோழனை அவனோட மாமா இரும்பிடைத்தலையார் காப்பாத்தினது கூட இந்திரனோட உதவியோடத்தான். இதுக்குப் பிறகுதான் வேளிர்களை அழிச்சு, சோழ சாம்ராஜ்யத்தை கரிகால சோழன் ஸ்தாபிச்சான். அந்தப் பொற்காலத்தை திரும்பவும் கொண்டு வர கி.பி. ஒன்பதாம் நூற்றாண்டுல ஆதித்த கரிகாலன் நினைச்சான். இதுக்குள்ள உப தெய்வமா சுருங்கியிருந்த இந்திரன், திரும்பவும் முக்கியமான கடவுளா விஸ்வரூபம் எடுக்கிறதுக்காக இதைப் பயன்படுத்திக்கிட்டான். ஆதித்த கரிகாலனுக்கு உதவ முடிவு செஞ்சு தன்கிட்ட இருந்த கர்ணனோட கவசத்தைக் கொடுத்தான். இதுக்கான அத்தனை ஆதாரங்களும் சிதம்பரம் நடராஜர் கோயில்ல இருந்த ஓலைச் சுவடிகள்ல இருந்துச்சு. ஆனா, தேவாரத்தை வெளிக்கொண்டு வர்றதுக்காக தில்லை கோயிலை ராஜராஜ சோழன் முற்றுகையிட்டப்ப, பல சுவடிகள் எரிஞ்சு சாம்பலாகிடுச்சு. அதுல இந்தக் குறிப்புகளும் இருந்ததுதான் வேதனையான விஷயம்..."

"இதெல்லாம்..?" என்று சூ யென் வாக்கியத்தை முடிப்பதற்குள் ரவிதாசன் எரிமலையானான்.

"எனக்குத் தெரியும். அதனாலதான் ஆதித்த கரிகாலனை கொலை செய்ய திட்டமிட்டோம். உப தெய்வமா சுருங்கிப் போன இந்திரன், திரும்பவும் முக்கியமான கடவுளா மாறுவதுல எங்களுக்கு விருப்பமில்லை. தவிர கவசம் வேற, கர்ணன் வேற இல்ல... அந்தக் கவசம் யார் கைக்கு வந்தாலும் அவங்களும் கர்ணனா மாறிடுவாங்க. அழிவே இல்லாத பிறவியா வளர்ந்திடுவாங்க. இது பரசுராமரோட சாபத்துக்கு எதிரானது. இதை எப்படி அவரோட பரம்பரைல வந்த எங்களால பார்த்துட்டு சும்மா இருக்க முடியும்? ஸோ, ஆதித்த கரிகாலனை அழிக்க சபதம் போட்டோம். சரியா அந்த நேரம் பார்த்து நோய்வாய்ப்பட்டிருந்த எங்க மாணவனான பாண்டிய இளவரசனோட தலையை அவன் வெட்டினான். அதுக்குப் பிறகு நாங்க தாமதிக்கலை. கச்சிதமா எங்க வேலையை முடிச்சிட்டோம்... ஆதித்த கரிகாலனை தீர்த்துக் கட்டிட்டோம்..."

"எல்லாம் சரி ரவிதாசன்... அந்த ஆதித்த கரிகாலனோட வம்சத்தை சேர்ந்த இந்த ஆதித்யாவை எதுக்கு இப்ப அழிக்கணும்னு சொல்ற?"

"இதைக் கூடவா உன்னால யூகிக்க முடியல..?" ஃபாஸ்ட்டை நோக்கி இகழ்ச்சியாகக் கேட்ட சூ யென், "இப்ப இந்த ஆதித்யா,

கர்ணனோட கவசத்தை எடுக்கப் போறான்னு அர்த்தம். சரியா ரவிதாசன்?” என்றபடி அவனை ஏறிட்டான்.

“ரொம்ப சரி...” ரவிதாசன் புன்னகைத்தான்.

“அதுக்கு இந்தப் பொண்ணு எப்படி உதவப் போறா?” ஆனந்த் புருவத்தை உயர்த்தினான்.

எல்லோரும் ரவிதாசனை அதே கேள்வியுடன் பார்த்தார்கள். அவர்களுக்கு எந்த பதிலையும் சொல்லாமல் பாலாவை நெருங்கிய ரவிதாசன், அவளை தன் இரு கைகளாலும் தூக்கினான். தரையில் ஸ்ரீசக்கரத்தை வரைந்து அதன் மீது அவளை அமர வைத்தபடியே “ருத்ரனோட இதயத்தைக் கொடுங்க...” என்று கர்ஜித்தான்.

“எரிகல் மனிதனா?” வாயைத் திறந்து கேட்டது உயரமான மனிதன்தான். ஆனால், அதே கேள்வி மற்ற எட்டு பேரிடமும் பூத்ததை அவர்களது முகமே காட்டிக் கொடுத்தது.

“ஆமா... மணல் மனிதனோட அண்ணன். எரிகல் சுரங்கத்தோட மொத்த வடிவம்...” குள்ள மனிதனின் குரலில் எந்த சலனமும் இல்லை.

“நீ சொல்றது புரியல...” மத்திம மனிதன் இடையில் புகுந்தான்.

“புரூஸ் வில்லிஸ் நடிச்ச ‘அர்மகெடான்’ ஹாலிவுட் படம் நினைவுல இருக்கா?”

“மங்கலா இருக்கு. அதுக்கும் இதுக்கும் என்ன சம்பந்தம்?” – தன் மார்பில் படபடவென்று அடித்துக் கொண்டே தங்களை ஏளனமாகப் பார்த்துக் கொண்டிருந்த எரிகல் மனிதன் மீது ஒரு கண்ணைப் பதித்தபடியே உயரமான மனிதன் கேட்டான்.

“பூமியை நோக்கி ஒரு நட்சத்திரம் வரும். அது பூமில விழுந்தா, மொத்த நிலப்பரப்பும் பொசுங்கிடும். அதனால விண்வெளிலயே அதை வெடிகுண்டு வச்சு தகர்ப்பாங்க. இதுதான் ‘அர்மகெடான்’ கதை...”

“அது வெறும் கதைதானே?” – மத்திம மனிதன் குரலில் எரிச்சல் துளிர்விட்டது.

“இல்ல... அமெரிக்காவும், ரஷ்யாவும் இருபது வருடங்களா முயற்சி செஞ்சுகிட்டு இருக்கிற Astroid mining இது...” என்று குள்ள மனிதன் முடித்ததுமே, “கொஞ்சம் புரியும்படியா சொல்லு...” என்று உயரமான மனிதன் விண்ணப்பித்தான்.

“சுருக்கமா சொல்லிடறேன். பால்வீதில இருந்த, ஆனா, இறந்த எரிகற்கள் எல்லாமே ஒரு ஈர்ப்பு விசைக்கு கட்டுப்பட்டு விண்ல சுத்திக்கிட்டு இருக்கு. இதனோட சிறிய கோள்கள், வால் நட்சத்திரங்களையும் சேர்க்கலாம். இதெல்லாம் சேர்த்துதான் ‘எரிகல் சுரங்கம்’. இது எல்லாத்துக்குள்ளயும் போய் அதுல இருக்கிற கனிமத்தை தோண்டி எடுக்கிற முயற்சிலதான் அமெரிக்காவும், ரஷ்யாவும் பல வருடங்களா ஈடுபட்டிருக்கு. அப்படி எடுக்கிற கனிமத்தை

ஸ்பேஸ் ஷிப் வழியா பூமிக்குக் கொண்டு வர்றதுதான் ப்ளான். சில கனிமத்தை விண்வெளிலயே ப்ராசஸ் பண்ணி அங்கிருக்கிற சாட்டிலைட்கள்ல பயன்படுத்தவும் முயற்சி நடந்துட்டு இருக்கு...”

“என்ன மாதிரி கனிமங்கள் கிடைக்கும்?” ஆவலுடன் மத்திம மனிதன் கேட்க, ரிலாக்ஸ் ஆக நின்றபடி இதையெல்லாம் அந்த எரிகல் மனிதனும் கேட்டுக் கொண்டிருந்தான். சிறுவர்கள் கதை பேசுவது போலவே அவனுக்குத் தெரிந்தது.

“சொல்றதுக்கில்ல... இரும்பு, நிக்கல், டைட்டானியம் மாதிரியான கனிமங்களோட தண்ணீரும், ஆக்சிஜனும் கூட கிடைக்கலாம்...”

“அப்ப இந்த மனிதன்கிட்டேந்து நமக்கு என்ன கிடைக்கும்?”

“கர்ணனோட கவசத்துக்கான வரைபடம்...” கண்கள் பளிச்சிட குள்ள மனிதன் பதிலளித்தான். இதைக் கேட்ட எரிகல் மனிதன் சீற்றத்தின் மொத்த உருவமாக மாறினான். அவர்களை நசுக்குவதற்காக அடியெடுத்து வைத்தான்.

தாரா பிரமை பிடித்து நின்றாள். நடராஜர் கண நேரத்தில் மறைந்து கிருஷ்ணரானதும், சுற்றிலும் வானவில் தோன்றியதும் அவளது கற்பனைக்கு அப்பாற்பட்டதாக இருந்தது.

“ஹரியும் சிவனும் ஒண்ணு... இதை அறியாதவர் வாயில் மண்ணு...” என அவள் செவியில் முணுமுணுத்தான் ஆதித்யா.

“ஆனா, இந்த வானவில்..?”

“இதுதான் இந்திரனோட வஜ்ஜிராயுதம்... அதாவது விமலானந்தரோட ஆயுதம்...”

“என்ன உளர்ற? ரெயின்போதான் வஜ்ஜிராயுதம்னா அப்ப இந்திரன் யாரு?”

“காலம்...”

“வாட்..?”

“யெஸ் மிஸ் தாரா... ஐஸ் ஏஜ், ஸ்டோன் ஏஜுன்னு விதவிதமான காலத்தைப் பத்தி சயின்ஸ்ல படிச்சதில்லையா..?”

“படிச்சிருக்கேன். அதுக்கும் இதுக்கும் என்ன தொடர்பு?”

“இருக்கு தாரா... அந்த ஒவ்வொரு ஏஜ்... காலத்தையும்தான் ஒவ்வொரு இந்திரனா உருவகப் படுத்தியிருக்கோம்...”

“அப்ப இதுவரை நடந்தது பூரா சயின்ஸ் ஃபிக்‌ஷனா?”

“இல்ல... மித், ஹிஸ்ட்ரி, சயின்ஸ் கலந்த அமானுஷ்யம்...”

“என்னவோ போ... இப்ப நாம என்ன செய்யணும்?”

“கர்ணனோட கவசம் இருக்கிற வரைபடத்தை எடுக்கணும்... அப்பதான் முகம் தெரியாத நம்ம நண்பர்களையும் காப்பாத்த முடியும்...”

“அதுக்கு என்ன செய்யணும்?”

“கண்ணனோட விஸ்வரூப தரிசனத்துக்குள்ள ஊடுருவணும்...”

"எப்படி?"

"திரிசங்கு சொர்க்கத்துல காஃபீன் மனிதனுக்குள்ள நுழைஞ்சா மாதிரி..."

அடுத்த நொடி, அதேபோல் கிருஷ்ணருடன் இரண்டறக் கலந்தார்கள். புன்னகையுடன் இதையெல்லாம் கண்கலங்க பார்த்துக் கொண்டிருந்தார் விமலானந்தர்.

"எரிகல் மனிதன் நம்மை நோக்கி வர்றான்..'' என்றபடி அனைவரையும் உஷார் படுத்தினான் உயரமான மனிதன்.

"யாரும் பயப்பட வேண்டாம்... எல்லாரும் அவனை ரவுண்டு கட்டுங்க..." என்ற குள்ள மனிதனின் கட்டளைக்கு மற்றவர்கள் கீழ்ப்படிந்தார்கள்.

"வைகுண்டத்துல பீஷ்மர்கிட்டேந்து வாங்கின பிரும்மாஸ்திரம் யார்கிட்ட இருக்கு?" எரிகல் மனிதனை கவனித்தபடியே குள்ளன் கேட்டான்.

"என்கிட்ட..." என்றான் மத்திம மனிதன்.

"அப்ப சரி... உடனே அதை ஏவு..."

"ஆனா..?"

"என்ன ஆனா ஆவன்னா..?"

"அதை ஏவினா ஐந்து பேரோட உயிரைப் பறிக்காம திரும்பாதே..."

"தெரியும்... அதனாலதான் ஏவச் சொல்றேன்... செய்..." என்று கத்தினான் குள்ளன்.

அடுத்த கணமே பிரும்மாஸ்திரத்தை எரிகல் மனிதனை நோக்கி ஏவினான் மத்திம மனிதன்.

"இந்தாங்க ருத்ரனோட இதயம்... இதை வச்சு என்ன செய்யப் போறீங்க?'' கேட்ட ஃபாஸ்ட்டை உற்றுப் பார்த்த ரவிதாசன், "பூஜை செய்யப் போறேன்...'' என்றான்.

"என்ன பூஜை..?'' சூ யென் குரலில் ஆவல் தெரிந்தது.

"அதர்வண வேத பூஜை... ஆதித்த கரிகாலனை கொல்றதுக்கு முன்னாடி இந்த வழிபாட்டைத்தான் மேற்கொண்டோம்..."

"எங்க?''

"திருப்பதில..."

"பெருமாள்கிட்டயா வேண்டினீங்க?" நம்ப முடியாத அதிர்ச்சியுடன் ஆனந்த் கேட்டான்.

"திருப்பதின்னா பெருமாள்தானா..?''

"அப்ப..?''

"அலர்மேல்மங்கைத் தாயார்கிட்ட வேண்டிக்கிட்டோம்... பூஜை செஞ்சோம்... உண்மைல அவ அதர்வண வேத காளி..." அதன்

பிறகு ரவிதாசன் எதுவும் பேசாமல் தன் கண்களை மூடிக்கொண்டு தியானத்தில் ஆழ்ந்தான். அவன் மந்திரங்களை உச்சரிக்க உச்ச ரிக்க, ஸ்ரீசக்கரத்தின் மீது அமர்ந்திருந்த பாலாவின் உடல் அதிர ஆரம்பித்தது. கூடவே அவள் கைகளில் இருந்த ருத்ரனின் இதயம், முன்பை விட அதி வேகமாகத் துடிக்க ஆரம்பித்தது...

அனைவரும் வைத்த கண் வாங்காமல் ருத்ரனையும், பாலாவை யுமே பார்த்துக் கொண்டிருந்தார்கள். ஒரேயொருவனைத் தவிர. அவன் மனம் மட்டும், 'கர்ணன்கிட்டேந்து கவசத்தை இந்திரன் வாங்கினான்... அதை ஆதித்த கரிகாலன்கிட்ட கொடுத்தான். ஆதித்த கரிகாலன் அதை யார்கிட்ட கொடுத்தான்..? கவசம் இப்ப எங்க இருக்கு..?' என்று சிந்தித்துக் கொண்டிருந்தது.

அவன், ஆனந்த்.

ஸ்பேஸ் ஸ்டேஷனில் இருந்த துரோணர், சட்டீஸ்கர் பகுதியை விநாடிக்கும் குறைவான நேரத்தில் உற்றுப் பார்த்தார். பிறகு, தான் செய்ய வேண்டிய காரியத்தைச் செய்தார்.

இதற்காகவே காத்திருந்தது போல் விதுரரின் முகத்தில் புன் னகை மலர்ந்தது.

பரத்வாஜ முனிவரின் சிற்ப ரகசியமும் மெல்ல மெல்ல வெளிப் பட ஆரம்பித்தது...

39

அ"என்ன... என்ன..?" ஃபாஸ்ட் பேசி முடிப்பதற்குள் ஆனந்த் புகுந்தான்.

"கர்ணனோட கவசம் கலிங்கத்து பக்கம் இருக்கலாம்னு நினைக்கறேன்..."

"கலிங்கமா?"

"ம்... அசோக சக்கரவர்த்தி ஆட்சி செய்த பிரதேசம். இன்னிக்கி ஒடிசா, பீகார், சட்டிஸ்கர், மேற்கு வங்கம்னு மாநிலம் மாநிலமா பிரிஞ்சு இருக்கிற பூமி..."

"எதை வச்சு சொல்ற?" சிந்தனையுடன் சூ யென் கேட்டான்.

"சிம்பிள். பிற்கால சோழர் வரலாற்றை கொஞ்சம் நினைச்சுப் பார். வம்ச விருத்தி இல்லாததால சோழர்களோட ஆட்சி முடிவுக்கு வந்தது. அப்ப இரண்டாம் ராஜேந்திர சோழனோட மகள் வயிற்றுப் பேரன்தான் குலோத்துங்க சோழனா பட்டத்துக்கு வந்தான். வந்ததும் என்ன செஞ்சான்? கலிங்கத்துக்கு மேல போர் தொடுத்தான். இவனோட தளபதியான கருணாகர தொண்டைமான் அந்த நிலத்தையே தீக்கிரை ஆக்கினான்.."

"இந்த வரலாற்றை நானும் கடிகைல படிச்சிருக்கேன்..."

"இங்கதான் நாம யோசிக்கணும் சூ யென். எதுக்காக கலிங்க நிலப்பரப்பை அப்படி குலோத்துங்கன் எரிக்கணும்? சோழர்கள் அந்தளவுக்கு கொடூரமானவர்களா என்ன..?"

"யோசிக்க வேண்டிய விஷயம்தான்..."

"எதையோ தேடிப் போயிருக்காங்க. அது கிடைக்காத கோபத்தைக் காட்டியிருக்காங்க... சோழர்கள் தேடிப் போனது ஏன் கர்ணனோட கவசமா இருக்கக் கூடாது? தனக்கு கிடைச்ச கவசத்தை ஆதித்த கரிகாலன் கலிங்கத்துல மறைச்சு வைச்சிருக்கலாம் இல்லையா?"

கண்கள் விரிய சூ யென்னும், ஆனந்தும் ஃபாஸ்ட்டை பார்த்தார்கள்.

"அங்க என்ன பேச்சு?" என மந்திரங்களை உச்சரிப்பதை நிறுத்திவிட்டு ரவிதாசன் கர்ஜித்தான். மற்ற மூவரும் சட்டென்று அமைதியாகி ஸ்ரீசக்கரத்தை ஏறிட்டார்கள்.

அங்கே கர்ணனின் கவசம் இருக்குமிடம் புள்ளி புள்ளியாகத் தெரிந்தது.

குள்ள மனிதன் கட்டளையிட்ட பிறகு, மத்திம மனிதன் தாமதிக்கவில்லை. பீஷ்மரிடம் இருந்து பெற்ற பிரும்மாஸ்திரத்தை எரிகல் மனிதனை நோக்கி ஏவினான்.

இப்படியொரு திருப்பத்தை எரிகல் மனிதன் எதிர்பார்க்கவில்லை என்பதை அவனது கண்களே காட்டிக் கொடுத்தன. குருக்ஷேத்திரப் போரின் இறுதியில் அஸ்வத்தாமனால் ஏவப்பட்ட பிரும்மாஸ்திரம் அது. பல்லாயிரம் வருடங்களாக எவர் உயிரையும் குடிக்காமல், எவரையும் அழிக்காமல், துடித்துக் கொண்டிருக்கிறது. அந்த அஸ்திரத்தை கிருஷ்ணர் உட்பட யாராலும் திரும்பப் பெற முடியாது என்பதும், ஐந்து பேரின் உயிரை குடிக்காமல் இனி அது ஓயாது என்பதும் அவனுக்கு நன்றாக தெரியும்.

எனவே தன்னை நோக்கி வரும் அஸ்திரத்திலிருந்து தப்பிக்க முடியுமா என நான்கு புறமும் ஆராய்ந்தான். குனிந்தான். எகிறினான். மறைவதற்கு இடம் தேடினான்.

ஆனால், ஆஜானுபாகுவான அவனது உருவம் இது எதற்கும் இடம் தரவில்லை. சீரான வேகத்துடன் அந்த பிரும்மாஸ்திரம் தன்னை நோக்கி வருவதை செய்வதறியாமல் பார்த்துக் கொண்டிருந்தான்.

10... 9... 8... 7... என கொஞ்சம் கொஞ்சமாக அந்த பிரும்மாஸ்திரம் அவனை நெருங்கிக் கொண்டிருந்தது. *5... 4... 3...* என அடிகள் குறைந்து கொண்டே வந்து –

பட் என்று அவனைத் தாக்கியது.

அடுத்த கணம் துண்டுகளாக எரிகல் மனிதன் சிதறினான்.

அதே வழிமுறைதான். திரிசங்கு சொர்க்கத்தில் ஆதித்யாவும், தாராவும் என்ன செய்தார்களோ... காஃபீன் மனிதனை அழிக்க எப்படிப்பட்ட யுக்தியை கையாண்டார்களோ அதையேதான் கபாடபுர வெளியில் விஸ்வரூப தரிசனத்துடன் காட்சி தந்த பகவான் கிருஷ்ணர் விஷயத்திலும் செய்தார்கள்.

இருவரும் ஒட்டி நின்றார்கள். அதே நேரம் ஒருவரது தலைக்கு நேராக மற்றவரின் கால்கள் வரும்படி பார்த்துக் கொண்டார்கள். இப்படி *69* ஆக நின்ற பிறகு கிருஷ்ணரை நோக்கி பாய்ந்தார்கள்.

தாராவின் கைகளில் இருந்து புறப்பட்ட ஜ்வாலை, கிருஷ்ணரை நெருங்கியதும் பன்னீராகக் குளிர்ந்தது. இருவரும் அவர் மேனியில் ஊடுருவினார்கள்; இரண்டறக் கலந்தார்கள்.

கண்கலங்க இதையெல்லாம் பார்த்துக்கொண்டிருந்தார் விமலானந்தர் உருவில் இருந்த இந்திரன்.

திரிசங்கு சொர்க்கத்தில் தாயத்தை உருட்டினார் சகுனி. கணீர் என்ற ஒலியுடன் விழுந்த தாயத்தில் தெரிந்த எண்ணை பார்ப்பதற்காக குனிந்தார்.

அது மட்டும்தான் அவருக்கு தெரியும். அதன் பிறகு நடந்ததை அவர் மட்டுமல்ல, அவர் அருகில் இருந்த துரியோதனன், பரமேஸ்வர பெருந்தச்சனால் கூட உணர முடியவில்லை. மூவரும் மூன்று திசைகளில் சிதறினார்கள். சுவரில் முட்டிக் கொண்டார்கள். "அம்மா..." என்ற அலறலுடன் தங்கள் தலையைத் தடவியபடியே தாயம் விழுந்த இடத்தை பார்த்தார்கள்.

அங்கு தாயம் இல்லை.

பதிலாக சிறகை உதறியபடி பறக்கத் தயாராக இருந்தார் ஜடாயு.

மூவரும் அதிர்ந்து போய் ஒருவர் முகத்தை மற்றவர்கள் பார்த்துக் கொண்டார்கள்.

கூரான நகத்தை தரையில் ஊன்றியபடி நடந்த ஜடாயு, மூவரையும் சுற்றிச் சுற்றி வந்தார். பிறகு சிறகை அசைத்தார். அப்படியே எம்பினார். மாளிகையின் கூரை வெடித்துச் சிதறியது. அடுத்த நொடி, விண்ணில் ஒரு புள்ளியாக மறைந்தார்.

"மொத்தம் 58 துண்டுகள்..." என்று குள்ள மனிதன் முணுமுணுத்ததும் மற்ற எட்டு பேரும் அதிர்ந்தார்கள்.

"என்ன சொல்ற?" உயரமான மனிதன் படபடத்தான்.

"எரிகல் மனிதன் 58 பாகமா சிதறியிருக்கான். ஒவ்வொரு பாகமும் ஒரு குகை. அதுக்குள்ள 58 ரிஷிகள் தவம் செஞ்சுட்டு இருக்காங்க..."

"இப்ப நாம என்ன செய்யணும்?" மத்திம மனிதன் எதற்கும் தயாராக இருந்தபடி கேட்டான்.

"கொஞ்சமும் தாமதிக்காம நாம ஒன்பது பேரும் இந்த 58 குகைகளுக்குள்ளயும் ஊடுருவணும். ரிஷிகளோட தவத்தைக் கலைக்காதபடி பார்த்துக்கணும்..."

"சரி..."

"சிற்ப ரகசியத்துக்கு பெயர் போன பரத்வாஜ முனிவரோட அம்சம்தான் இந்த 58 பேரும். இதை மட்டும் மனசுல வைச்சுக்குங்க... கமான்... ஒன்... டூ... த்ரீ..."

ஒன்பது பேரும் பாய்ந்தார்கள்.

"வாவ்... கர்ணனின் கவசம் எங்க இருக்குனு அதோ தெரியுது..." என்று ஆனந்த், ஆனந்தக் கூத்தாடியது ஒரு விநாடிதான். அதற்குள் எல்லாமே தலைகீழாக மாறிவிட்டது.

தோன்றியது போலவே கர்ணனின் கவசம் இருந்த இடம் மறைய ஆரம்பித்தது.

காரணம், மந்திரம் உச்சரிப்பதை ரவிதாசன் நிறுத்தியதுதான்.

இந்த அவகாசமே ஸ்ரீசக்கரத்துக்குள் அமர்ந்திருந்த பாலாவுக்கு போதுமானதாக இருந்தது. சட்டென்று எழுந்து நின்றாள்.

அவளது கைகளில் இருந்த ருத்ரனின் இதயம், காளிங்கனாக மாறியது.

ஸ்பேஸ் ஸ்டேஷனில் இருந்த துரோணர், பரத்வாஜ முனிவரின் சிற்ப ரகசியத்தை மெல்ல மெல்ல வெளிப்படுத்த ஆரம்பித்தார்...

திரிசங்கு சொர்க்கத்தில் ஐந்து சாவிகளாகப் பிரிந்த குந்தி, மீண்டும் ஒன்று சேர்ந்தாள். விண்ணதிர சிரித்தாள். அங்கிருந்தபடியே பாலாவுக்கு கட்டளையிட்டாள்.

சீறிய காளிங்கனைப் பார்த்து ரவிதாசன் கண்களில் முதல்முறையாக அச்சம் துளிர்த்தது. தோற்றுவிட்டோம். முழுமையாகத் தோற்றுவிட்டோம்.

வெறுப்புடன் ஃபாஸ்ட், சூ யென், ஆனந்த் ஆகிய மூவரையும் பார்த்தான். இவர்கள் மட்டும் அமைதியாக இருந்திருந்தால்... மந்திரங்கள் உச்சரிக்கும்போது தொந்தரவு செய்யாமல் இருந்தால்...

கிடைத்திருக்கும். பல்லாயிரம் வருடங்களாக பாடுபட்டு வந்ததற்கு பலன் கிடைத்திருக்கும். தலைமுறை தலைமுறையாக எதைத் தேடி வருகிறோமோ, அந்த கர்ணனின் கவசத்தைக் கைப்பற்றியிருக்கலாம்.

எல்லாம் கைகூடி வந்த நேரத்தில் இப்படிப் பறிகொடுத்துவிட்டோமே...

இயலாமையுடன் தன் மகன் சங்கரை பார்த்தான். கண்களால் சேதி சொன்னான். புரிந்து கொண்டதற்கு அறிகுறியாக சங்கர் தலையசைத்தான்.

அடுத்த கணம் அவனை குண்டுக்கட்டாக தூக்கி தன் சக்தி அனைத்தையும் திரட்டி கபாடபுரத்துக்கு வெளியே வீசி எறிந்தான்.

அதே நேரம்...

காளிங்கனும் சீற்றத்துடன் தன் விஷத்தைக் கக்கினான். அந்த வெப்பத்தில் ரவிதாசன், ஃபாஸ்ட், சூ யென், ஆனந்த் ஆகியோர் சாம்பலானார்கள்.

குந்தியின் கட்டளையை ஏற்று, பாலாவும் தன்னைத்தானே மாய்த்துக் கொண்டாள். அரவானுக்கு சமமாக களப்பலியானாள்.

கிருஷ்ணருக்குள் ஒன்று கலந்த தாராவும், ஆதித்யாவும் அவரது நெஞ்சுக் கூட்டை அடைந்தார்கள். எட்டிப் பார்த்தார்கள். விண்வெளி வீரரைப் போல் உடையணிந்திருந்த இந்திரனான விம லானந்தர், அவர்களைப் பார்த்து கை கூப்பினார்.

அதே நேரம்...

திரிசங்கு சொர்க்கத்திலிருந்து ஜடாயுவும், கபாடபுரத்திலிருந்து காளிங்கனும் அங்கு வந்து சேர்ந்தார்கள்.

ஐந்து உயிர்களைக் குடித்த திருப்தியுடன் அந்த பிரும்மாஸ்திரம் வைகுண்டத்துக்குச் சென்றது. பழையபடி பீஷ்மரின் கைகளில் தஞ்சமடைந்தது.

“மணல் மனிதனே 58 ரிஷிகள் தவம் செய்யும் மணல் குகைகளாக சிதறியிருக்கிறான். ஜடாயுவின் சிறகில் மறைந்திருக்கிறாள் தாரா. அவளது சிரசில் வீற்றிருக்கிறாள் சரஸ்வதி. சரஸ்வதியின் மறைவே, காளிங்கனின் நர்த்தனம். நர்த்தனத்தின் முடிவே மதுரை வெள்ளியம்பல நடராஜர். நடராஜரின் சொரூபமே கபாடபுரத்தின் இருப்பு. அந்த இருப்பின் சுவாசத்தில் துடிக்கிறது பொக்கிஷத்தின் வரைபடம். வரைபடத்தின் புள்ளிகளே இன்றைய கோயில்கள். சிற் பங்களின் மொழியே தேடும் புதையலின் திசைகள்...” என்று முணு முணுத்தார் வியாசர்.

“குருவே... இது..?” சோழ இளவரசியும், ஆதித்த கரிகாலனின் சகோதரியுமான குந்தவை நாச்சியார் பயபக்தியுடன் கேட்டாள்.

“கர்ணனின் கவசம் எங்க இருக்குன்னு சொல்ற அடையாளம்...”

“அப்படீன்னா அந்த பொக்கிஷம் இப்ப கிடைக்கப் போகுதா?”

“ஆமா, குந்தவை. ஆனா, அது எதிரிகள் கைக்கு போகவும் வாய்ப்பிருக்கு...”

“என்ன சொல்றீங்க..?”

“நீயே பாரும்மா...”

குந்தவை பார்த்தாள். அதிர்ந்தாள்.

பூமிப்பந்தில், இந்திய வரைபடம் முழுக்க... தமிழகத்தைச் சேர்ந்த நாமக்கல்லில் ஆரம்பித்து ஒடிசா, சட்டிஸ்கர், பீகார், குஜராத்... என காஷ்மீர் வரை 58 புள்ளிகள் பொன்னிறத்தில் மின்னின. மின்னியவை அனைத்தும் இணைந்து கவச குண்டலமாக மாறின.

அந்த கவச குண்டலம், சாட்சாத் கர்ணனுடையதுதான்.

அதே நேரம்...

பரமேஸ்வர பெருந்தச்சன் உக்கிரத்துடன் கிருஷ்ணரை நெருங்கிக் கொண்டிருந்தார். அவரது கைகளில் அம்பு ஒன்று இருந்தது.

எந்த அம்பை மறைந்திருந்து ராமர் எய்தி, வாலியை வீழ்த்தினாரோ –

எத்தனை அவதாரம் எடுத்தாலும் இதே அம்பால் உங்களை வீழ்த்தியே தீருவேன் என்று எந்த அம்பை தன் கைகளில் ஏந்தியபடி வாலி சபதமிட்டானோ –

அந்த அம்பைத்தான் கிருஷ்ணரை அழிப்பதற்காக பரமேஸ்வர பெருந்தச்சன் கெட்டியாகப் பிடித்துக் கொண்டிருந்தார்.

40

“மைகாட்...” – பகவான் கிருஷ்ணரின் இடப்பக்க மார்பில் இரண்டறக் கலந்துவிட்ட தாரா அதிர்ந்தாள்.

“என்ன விஷயம்?” – கிருஷ்ணரின் வலப்பக்க மார்பில் கரைந்த படியே ஆதித்யா கேட்டான்.

“கைல அம்போட பரமேஸ்வர பெருந்தச்சன் வந்துக்கிட்டு இருக்காரு...”

“ஸோ வாட்?”

“கிருஷ்ணரை அது வீழ்த்தாதா?”

“சிற்ப ரகசியத்தை துரோணர் வெளிப்படுத்திட்டாரு. இனி நடக் கப் போறதை நீயே பாரு...”

பார்த்தாள்.

கிருஷ்ணரின் புன்னகை தவழ்ந்த முகத்தையும், விமலானந்தர் உரு வில் இருந்த இந்திரனின் பரவசத்தையும், மூர்க்கத்துடன் அவர்களை நோக்கி வந்துகொண்டிருந்த பரமேஸ்வர பெருந்தச்சனையும்.

“என்னது, சூரியனுக்குள்ள ஊடுருவற கனிமம் இருக்கா..?” நம்ப முடியாத ஆச்சர்யத்துடன் கேட்டார் ஃபெல்விக்.

“யெஸ் சார்...” – பதிலளித்த காரலின் குரலில் உறுதியும், உற்சா கமும் கொப்பளித்தது.

“குட்... குட்...” அவன் தோளில் தட்டினார் ஃபெல்விக். இருவரும் ஜெர்மன் நாட்டின் மியூனிக் நகரிலுள்ள இங்கிலீஷ் கார்டனில் நடந்து கொண்டிருந்தார்கள். சுற்றுலா தலம். பயணிகள் நடமாட்டம் எப்போதும் இருக்கும். அன்றும் இருந்தது. ஆனால், பூங்காவின் ஒரு பகுதியில் இருந்த ஜப்பா னிய டீ ஹவுஸை அவர்கள் கடந்தபோது, கண்ணுக்கு எட்டிய தொலைவு வரை யாரும் தென்படவில்லை. ஜெர்மன் உளவு நிறுவனமான ‘பிஎன்டி’யில் பணிபுரியும் அவர்களுக்கு அந்தத் தனிமை தேவைப்பட்டது.

கே.என்.சிவராமன்

“இந்த ஒரு பதிலுக்காகத்தான் பல வருஷங்களா காத்திருக்கேன்...” – கண்களில் துளிர்த்த எதிர்பார்ப்புடன் புல்தரையில் அமர்ந்த ஃபெல்விக், தன்னருகில் அமரும்படி அவனுக்கு செய்கை செய்தார். ஆறடி உயர உருவத்தைக் குறுக்கியபடி சற்று இடைவெளி விட்டு காரல் அமர்ந்தான்.

“பெரிய பாரமே இறங்கினா மாதிரி இருக்கு காரல். இனி கவலையில்லை. ஜெர்மனி தலை நிமிர்ந்துடும். இந்த ஒண்ணை வச்சே சீனாவோட கண்ணை நோண்டிடலாம். அடிமை நாய்ங்க. கனிம வளங்கள் இருக்குங்கிற திமிருல பழசை மறந்துட்டு என்ன ஆட்டம் போடறாங்க..?” – ஃபெல்விக்கின் கண்களில் பூக்க ஆரம்பித்த கோபத்தை அப்படியே நுகர்ந்தான் காரல்.

“சீனாவை மடக்க கிடைச்ச இந்த சந்தர்ப்பத்தை விடக் கூடாது...” வானத்தை பார்த்தபடி ஃபெல்விக் தொடர்ந்தார். “எப்படியாவது சூரியனுக்குள்ள ஊடுருவற அந்தக் கனிமத்தை நாம கைப்பற்றிடணும். அப்பதான் உலக நாடுகளை மிரட்ட முடியும். சூரிய வெப்பத்தையே தாங்கற சக்தி அந்த கனிமத்துக்கு இருக்குன்னா, நிச்சயம் எப்படிப்பட்ட அணு ஆயுதத்தையும் அது எதிர்த்து நிற்கும். இதுதான் நமக்கு கிடைச்சிருக்கிற துருப்புச் சீட்டு. ஹிட்லர் காலத்துல எப்படி எல்லா நாடுகளும் நம்மை பார்த்து பயந்ததோ அதைவிட பலமடங்கு இப்ப அச்சுறுத்தணும். நம்ம இனம் எப்படிப்பட்டதுன்னு உலகுக்கு காட்டணும்...” – தோட்டாக்களாக சீறும் வார்த்தைகளுடன் அவனை நோக்கி திரும்பினார்.

“அந்தக் கனிமத்தோட பேர் என்ன?”

“தெரியலை சார்...” என்றான் காரல்.

“நோ ப்ராப்ளம். உன் பேரையே வைச்சிடலாம். அது எங்க இருக்கு?” எழுந்தபடியே கேட்டார் ஃபெல்விக்.

“நோ ஐடியா. ஆனா, ஒரு க்ளூ கிடைச்சிருக்கு. அதை வைச்சு டிரேஸ் அவுட் பண்ணிட முடியும்னு நம்பிக்கை இருக்கு சார்...” – தன் பின்புறத்தைத் தட்டியபடி நின்றான் ஃபாஸ்ட்.

“முழுமையா கண்டுபிடிக்கிற வரைக்கும் இந்த அசைன்மென்ட் ரகசியமா இருக்கட்டும்...”

“யெஸ் சார்...”

“எப்ப புறப்படற?” புருவத்தை உயர்த்தினார் ஃபெல்விக்.

“இப்பவே...” தாமதமின்றி பதிலளித்தான் காரல்.

“எங்க?”

“இந்தியா...”

“இன்ட்ரஸ்டிங். அங்க எந்த இடம்?”

“தமிழ்நாடு. மதுரை மீனாட்சியம்மன் கோயில்!”

திரிசூலம் ரயில்நிலையத்தில் அவன் காலை நீட்டியபடி அமர்ந்திருந்தான். கிட்டத்தட்ட நாற்பது வயதிருக்கும். பரட்டைத் தலை. ஒரு மாத தாடி. அழுக்கு பேன்ட். கிரீஸ் படிந்த சட்டை.

விமான நிலையத்தையே இமைக்காமல் பார்த்துக் கொண்டிருந்தவன் ஏதோ தோன்றியவனாக தன்னருகில் இருந்த பைக்குள் கைவிட்டு அந்த செய்தித்தாளின் கிழிந்த பக்கத்தை எடுத்தான். புதிதாகப் படிப்பது போல் மீண்டும் அதைப் படித்தான்.

சங்கரன்கோவிலில் நடந்த சம்பவம் அது. 2011 ஏப்ரல் 22ம் தேதி அந்த அபசகுனம் நிகழ்ந்தது. அன்றுதான் சங்கர நாராயணர் கோயில் ராஜகோபுரத்தில் இருந்த யாளி சிற்பம் இடிந்து விழுந்தது.

சலனமில்லாமல் அதை அவன் வாசித்து முடிக்கவும், விமானம் ஒன்று தரையிறங்கவும் சரியாக இருந்தது. கண்கள் இடுங்க, உடல் அதிர எழுந்தவன், புறப்படத் தயாராக இருந்த பீச் செல்லும் மின்சார ரயிலில் ஏறினான்.

எழும்பூரில் இருந்து மதுரைக்கு செல்லும் வைகை எக்ஸ்பிரசை எப்படியும் பிடித்து விடலாம்.

“மிஸ்டர் குவென்டின்?”

சென்னை மீனம்பாக்கம் விமான நிலையத்தை விட்டு வெளியே வந்த தன்னை மலர்ந்த முகத்துடன் எதிர்கொண்ட அந்த இளைஞனை ஸ்கேன் செய்தான் குவென்டின். ஐந்தரை அடி உயரம். மாநிறம். ஒல்லியான உடல்வாகு. டி–ஷர்ட்டைத் தாண்டி கழுத்து எலும்பு துருத்தியது. கண்கள் அலைபாயவில்லை. கூர்மையான நாசி.

“ஆமா. நீங்க..?”

தன் பெயரைச் சொன்னான் வந்தவன். கேட்ட குவென்டின் முகம் பூவாக மலர்ந்தது.

“உங்களைப் பார்க்கத்தான் வந்துகிட்டு இருக்கேன்...”

“தெரியும். உங்கப்பா டாக்டர் ஜோன்ஸ் மெயில் அனுப்பியிருந்தார்...”

“நினைச்சேன். ஓய்வு எடுங்கனு சொன்னா கேட்டாதானே?” குவென்டின் சிரித்தான்.

“நோ வே... நாஸாவோட ‘ரிசர்ச் ஆப்பர்சூனிட்டிஸ் இன் ஸ்பேஸ் அண்ட் எர்த் சயின்ஸ்’ பிரிவுல பணிபுரிஞ்ச சயின்டிஸ்ட்டால எப்படி சும்மா இருக்க முடியும்?”

“அதுவும் சரிதான்... ஒரு சந்தேகம்...”

“கேளுங்க...”

“நாம மதுரைக்கு எப்ப போய் சேருவோம்..?” – கேட்ட குவென்டினை பார்த்து கண்களால் சிரித்தான் வந்தவன்.

“கார்லதான் போகப் போறோம். எப்படியும் ஆறு, ஏழு மணி நேரத்துல போயிடலாம்...”

“குட். சென்னை டூ மதுரை கார் பயணத்தை நல்லாவே அனுபவிக்கலாம். பை தி வே, உங்க சொந்த ஊர் தஞ்சாவூர்தானே?”

“ஆமா...”

“உங்க முழு பெயரே சங்கர்தானா?”

“இல்ல... சங்கர் ரவிதாசன்...”

அந்த வீட்டின் முன்பு வண்டியை நிறுத்திவிட்டு கேட்டைத் திறந்தாள் ஈஸ்வரி.

எட்டிப் பார்த்த கண்ணா, ‘‘வாங்கக்கா...’’ என வரவேற்றான்.

“அம்மா, ஈஸ்வரியக்கா வந்திருக்காங்க...’’ என அவளது தலையைப் பார்த்ததும் உள்நோக்கிக் குரல் கொடுத்தாள் காமாட்சி.

“என்ன தாத்தா கூட சேர்ந்து ப்ளூரேல படம் பார்க்கறீங்களா? என்ன படம்?” கேட்டபடியே செருப்பைக் கழற்றிவிட்டு நுழைந்தாள் ஈஸ்வரி.

சோபாவில் அமர்ந்திருந்த கணபதி சுப்பிரமணியம் அவளை நோக்கி புன்னகைத்தபடியே “வாம்மா...” என்றார்.

“நல்லா இருக்கீங்களா மாமா..?” என்று அவள் கேட்டு முடிப்பதற்குள் –

‘‘ப்ளூரே இல்ல. டிவிடி. ‘கர்ணன்’ படத்தை மூணாவது முறையா பாக்கறோம். ரொம்ப நல்லா இருக்குக்கா...’’ என சோபாவில் குதித்தான் கண்ணா.

“ஆமாம்கா. அதுவும் தன் கவசகுண்டலத்தை அறுத்து இந்திரன்கிட்ட கர்ணன் தரும்போதெல்லாம் அழுகையா வருது...” என்றாள் காமாட்சி.

“அக்கா, அந்த கவச குண்டலம் இப்ப எங்க இருக்கும்? இந்திரன் அதை எங்க மறைச்சு வச்சிருக்கான்?” – கேள்வி கேட்ட கண்ணாவை பார்க்க சிரிப்பு வந்தது.

“நிச்சயம் பூமிலதான்டா இருக்கும். சாமி கோயில்ல இருக்காரு. கோயில் பூமில இருக்கு. அப்ப இந்திரன் வாங்கினதும் இங்கதான இருக்கணும்” என்ற காமாட்சி, “ஆனாலும் ஒரு விஷயம் மட்டும் புரியலைடா. சூரியனுக்கு நிறைய பசங்க இருக்காங்க. ஏன்... அனுமாரு கூட சூரியனோட மகன்தான். அப்படி இருக்கிறப்ப மத்த பசங்களுக்கு கவச குண்டலத்தை கொடுக்காம ஏன் கர்ணனுக்கு மட்டும் சூரியன் கொடுத்தாரு?” என்று கேட்டாள் காமாட்சி.

“அய்யே... சூரியனோட பையன் ஒண்ணும் அனுமார் இல்ல...” என்று நக்கலடித்தான் கண்ணா.

"அது எங்களுக்குத் தெரியாதா? அனுமார் சூரியனோட வளர்ப்பு மகன். குரு. அதனால அப்படியும் சொல்லலாம்..." என உதட்டை சுழித்தாள் காமாட்சி.

"அட, ஆமாம்ல..." என ஆச்சர்யப்பட்டான் கண்ணா.

"வீட்டுக்கு வந்த அக்காவையும் தொந்தரவு பண்ண ஆரம்பிச்சிட்டீங்களா..." என்றபடி வந்தாள் ஆனந்தவல்லி.

"பரவால்ல மாமி. குழந்தைங்கதான? என்ன... இவங்க கேட்கற கேள்விக்கு பதில் சொல்ல எனக்குத்தான் தெரியலை..." என்று சிரித்த ஈஸ்வரி, "உங்ககிட்டயும் மாமாகிட்டயும் சொல்லிட்டுப் போகலாம்னுதான் வந்தேன். உங்க ஆசீர்வாதம் எனக்கு வேணும்..." என்று தழுதழுத்தாள்.

"அது எப்பவும் உண்டும்மா. ஃபர்ஸ்ட் க்ளாஸ்ல ஆர்கிடெக்சர் முடிச்சிருக்க. இப்ப வேலை கிடைச்சு ஒடிசாவுக்கு போற. சந்தோஷமா போயிட்டு வா. உன் மனசு போல எல்லாம் அமையும்..." என்றார் கணபதி சுப்பிரமணியம்.

பெரியவர்களை நமஸ்கரித்துவிட்டு, சின்னவர்களிடம் சொல்லிவிட்டு வெளியே வந்தாள். அப்போது வலது காலை உயர்த்தி நடராஜர் போல் போஸ் கொடுத்தபடியே, கண்ணீர் வழிய அவளை பார்த்து உடைந்த குரலில் கதறினார் ஒரு பரதேசி.

"அம்மா ஈஸ்வரி... மதுரை வெள்ளியம்பலத்துக்கு ஆபத்து வந்துடுச்சுமா... அதை தடுத்து நிறுத்தி ஈரேழு உலகத்தையும் காப்பாத்தும்மா..."

கன்னியாகுமரியில் இருந்து மார்த்தாண்டம் செல்லும் சாலையிலுள்ள மயிலாடிக்கு அவன் வந்தபோது சூரியன் மறைவதற்கான மும்முரத்தில் இருந்தான். எதிர்ப்பட்டவரிடம் பணிவாக, "பரமேஸ்வர பெருந்தச்சன் வீடு எங்க இருக்கு?" என்று விசாரித்தான்.

"நீங்க?"

"சே துங். சீனாலேந்து வர்றேன். கோயில் கட்டறது தொடர்பா பேசணும்..." – வியர்வையைத் துடைத்தபடி தன் சின்னக் கண்களால் அவரை ஏறிட்டான் அந்த மங்கோலியன்.

"என்னடா... பார்த்தியா?"

"பார்த்தேன் ஆயி. 'பறவை இறங்கறதை பார்த்துட்டு மதுரைக்கு வா'ன்னு கட்டளையிட்டீங்க... வந்துட்டேன்..." – பதில் சொன்னவன் வேறு யாருமல்ல. அவனேதான். திரிசூலம் ரயில் நிலையத்தில் காலை நீட்டி அமர்ந்திருந்தவனேதான். விமானம் தரை இறங்கியதைப் பார்த்ததும் உடல் அதிர எழும்பூருக்கு வந்து வைகை எக்ஸ்பிரஸை பிடித்தவனேதான்.

இருவரும் அந்த நள்ளிரவில் மாசி வீதிகளைத் தாண்டி, ஆவணி வீதிகளைத் தொட்டு, சித்திரை வீதிக்கு வந்து சேர்ந்திருந்தார்கள். அவர்கள் கண் முன்னால் மதுரை மீனாட்சியம்மன் கோயில் பிர மாண்டமாக எழுந்து நின்றது.

"என்னடா பாக்கற?"

"முன்னாடி எதை எனக்குக் காட்டினீங்களோ... அதைத்தான் பாக்க றேன் ஆயி..."

கண் கலங்கச் சொன்னவன், எட்டு கோபுரங்களையும், இரண்டு விமானங்களையும் தன் மனக் கண்ணில் கொண்டு வந்தான். முப்பத்தி இரண்டு சிங்கங்களும், அறுபத்து நான்கு சிவ கணங்களும், எட்டு வெள்ளை யானைகளும் தாங்கி நிற்கும் கருவறை விமானத்தை ஆரா தித்தான். உண்மையில் அது இந்திர விமானம். ஆயி அப்படித்தான் சொல்லியிருக்கிறாள்.

"சமுத்திரம் தெரியுதா?"

தெரிந்தது. கிழக்கு மேற்காக 847 அடியும், தெற்கு வடக்காக 792 அடியும் கொண்ட முழுக் கோயிலையும் கடல் விழுங்கியது. சுற்றிலும் தண்ணீர். கண்ணுக்கு எட்டிய தொலைவு வரை கறுமை நிறம். இருட்டு. நடுவில் ஒரேயொரு வெண்தாமரை மிதந்து வந்தது. அதன் மீது தேவி வீற்றிருந்தாள். தாரா தேவி.

"ஆயி... ஈஸ்வரி எனக்கு தரிசனம் கொடுத்துட்டா..."

தழுதழுக்க சொன்னவனின் தலைமுடியைக் கொத்தாகப் பிடித் தாள் ஆயி.

"அசையாதே. உத்துப் பாரு. அவளை உன் மனசுல பதிய வை. அவதான் ஈஸ்வரி. அவளேதான் நீல சரஸ்வதி. உக்ரதாரா, ஏகஜடா கூட அவதான். ரிக் வேதத்துல அவ இருக்கா. துர்வாசரையும், வால்மீகியையும், பரத்வாஜ ரையும் ஆசீர்வதிச்சவ, இப்ப உனக்கு ஆசி வழங்கறா. எதுக்கு தெரியுமா?"

ஓங்கி அவனை அறைந்தாள்.

"பல்லாயிரம் வருஷங்களா நாம பாதுகாத்துட்டு வர்ற பொக்கிஷத்துக்கு இப்ப ஆபத்து வந்திருக்கு. ஆனா, கலங்காத. நான் இருக்கேன்னு சொல்றா. கேட்டுக்கிட்டியா?"

அவனை உலுக்கினாள்.

"உன் உடம்புல இப்ப ஈஸ்வரியோட சக்தி ஓடுது. அது உன்னைக் காப்பாத்தும். போ. நேரா தஞ்சாவூருக்கு போ..."

"உத்தரவு ஆயி..." என்று சொல்லிவிட்டு திரும்பிப் பார்க்காமல் சென்றவனை பார்த்துக் கொண்டே இருந்தாள் ஆயியாக மாறியிருந்த விஜயலட்சுமி.

"இதுதான் சிற்ப ரகசியம்..." என்று சிரித்தான் ஆதித்யா.

"என்னால எதையும் நம்ப முடியலை..." கண்கள் விரிய பதில் சொன்னாள் தாரா.

"நம்பறதும் நம்பாததும் உன் இஷ்டம்... ஆனா, Back Up- தான் சிற்ப ரகசியம். எல்லாத்துக்குமே Back Up உண்டு. ஒண்ணுலேந்து தான் இன்னொண்ணு உருவாகுது. ஒன்றின் கரைதல்தான் இன்னொன்றின் ஆக்கம். திரிசங்கு சொர்க்கத்துல காஃபீன் மனிதன் மறைஞ்சு மறைஞ்சு தோன்றினப்பவே இது உனக்கு புரிஞ்சிருக்கணும்..."

"அங்க ஃபாஸ்ட், சூ யென், ஆனந்த் எல்லாம் மறைஞ்சது கூட இதனாலதானா?"

"ஆமா தாரா. இதைத்தான் சிற்ப ரகசியம்னு சொல்றோம். எதை நாம பார்க்கிறோமோ, அதனோட இன்னொரு வடிவமும், முந்தைய பிம்பமும் இருக்குன்னு எப்ப உணர்கிறோமோ அப்ப எல்லாமே புரிஞ்சுடும். கபாடபுரம் ஆதி மூளையோட உருவாக்கம். இது இல்லைன்னா இன்றைய உலகம் இல்ல..."

"இப்ப நாம எங்க இருக்கோம்..."

"உனக்கே தெரியலையா?"

தெரிந்தது. சூரியனின் நெருப்புப் பந்துக்கு முன்னால் வெள்ளியம்பல நடராஜர் நடனமாட, அவருக்குள் இருவரும் கலந்திருந்தார்கள்.

"ஆனா, நாம கிருஷ்ணருக்குள்ளதானே கலந்தோம்?"

"கிருஷ்ணர் வேற, நடராஜர் வேற இல்லை தாரா... இதை பரமேஸ்வர பெருந்தச்சன் புரிஞ்சுக்கலை. அதனாலதான் சட்டுன்னு தன் முன்னால தோன்றின நடராஜரை வணங்கிட்டு கிருஷ்ணரை வீழ்த்த அம்போட அவரை இன்னமும் தேடிட்டு இருக்கான்..."

"ஜடாயுவும், காளிங்கனும்..?"

"யுகங்களோட குறியீடுகள்..."

"கர்ணனின் கவசம்?"

"அது நம்ம நாட்டோட சொத்து தாரா. அதை அந்நியர்களுக்கு கொடுக்காம பாதுகாக்க வேண்டியது நம்ம கடமை..."

"கடைசியா ஒரு விஷயம். வெள்ளியம்பல நடராஜருக்கு ஆபத்துன்னு ஏன் விமலானந்தர் சொல்லிகிட்டே இருக்காரு?"

"ஏன்னா அந்த நடராஜர் அறிவியலோட Back Up..."

"அதாவது?"

" $E = mc^2$!"

* * * * * * * * *